வெள்ளையானை போல அந்த மலை

எர்னெஸ்ட் ஹெமிங்வே சிறந்த சிறுகதைகள்

எர்னெஸ்ட் ஹெமிங்வே

ஆங்கிலத்திலிருந்து தமிழில்

ஆயிரம். நடராஜன், நான்சி தர்ஷனா, பிருந்தா நந்தகோபால்

தடாகம்

தடாகம்

வெள்ளையானை போல அந்த மலை

- ***ஆசிரியர்:*** *எர்னெஸ்ட் ஹெமிங்வே*
- ***ஆங்கிலத்திலிருந்து தமிழில்:*** *ஆயிரம். நடராஜன், நான்சி தர்ஷனா, பிருந்தா நந்தகோபால்*
- ***முதற்பதிப்பு:*** *ஜூலை 2024*
- ***வடிவமைப்பு:*** *கி. ஆஷா*
- ***அட்டை ஓவியம்:*** *ப. மணிவண்ணன்*

Vellaiyaanai pola antha malai, Ernest Hemingway sirantha sirugathaigal a Tamil translation of ***Selected stories from the complete short stories of Ernest Hemingway***, Scribner, New York, 1987, translated into Tamil by ***Ayeram. Natarjan, Nancy Dharshana, Brindha Nandagopal***

Tamil Translation © Thadagam, Chennai, 2021

Published by:

THADAGAM
No.112, First Floor, Thiruvalluvar Salai
Thiruvanmiyur, Chennai 600 041
Ph: +91-98400-70870
www.thadagam.com | info@thadagam.com

Printed at:

The Print Park
Chennai 600 117

ISBN: 978-93-93361-97-4

Published in July 2024

Price: ₹ 300

ஆசிரியர் அறிமுகம்

1954ஆம் ஆண்டு இலக்கியத்துக்கான நோபல் பரிசு பெற்ற எர்னஸ்ட் ஹெமிங்வே இருபதாம் நூற்றாண்டின் தலைசிறந்த அமெரிக்க எழுத்தாளர். பிரிட்டிஷ் எழுத்துமுறையின் தாக்கத்திலிருந்து முற்றிலும் விடுபட்டு தூய அமெரிக்க எழுத்து முறையை உருவாக்கிய முன்னோடி. அவர் வாழ்ந்த நூற்றாண்டில், அமெரிக்க பிரிட்டிஷ் எழுத்துலகில் ஆழ்ந்த தாக்கத்தை ஏற்படுத்தினார். அவருடைய எழுத்துகளில் சொற்சிக்கனத்தைக் கடைப்பிடித்தார்; தேவையான சொற்களை மட்டுமே பயன் படுத்தினார். அவர் உருவாக்கிய ‘பனிப்பாறை (Iceberg Theory) எழுத்துமுறை’, உலக அரங்கில் அவரை ஒரு மாபெரும் எழுத்தாளராக அடையாளம் காட்டியது. பல எழுத்தாளர்கள் அவருடைய எழுத்துமுறையைப் பின்பற்ற முயன்று தோற்றுப் போனார்கள் என்று சொல்லப்படுகிறது.

தொடக்ககாலத்தில் அவருடைய மாற்று உருவமாக நிக் ஆடம்ஸ் என்ற பாத்திரத்தை உருவாக்கி அந்தப் பாத்திரத்தின் மூலமாக அவரைப் பற்றி எழுதினார்; காலப்போக்கில் அவரையே அவர் எழுதினார். அதனால்தான் அவருடைய எழுத்துகள் அவருடைய வாழ்க்கையைப் போலவே சுவாரசியம் நிறைந்ததாகவும் சிக்கலானதாகவும் விளங்குகிறது.

பிறப்பு: ஜூலை 21, 1899, ஒக் பார்க், இல்லினாய், அமெரிக்கா.

இறப்பு: ஜூலை 2, 1961, கெச்சம், இடாஹோ, அமெரிக்கா.

தந்தை: கிளாரன்ஸ் எட்மண்ட்ஸ் ஹெமிங்வே, மருத்துவர்.

தாய்: கிரேஸ் ஹால் ஹெமிங்வே, இசைக் கலைஞர்.

அவர் பிறந்த ஊரில் பள்ளிப்படிப்பை நிறைவு செய்தார்; பள்ளி விடுமுறை நாட்களில் அவருடைய தந்தை வேட்டையாடுவதிலும், ஆழ்கடலில் மீன்பிடிப்பதிலும் அவருக்குப் பயிற்சி அளித்தார்; இயற்கைச் சூழல் நிறைந்த வடக்கு மிச்சிகன் பகுதிக்கு அழைத்துச் சென்றார்; வெளியுலக வாழ்க்கையை நேசிக்கச் செய்தார். பள்ளிப்படிப்போடு அவருடைய முறையான கல்வி நிறைவடைந்தது.

நாவலாசிரியர், சிறுகதைகள் எழுத்தாளர், பத்திரிகையாளர், வீரவிளையாட்டு வீரர், ஆழ்கடல் மீன்பிடிப்பாளர், பெரிய வனவிலங்குகளை வேட்டையாடுபவர், வீரதீரச் செயல்களில் நாட்டம் உள்ளவர் எனப் பன்முகத்தன்மை கொண்ட கலைஞராக விளங்கினார்.

பள்ளிப் படிப்பை நிறைவுசெய்து, பிறந்த ஊரைப் பிரிந்து, புகழ்பெற்ற *Kansas City Star* என்ற நாளிதழில் நிருபராகப் பணியாற்றினார்.

பிறகு, இத்தாலியின் செஞ்சிலுவைச் சங்கம் மூலமாக முதலாம் உலகப் போரில் ஆம்புலன்ஸ் டிரைவராகப் பணியாற்றினார். பீரங்கிக் குண்டுகளின் சிதறல்களால் இரண்டு கால்களிலும் மோசமாகக் காயமடைந்தார்; அவருக்கு வயது பத்தொன்பது. ஆறு மாதக் காலம் தீவிர சிகிச்சை பெற்று மீண்டெழுந்தார். அவருக்குச் சிகிச்சை அளித்த ஆக்னஸ் வான் குரௌஸ்கி என்ற நர்ஸைக் காதலித்தார்; காதலில் தோல்வியடைந்தார், மனம் நொறுங்கிப்போனார்.

1921ஆம் ஆண்டு ஹாட்லி ரிச்சார்ட்சனை மணந்து பாரிஸுக்கு குடிபெயர்ந்தார். வாசிப்பதில் முழுக்கவனம் செலுத்தினார், எழுத்தாளராகப் பயிற்சி செய்தார். புகழ்பெற்ற எழுத்தாளர்கள் ஜேம்ஸ் ஜாய்ஸ், எஸ்ரா புவுண்ட், எஃப்.ஸ்காட் ஃபிட்ஜெரால்ட், குறிப்பாக, ஜெர்ட்ருட் ஸ்டெய்ன் ஆகியோருடன் நெருங்கிய நட்பில் இருந்தார்; பயோதர் தஸ்தயேவ்ஸ்கி, பிரான்ஸ் காஃப்கா ஆகியோரையும் ஆழ்ந்து வாசித்தார். அவர்களின் எழுத்துகளின் தாக்கத்துக்குள்ளானார். நான்கு ஆண்டுகளாக அவர் எழுதிச் சேமித்த சிறுகதைக் குறிப்புகள் அடங்கிய பெட்டி, அவருடைய மனைவி ஸ்விட்சர்லாந்துக்கு இரயில் பயணம் செய்தபோது திருட்டுப் போயிற்று; அவருக்கு ஏற்பட்ட பேரிழப்பு அது.

அவருடைய முதல் படைப்பு "In Our Times" என்ற தலைப்பில் ஒரு சிறுகதைத் தொகுப்பாக 1925ஆம் ஆண்டு வெளிவந்தது; அதன்மூலம் அமெரிக்க இலக்கிய உலகில் அறிமுகம் ஆனார். அடுத்து, "The Torrents of Spring" (1926) என்ற குறுநாவலை வெளியிட்டார்.

1926ஆம் ஆண்டு வெளியான, "The Sun Also Rises" என்ற அவருடைய முதல் நாவல் பெரும் வரவேற்பைப் பெற்றது, அவரை ஒரு சிறந்த நாவலாசிரியராக நிலைநிறுத்தியது. முதல் உலகப் போரின் பிந்தைய தலைமுறையின் ஏமாற்றங்களையும், நெறிமுறைகளில் உள்ள குழப்பங்களையும் சித்தரித்தது. பாரிஸ் அவரது படைப்பாற்றலுக்கான மையமாக மாறியது.

"Men Without Women" (1927) என்ற கதைத் தொகுப்புக்குப் பின், முதல் உலகப்போரின் கொடூரங்களை வெளிப்படுத்திய நாவல் "A Farewell to Arms", 1929ஆம் ஆண்டு வெளியிடப் பட்டது, மாபெரும் வெற்றியைப் பெற்றது.

"Winner Takes Nothing" என்ற சிறுகதைத் தொகுப்பை 1933ஆம் ஆண்டிலும், "To Have and Have Not" என்ற நாவலை 1937ஆம் ஆண்டிலும் வெளியிட்டார். இரண்டு கட்டுரைத் தொகுப்புகளையும் எழுதினார்.

நீண்ட இடைவெளிக்குப் பின் 1940ஆம் ஆண்டு வெளிவந்த "For Whom The Bell Tolls" என்ற நாவல் ஸ்பெயின் நாட்டின் உள்நாட்டுக் கலவரத்தை அடிப்படையாகக் கொண்டது, மாபெரும் வரவேற்பைப் பெற்று சாதனை படைத்தது. அதை அடுத்த வந்த "Across the River and into the Trees" (1950) என்ற நாவல் மிகப் பெரிய தோல்வியைத் தழுவியது; மோசமான விமர்சனத்துக்குள்ளானது. மனமுடைந்து கொந்தளித்த ஹெமிங்வே, இழந்த பெருமையையும் மரியாதையையும் மீட்டெடுக்க, அவரது மனதை ஒருமுகப்படுத்தி, மிகுந்த ஈடுபாட்டுடன் எட்டு வாரத்தில் எழுதி முடித்து வெளிவந்த நாவல் "The Old Man and the Sea" (1952), 1953ஆம் ஆண்டின் புலிட்சர் இலக்கிய விருதைப் பெற்றது; அவர் இலக்கியத்துக்கான நோபல் பரிசு பெறுவதற்குக் காரணமாக அமைந்தது. இதுவே அவருடைய வாழ்நாளில் வெளிவந்த இறுதி நாவலாகவும் இருந்தது.

அவர் மறைவுக்குப் பின் ஒரு சில நாவல்களும் சில கதைத் தொகுப்புகளும் வெளியிடப்பட்டன.

பள்ளி இதழின் மாணவ ஆசிரியராகச் செயலாற்றி எழுத்துப் பணியில் நாட்டம்கொள்ளத் தொடங்கினார். பள்ளியின் இலக்கிய இதழில் பல கட்டுரைகள் எழுதினார்.

இரண்டாம் உலகப்போரின்போது செய்தியாளராகப் பணி யாற்றி அவர் பெற்ற அனுபவங்கள் அவரை வெகுவாகப் பாதித்தன. அதன் பிறகு ஹெமிங்வேயின் வாழ்க்கை சவால்கள் நிறைந்ததாக இருந்தது. மரணம் பற்றிய பயத்தால் மன அழுத்த நோய்க்கு உள்ளானார் "பழங்குடி இந்தியர்கள் முகாம்" என்ற சிறுகதையில், நிக் ஆடம்ஸ் வாயிலாக தனக்கு மரணம் என்பது இல்லை என்று தெரிவித்த அவர், 1961ஆம் ஆண்டு அவராகவே மீளாத துயிலில் மூழ்கியது ஒரு முரண்; ஆனால் மறைந்தும் வாழ்கிறார்.

பிற்காலத்தில் தான் என்னவாக வேண்டும் என்று இளநிலை மாணவனாக இருந்தபோது தனது பதினேழு வயதில் பள்ளி ஆவணத்தில்,

"என் பெயர் எர்னெஸ்ட் மில்லர் ஹெமிங்வே. நான் பயணம் செய்ய விரும்புகிறேன், எழுத விரும்புகிறேன்" என்று பதிவு செய்த எர்னெஸ்ட் மில்லர் ஹெமிங்வே, தன் கனவை நனவாக்கும் வகையில் பல நாடுகளுக்குப் பயணம் செய்து அதிக அளவில் எழுதி சாதனை படைத்தார். இத்தாலி, பிரான்ஸ், கனடா, இங்கிலாந்து, ஸ்பெயின், சீனா, துருக்கி, ஆப்பிரிக்கா, கியூபா ஆகிய நாடுகளுக்குப் பயணம் செய்தார். இவற்றில் சில நாடுகளில் சில காலம் வாழ்ந்தார். கியூபாவில் ஹவானா நகருக்கு அருகே அவருக்குச் சொந்தமான வீட்டில் கிட்டத்தட்ட பத்து ஆண்டுகளுக்கும் மேலாக வாழ்ந்தார்.

அவரது மறைவுக்குப் பின்னரும், ஒரு சிறந்த எழுத்தாளருக் கான சகல அரசு மரியாதைகளும் அவருக்கு அளிக்கப்பட்டன. அவருடன் தொடர்புடைய மூன்று வீடுகளும் தி நேஷனல் ரெஜிஸ்டர் ஆஃப் ஹிஸ்டாரிக் பிளேசஸ் என்ற பதிவேட்டில் சேர்க்கப்பட்டிருக்கின்றன. ஹவானாவில் அவர் வாழ்ந்த வீடு அருங்காட்சியமாக மாற்றப்பட்டுள்ளது.

மொழிபெயர்ப்பாளர்கள் அறிமுகம்

ஆயிரம். நடராஜன், எர்னெஸ்ட் ஹெமிங்வேயின் *'The Old Man and the Sea'* *'A Farewell to Arms'* ஆகிய புதினங்களை, 'கடலும் ஒரு கிழவனும்', 'போர்கொண்ட காதல்' என்ற தலைப்புகளில் தடாகம் பதிப்பகத்துக்காக மொழிபெயர்த்துள்ளார். அவருடைய மொழிபெயர்ப்பான இந்தத் தொகுப்பில் பத்து சிறுகதைகள் இடம்பிடித்திருக்கின்றன.

தூத்துக்குடி மாவட்டத்தில் ஒரு சிறு கிராமத்தில் விவசாய குடும்பத்தில் பிறந்த ஆயிரம். நடராஜன், அப்போதைய மதராஸ் பல்கலைக்கழகத்திலிருந்து சமூகப் பணியியலில் *(M.A., in Social Work)* முதுகலைப் பட்டம் பெற்றார்.

மதராஸ் சிமெண்ட்ஸ், செட்டிநாடு சிமெண்ட்ஸ், சேஷசாயி காகித ஆலை போன்ற பெரிய உற்பத்தி நிறுவனங்களில், பணியாளர், தொழில் உறவு மற்றும் மனித வளத் துறையில் பல்வேறு பதவிகளில் கிட்டத்தட்ட நாற்பது ஆண்டுகள் பணி யாற்றி, பொது மேலாளர்/ஆலோசகர் பதவி வகித்து தனது பணியை நிறைவு செய்தார்.

ஓய்வு காலத்தை வாசிப்பிலும் மற்றும் மொழிபெயர்ப்பிலும் செலவிடுகிறார்; குடும்பத்தாருடன் கோயம்புத்தூரில் வசிக்கிறார்.

நான்சி தர்ஷனா, இந்தத் தொகுப்பில் இரண்டு சிறுகதைகளை மொழிபெயர்த்துள்ளார். இராஜபாளையம் AKD தர்மராஜா கல்லூரியில் படித்து வணிகவியலில் (B.com) இளங்கலைப் பட்டம் பெற்றார்; காமராசர் பல்கலைக்கழக அளவில் வெள்ளி பதக்கம் வென்றார். அதே கல்லூரியில் படித்து வணிகவியல் (M.Com) முதுநிலைப் பட்டம் பெற்றார்; கல்லூரியின் முதல் மாணவியாகத் தேர்ச்சி பெற்றார்.

வாசிப்பில் ஈடுபாடு உள்ளவர். சமையல் கலை, தோட்டக் கலை போன்ற பொழுபோக்கு செயல்பாடுகளில் ஈடுபாடு கொண்டவர். இசை மேல் உள்ள ஆர்வத்தால் கித்தார் வாசிப்பைக் கற்றார். அவருடைய ஆழ்ந்த, பரந்த வாசிப்பு அவரை மொழி பெயர்ப்பை நோக்கித் தள்ளியது. முதல் முயற்சியாக, ஹெமிங்வேயின், 'Cat in the Rain', 'The Old Man at the Bridge' ஆகிய சிறுகதைகள் முறையே, 'மழையில் ஒரு பூனை', 'பாலத்தில் ஒரு முதியவர்' என்ற தலைப்புகளில் மொழிபெயர்த்து இந்தத் தொகுப்பில் இணைத்துள்ளார். தற்போது ஒரு புனைவை ஆங்கிலத்திலிருந்து தமிழில் மொழியாக்கம் செய்துகொண் டிருக்கிறார்.

முழுநேர இல்லத்தரசியான அவர், தன் கணவர், இயந்திரவியல் பொறியாளர் திரு.ரமேஷ், பொறியியல் கல்லூரியில் படிக்கும் மகன் ரித்விக், பள்ளியில் படிக்கும் மகள் தான்வி, மற்றும் மாமனார் திரு. வெங்கிடசாமி, மாமியார் திருமதி ஆலிஸ் மேரி ஆகியோருடன் கோயம்புத்தூரில் வசிக்கிறார். குடும்பத்தினரின் ஆதரவும், ஊக்குவிப்பும், மறைந்த பெற்றோர் தேவதாஸ்-ருக்மணி அம்மாள் ஆகியோரின் அருளும் தன்னை வழிநடத்திச் செல்வதாகக் கூறுகிறார்.

பிருந்தா நந்தகோபால், கோவையில் ஒரு புகழ்மிக்க விவசாய குடும்பத்தில் பிறந்தவர். மணிப்பால் கஸ்தூரிபா மருத்துவக் கல்லூரியில் படித்து மருத்துவ நுண்ணுயிரியல் (Medical Microbiology) துறையில் முதுகலைப் பட்டம் பெற்றார்.

அமெரிக்கா, அயர்லாந்து நாடுகளில் அந்தத் துறையில் சிறப்பு பயிற்சி பெற்றார். தான் தேர்ந்தெடுத்த துறையில் சிறப்பாகப் பணிபுரிந்தார். சிறிது காலம் பெங்களூருவில் ஒரு பன்னாட்டு நிறுவனத்தின் மத்திய ஆய்வகத்தில் மூத்த நுண்ணுயிரியலாளராகப் பணியாற்றினார்.

புத்தக வாசிப்பில் அதீத ஆர்வமும், இடைவிடாத வாசிப்பும் அவரை மொழிபெயர்ப்பை நோக்கி இழுத்தது; எர்னெஸ்ட் ஹெமிங்வேயின் *'A Way You Will Never Be'* என்ற சிறுகதை, அவருடைய மொழிபெயர்ப்பில் 'ஒரு பொழுதும் நீ அப்படி இருக்கப்போவதில்லை' என்ற தலைப்பில் இந்தத் தொகுப்பில் இடம்பிடிக்கிறது.

பிரெஞ்சு மொழியின் பாரம்பரிய படைப்புகள் சிலவற்றைத் தமிழாக்கம் செய்யும் முயற்சியிலும் ஈடுபட்டுள்ளார்.

நடைப்பயிற்சி, யோகா, இசை, புத்தகங்கள் இவருக்குப் புத்துணர்வு தருகின்றன. வாசித்த புத்தகங்களின் சாரத்தை மன வரைபடங்களாக (டூடுள்ஸ்) மாற்றுவது இவருக்குப் பிடித்தமான பொழுதுபோக்கு.

கணவர் திரு. பார்த்திபன், குழந்தைகள் ஸ்ரீயா, ஆதிரா, தாயார் திருமதி ராதா நந்தகோபால் ஆகியோருடன் கோவையில் வசிக்கிறார்.

நன்றி

பயன்தூக்கார் செய்த உதவி நயன்தூக்கின்
நன்மை கடலின் பெரிது.

- திருக்குறள் – 103

எங்கள் பணியில் ஆழ்ந்த அக்கறைகொண்டு எங்கள் மொழி பெயர்ப்புகளைப் பொறுமையாக வாசித்து, ஆலோசனைகள் வழங்கியும், பிழைத்திருத்தம் செய்துகொடுத்தும் அவற்றின் தரத்தை மேம்படுத்தும் நண்பர்கள் ப. நாகராஜன், பேராசிரியர் முனைவர் ந. அமாஷ் ஆகியோருக்கும், எப்போதும் எங்களை ஊக்குவிக்கும் விஜயா பதிப்பகம் மு. வேலாயுதம் ஐயா, பேராசிரியர் முனைவர் ஆர். விஜயராகவன் ஆகியோருக்கும்,

எங்கள் ஐயங்களுக்கு உடனுக்குடன் விளக்கம் அளித்து உதவிய எங்கள் குடியிருப்பைச் சேர்ந்த கால்நடை மருத்துவர் நர்மதா, பாண்டிச்சேரி பிரெஞ்சு ஆய்வு நிறுவனம், சமூக அறிவியல் துறை ஆராய்ச்சியாளர் எம். கண்ணன், சென்னை எத்திராஜ் மகளிர் கல்லூரி ஆங்கிலத்துறை இணை பேராசிரியர் பா.சித்ரா, முன்னாள் பேராசிரியர் ஃஅனி மாலினிராஜ், கோவை முனைவர் மஹாலிங்கம் விஸ்வநாதன் ஆகியோருக்கும்,

தடாகம் பதிப்பகம் குடும்பத்தார் – பதிப்பாளர் அமுதரசன் பால்ராஜ், பிழைகள் திருத்தி சிறப்பாகப் பக்க வடிவமைப்பு செய்திருக்கும் கி. ஆஷா, அழகாக அட்டைப்படம் வடிவமைத்திருக்கும் வரைபடக் கலைஞர் ப. மணிவண்ணன் ஆகியோருக்கும்,

எங்களுக்கு எப்போதும் ஒத்துழைப்பு வழங்கி எங்களை ஊக்குவித்துக்கொண்டிருக்கும் எங்கள் குடும்பத்தார் அனைவருக்கும் நன்றி.

நான்சி தர்ஷனா   ஆயிரம். நடராஜன்   பிருந்தா நந்தகோபால்

முன்னுரை

எர்னெஸ்ட் ஹெமிங்வேயின் படைப்புகளைத் தவிர்த்து அமெரிக்க இலக்கிய வரலாற்றை ஒருவராலும் எழுத முடியாது. பிரிட்டிஷ் எழுத்து முறையிலிருந்து முழுமையாக விலகி தனித்துவமான அமெரிக்க எழுத்து முறையை உருவாக்கிய அமெரிக்க முன்னோடி எழுத்தாளர் அவர். சிறுகதைகள் மூலமாகத்தான் தன்னை ஒரு எழுத்தாளராக அறிமுகப் படுத்திக்கொண்டார். அவருடைய முதல் படைப்பு, அவர் பாரிஸ் நகரில் வாழ்ந்தபோது 1925இல் பதிநான்கு சிறுகதைகள் அடங்கிய ஒரு தொகுப்பாக வெளிவந்தது. அதைத் தொடர்ந்து மேலும் பல சிறுகதைகளும் நாவல்களும் கட்டுரைகளும் எழுதினார். அவை அவரை இருபதாம் நூற்றாண்டின் தலைசிறந்த எழுத்தாளராக அமெரிக்காவிலும் உலக அளவிலும் நிலைநாட்டின.

எழுத்துப்பணியைத் தொடங்கும்போதே பனிக்கட்டி எழுத்து முறை கோட்பாட்டை அறிமுகப்படுத்தி அதையே அவரது அடையாளமாக நிலைநிறுத்தினார். அவருடைய சிறுகதைகள் அமெரிக்க இலக்கிய வரலாற்றில் ஒரு புதிய அத்தியாயத்தைப் படைத்தன.

அவருடைய படைப்புகள் – சிறுகதைகளும், நாவல்களும் - அமெரிக்க இலக்கிய வரலாற்றின் அறிமுகப் பாடத் திட்டங்களிலும், அமெரிக்கப் பள்ளி பாடத்திட்டங்களிலும் இடம்பெற்றன, இன்றும் இடம்பெறுகின்றன. அவற்றிலிருந்து தேதர்ந்தெடுக்கப்பட்ட ஆகச்சிறந்த பதிமூன்று சிறுகதைகளை மொழிபெயர்த்து வழங்குவதில் மகிழ்ச்சி அடைகிறோம்.

தொடக்ககால படைப்புகளில், ஹெமிங்வே அவரைப் பற்றி எழுதினார்; அதன் பிறகு, வாழ்நாள் முழுவதும், அவருடைய கதைமாந்தர்களில் அவரை எழுதினார். அனைவராலும் போற்றப் படும், “தி ஹெமிங்வே கோட்” *(The Hemingway Code)* என்று அடையாளப்படுத்தப்பட்ட ஒரு நெறிமுறையை அவருடைய

எழுத்துகள் மூலமாக வலுவாக உருவாக்கினார். "வாழ்க்கைப் போராட்டத்தில் தனித்துப் போராடி தோற்றுக்கொண்டிருக்கும் அழுத்தமான சூழ்நிலையிலும், அடக்கமாக, திறமையாக, கண்ணியமாகச் செயலாற்ற வேண்டும்," என்ற அந்தக் கோட்பாட்டை அவருடைய பல கதைகளில் காணலாம்.

ஹெமிங்வேயின் கதைமாந்தர்கள் – ஆண்களும் பெண்களும் – தார்மீக நெறிகளில் அசைக்க முடியாத நம்பிக்கை உள்ளவர்களாகவும் அதில் அவர்கள் சமரசம் செய்யாதவர்களாகவும் சித்தரிக்கப்படுகிறார்கள். அதே நேரத்தில் அவர்கள் பலவீன மானவர்களாக இருக்கிறார்கள்; ஆனால், அந்தப் பலவீனமே அவர்களைத் தனித்து காட்டுகின்றன. மரணத்தையும் துயரத்தையும் மனக்கொந்தளிப்பையும் நெஞ்சுரத்துடனும் அறிவுக்கூர்மையுடனும் எதிர்கொள்கிறார்கள். தோல்விகளைக் கண்ணியமாக ஏற்கிறார்கள்.

எடுத்துக்காட்டாக, "கிளிமஞ்சாரோ"வில் ஹேரியையும் அவன் மனைவியையும், குறைவான மகிழ்ச்சியான நொடிகளில் பிரான்சிஸ் மெகாம்பரையும் அவன் மனைவி மார்கரெட்டையும், வேட்டையாடி வில்சனையும், "தெளிவான ஒளியின் கீழ் ஓர் இடத்தில்" அந்தக் கிழவனையும் குறிப்பிடலாம்.

"கொலைகாரர்கள்" சிறுகதையில், கூலிப்படையைச் சேர்ந்தவர்களால் சுட்டுக்கொல்லப்படுவான் என்பதை அறிந்தும், எச்சரிக்கப்பட்ட பின்னரும், கொடுமையான மரணத்தை அமைதியாக ஏற்கத் துணியும் ஓலே ஆண்டர்சனையும், "பாலத்தில் ஒரு முதியவர்" சிறுகதையில், பாசிசவாதிகளின் தாக்குதலில் குண்டடிபட்டு சாகக்கூடும் என்ற ஆபத்தான நிலையிலும் அதைக் கண்ணியமாக எதிர்கொள்ளும் கிழவனையும் எடுத்துக்காட்டுகளாகக் கூறலாம்.

அவர்களில் ஒரே ஒரு விதிவிலக்காக கொலைகாரர்களில், நிக் ஆதம்ஸைச் சொல்லலாம். முன்னாள் தொழில்முறை குத்துச்சண்டை வீரன் ஓலே ஆண்டர்சன் கொலைகாரர்களால் சுட்டுக்கொல்லப்படுவதைத் தடுக்க முடியாது என்று உறுதி யானதும், நிக் ஆடம்ஸ் அந்த நாட்டிலிருந்து வெளியேறப் போவதாகச் சொல்வது, மற்ற கதைமாந்தர்களிடமிருந்து அவனை வேறுபடுத்திக் காட்டுகிறது.

அவருடைய மாற்று வடிவமாக நிக் ஆடம்ஸ் என்ற பாத்திரத்தைப் படைத்தார். முதலில், தன்னை ஒரு சிறுவனாக, "பழங்குடி இந்தியர்கள் முகா"மில் நிக் ஆடம்ஸ் மூலமாக அறிமுகப்படுத்திக்கொண்டார். இந்தத் தொகுப்பில், ஏழு கதைகளில் நிக் வருகிறான்.

"பழங்குடி இந்தியர்கள் முகா"மில் ஒரு சிறுவனாக அறிமுக மாகிறான். மயக்க மருந்து இல்லாத காலகட்டத்தில், மடக்குக் கத்தியைப் பயன்படுத்தி ஒரு இந்தியப் பெண்ணுக்கு அவன் அப்பா பிரசவம் பார்த்ததையும், அந்தப் பெண்ணின் கணவன் சவரக்கத்தியால் ஒரு காதிலிருந்து மறு காதுவரை கழுத்தை அறுத்துத் தற்கொலை செய்து கிடந்ததையும் நிக் பார்க்கிறான். திரும்பி வரும்போது நான் ஒருபோதும் சாக மாட்டேன் என்று உறுதியாக உணர்கிறான்.

ஆனால், பின்னாளில் ஹெமிங்வே தன் வாழ்வை முடித்துக் கொண்ட முறை ஒரு மாபெரும் முரண்.

அடுத்து, "கொலைகாரர்கள்" கதையில் உணவு விடுதியில் உதவியாளனாக அறிமுகம் ஆகும் அவன், வன்முறையின் வலிமையைக் கண்டு பயந்து நாட்டைவிட்டு வெளியேற எத்தனிக்கும் இளைஞனாக வருகிறான்.

"ஒரு பொழுதும் நீ அப்படி இருக்கப்போவதில்லை" கதையில் முதல் உலகப் போரில் பங்கு எடுக்கும் நிக் ஆடம்ஸ், ஆஸ்திரியர்களால் தாக்கப்பட்டு தலையில் பலத்த காயமடைகிறான், குணமடைகிறான், ஆனால், மனப்பிறழ்வு நோயால் பாதிக்கப்பட்டு முன்னுக்குப்பின் முரணாகப் பேசும் மனநோயாளியாக வருகிறான். அவனுடைய மாறுபட்ட மன நிலையை ஹெமிங்வே மிகத் திறமையாக நம் கண்முன் நிறுத்துகிறார்.

இப்படியான வாழ்க்கை முறையிலிருந்து வெளியேறி, சிந்திக்க வேண்டிய தேவை, எழுதவேண்டிய, மற்றும் மற்ற தேவைகளை எல்லாம் பின்தள்ளிவிட்டு இயற்கையோடு இயைந்து வாழும் நிக்கை, மீனும் மன்னிப்பும் நிறைந்த ஒரு ஆறு சிறுகதையின் இரண்டு பகுதிகளிலும் காண்கிறோம். பகுதி 1இல், போரின் கோரத்தால் சிதைந்து சிதறுண்டு சீரழிந்த நகரத்தின் வழியாக

நடந்து, பசுமையான புல்வெளியைக் கடந்து ஆற்றின் ஓரமாக மேல்நோக்கிச் சென்று அந்த நாளில் இறுதியில் முகாம் அமைத்து உணவு தயாரித்து சாப்பிட்டு காபி குடிக்கிறான் நிக். அனைத்தையும் தனியாகச் செய்து மகிழ்கிறான். அமைதியாகத் தூங்கச் செல்கிறான்.

பாகம் இரண்டில், ஆற்றின் நீரோட்டத்தில், வெயில் வரும் முன்னால் வெட்டுக்கிளிகளைப் பிடித்து, அவற்றைத் தூண்டில் இரையாகப் பயன்படுத்தி நன்னீர் மீன்பிடிக்கிறான்; பிடித்த இரண்டு மீன்களின் வயிற்றைக் கிழித்து துப்புரவு செய்கிறான். சதுப்பு நிலத்தில் மீன்பிடிக்கும் காலத்துக்காக நம்பிக்கையோடு காத்திருக்கிறான். அனைத்தையும் கலைநயத்தோடு செய்கிறான்.

இந்தத் தொகுப்பின் தலைப்புக் கதையான “வெள்ளையானை போல அந்த மலை” சிறுகதையில், இவ்வுலகில் எல்லாமும் மாற்றத்துக்கு உட்பட்டவை, மாற்றம் ஒன்றே மாறாதது என்ற எக்காலத்துக்கும் பொருந்தும் இருத்தலியல் இயற்பியல் கோட்பாட்டை ஒரு அமெரிக்க இளைஞனுக்கும் ஒரு சிறு பெண்ணுக்கும் இடையே ஸ்பெயின் நாட்டு இரயில் நிலையத்தில் நடைபெறும் எளிமையான உரையாடல் மூலமாக உரக்கச் சொல்கிறார்.

அவன் அவளைக் கருக்கலைப்பு செய்துகொள்ள வற்புறுத்து கிறான்; அப்படிச் செய்துகொண்டால், இப்போதைய வாழ்க்கை முறை மாறவே மாறாது, மகிழ்ச்சியாக வாழலாம் என்று சொல்லி இணங்கச்செய்ய முயற்சிக்கிறான். அவள் தயங்குகிறாள்; தன் தயக்கத்தை எங்கும் இல்லாத வெள்ளையானையை உவமையாகக் காட்டி வெளிப்படுத்துகிறாள்.

‘அரசியல், பெண், மது, பணம், பேராவல் அனைத்தும் எழுத்தாளார்களைப் பாழாக்குகின்றன.’ இது ஹெமிங்வே சொன்னதாக மேற்கோள் காட்டப்படும் கூற்றுகளில் ஒன்று. இந்தக் கூற்றுதான், “கிளிமஞ்சரோ மலையின் பனி” கதைக் கருவாக இருக்கிறது.

இந்தக் கதையின் நாயகன் ஹேரி, ஒரு சிறந்த எழுத்தாளனாக விளங்க வேண்டியவன், பணத்துக்காகப் பல பெண்களைத் திருமணம் செய்கிறான். ஆப்பிரிக்கக் காடுகளில் வேட்டையாட

பணம் படைத்த மனைவியுடன் பயணம் செய்யும் அவன், பழுதடைந்த வாகனத்தால் பயணம் தடைபட்டுக் காட்டில் தங்குகிறான். காலில் பட்ட காயம் காங்கரின் நோயாக மாறி கால் சதை அழுகி கட்டிலில் கிடக்கிறான். தொற்றிலிருந்து வெளியேறும் துர்நாற்றம் பிணம் தின்னி கழுகுகளையும் கழுதை புலியையும் அங்கே ஈர்க்கிறது; அவனுடைய மரணத்துக்காக அவை காத்திருக்கின்றன.

அவன் கடந்தகால வாழ்க்கையைப் பலமுறை நினைத்துப் பார்க்கிறான்.

மகிழ்ச்சியாக வாழ்ந்த நாட்களையும் தனிமையில் வாடிய நாட்களையும், பல நாடுகளுக்குப் பயணம் செய்தது, குடியும் கூத்தியுமாக வாழ்ந்து நாட்களைக் கடத்தியது, ஒரு வேசியை அடைவதற்காக ஒரு இராணுவ வீரனுடன் கட்டிப்புரண்டு தெருச்சண்டை போட்டது, நண்பன் ஒருவன் போர்முனையில் குண்டால் தாக்கப்பட்டு வயிறு சிதைந்து குடல் சரிந்து வேலியில் விழுந்து மரண வலியில் துடித்தபோது தனக்கென வைத்திருந்த வலி நிவாரணியை நண்பனுக்குக் கொடுத்து உதவியது, இவை போன்ற பல நிகழ்வுகளைப் பற்றி எழுத நினைத்தது, ஒருபோதும் அவை பற்றி எழுதாதது, இனி ஒருபோதும் எழுதப்போவதில்லை என்பது: அனைத்தையும் நினைத்து மன உளைச்சல் அடைந்து தவிக்கிறான்.

இந்த நாயகன் எப்படி இறைவன் இல்லமாகக் கருதப்படும் இடத்தை அடைகிறான் என்பதற்கான பல குறிப்புகளை ஹெமிங்வே அங்கங்கே விதைத்துச் செல்கிறார்.

இந்தப் பகுதியை நிறைவு செய்யும் முன்னால் ஒரு சிறு கதையைக் குறிப்பிட வேண்டும்: "பிரான்சிஸ் மெகாம்பரின் மகிழ்ச்சியான சிறு வாழ்"வின் சிறு நொடி.

முப்பத்தைந்து வயதான நாயகன் பிரான்சிஸ் மெகாம்பர், மிகவும் உயரமானவன்; கறுத்த தலைமுடியும், மெல்லிய உதடுகளும் கொண்டவன், அழகனாகக் கருதப்பட்டவன். உணவுக்கான மிருகங்களை வேட்டையாடுவதில் சிறந்தவன், மனமகிழ்ச்சிக்காக பெருங்கடலில் பெரிய மீன்களை வேட்டை யாடுவதில் வல்லவன். செல்வந்தன். ஆனால் கோழை.

நாயகி மார்கரெட் மெகாம்பர் முன்னொரு காலத்தில் பேரழகியாகத் திகழ்ந்தவள், சமூகத்தில் உயர் நிலையில் இருந்தவள், கச்சிதமாக உடம்பைப் பராமரிப்பவள், கணவனின் கோழைத்தனத்தைக் காரணம்காட்டி பிற ஆண்களுடன் பாலியல் உறவுகொள்வதை வழக்கமாகக் கொண்டவள்.

காட்டு வேட்டையாடும் அவன் சிங்கத்தை எதிர்கொள்கிறான். பயந்து நடுங்கும் அவன் கண்மூடித்தனமாகத் திறந்த வெளியில் ஓடி அவனுடைய கோழைத்தனத்தை வெளிப்படுத்துகிறான். அன்று இரவு அவள் வேட்டையாடியுடன் உடலுறவு கொள்கிறாள். மனதளவில் அவன் பெரும் பாதிப்புக்குள்ளாகிறான். வலியால் வலிமையாகிறான். அவள் மகிழ்ச்சி அடையவில்லை.

பாய்ந்து வரும் காட்டெருமையை எதிர்நின்று சுடுகிறான். அது அவனைத் தாக்குவதாக நினைத்து அதை அவள் சுடுகிறாள். தலையில் குண்டு பாய்ந்து அவன் சரிகிறான், ஆனால் கீழே விழும் முன்னால் காட்டெருமையைக் கொல்கிறான். அது ஒரு மகிழ்ச்சி நிறைந்த நொடி அது; நீடிக்கவில்லை.

அவள் அவனைச் சுட்டது திட்டமிட்ட செயலா? தற்செயலானதா? குறி தவறியதா? அப்போது மெகாம்பருடன் இருந்த வேட்டையாடி ராபர்ட் பிரான்சிஸ் அதை தற்செய லானதாகவோ குறி தவறியதாகவோ நினைக்கவில்லை. அவன் அப்படி நினைக்காததற்கு சரியான காரணம் உள்ளதா? அல்லது உள்நோக்கம் கொண்டதா?

அவருடைய வாழ்க்கை நிகழ்வுகளும் கதைகளில் நிகழ்வுகளும் ஒன்றுடன் ஒன்று கலந்து நிற்கின்றன; அவருடைய கதைகளை வாசிக்கும்போது அவருடைய வாழ்க்கை வரலாற்றை வாசிப்பது போன்றும், அவருடைய வாழ்க்கை வரலாற்றை வாசிக்கும்போது அவருடைய கதைகளை வாசிப்பது போன்றும் தோன்றுகிறது.

வாசிக்கலாம் வாருங்கள்...

பொருளடக்கம்

1. வெள்ளையானை போல அந்த மலை — ஆயிரம். நடராஜன் — 21
2. ஏதோ ஒன்றின் முடிவு — ஆயிரம். நடராஜன் — 30
3. கொலைகாரர்கள் - ஆயிரம். நடராஜன் — 38
4. தெளிவான ஒளியின் கீழ் ஓர் இடம் — ஆயிரம். நடராஜன் — 55
5. பாலத்தில் ஒரு முதியவர் - நான்சி தர்ஷனா — 63
6. மழையில் ஒரு பூனை - நான்சி தர்ஷனா — 67
7. ஒரு பொழுதும் நீ அப்படி இருக்கப் போவதில்லை - பிருந்தா நந்தகோபால் — 73
8. பழங்குடி இந்தியர்கள் முகாம் — ஆயிரம். நடராஜன் — 95
9. மீனும் மன்னிப்பும் நிறைந்த ஓர் ஆறு பகுதி ஒன்று - ஆயிரம். நடராஜன் — 103
10. மீனும் மன்னிப்பும் நிறைந்த ஓர் ஆறு பகுதி இரண்டு - ஆயிரம். நடராஜன் — 119
11. பிரான்சிஸ் மக்கோம்பரின் மகிழ்ச்சியான சிறு வாழ்வு - ஆயிரம். நடராஜன் — 138
12. மருத்துவரும் மருத்துவரின் மனைவியும் — ஆயிரம். நடராஜன் — 196
13. கிளிமஞ்சாரோ மலையின் பனி — ஆயிரம். நடராஜன் — 203

1. வெள்ளையானை போல அந்த மலை

ஆயிரம். நடராஜன்

ஸ்பெயின் நாட்டின் வட பகுதியில் ஓடிய எப்ரோ ஆற்றுப் பள்ளத்தாக்குக்கு அப்பால் இருந்த மலைக்குன்றுகள் நீண்ட தொடராகவும் வெள்ளையாகவும் இருந்தன. பள்ளத்தாக்கின் இந்தப் பக்கத்தில் நிழலும் இல்லை, மரங்களும் இல்லை; இரண்டு இரயில் தடங்களுக்கு இடையில் வெயிலில் இரயில் நிலையம் இருந்தது. இரயில் நிலையத்தின் ஒரு பக்கத்தின் எதிரில் மிகவும் அருகில் ஒரு கட்டடத்தின் வெதுவெதுப்பான நிழல் விழுந்தது; மதுக்கூடத்தின் திறந்த வாசல் வழியாக ஈக்கள் உள்ளே வருவதைத் தடுக்க அதன் குறுக்கே மூங்கில் உருள் மணிகள் சரங்களாகக் கோக்கப்பட்ட திரை தொங்கியது. கட்டடத்தின் வெளிப்பக்கம் நிழலில் ஒரு மேஜையில் ஓர் அமெரிக்கனும், அவனுடன் ஒரு சிறு பெண்ணும் உட்கார்ந்திருந்தார்கள். அதிக வெப்பமாக இருந்தது; பார்சிலோனாவிலிருந்து வரும் விரைவு இரயில் இன்னும் நாற்பது நிமிடங்களில் வந்து சேரும். அது இந்தச் சந்திப்பில் இரண்டு நிமிடங்கள் நிற்கும்; தொடர்ந்து மாட்ரிட் வரை போகும்.

"நாம் என்ன குடிக்கலாம்?" என்று அந்தப் பெண் கேட்டாள். அவள் தலையிலிருந்த தொப்பியை எடுத்து மேஜை மேல் வைத்திருந்தாள்.

"மிகவும் வெக்கையாக இருக்கிறது," என்றான் அந்த மனிதன்.

"நாம் பீர் குடிக்கலாம்."

"இரண்டு பீர்," அந்த மனிதன் திரையை நோக்கிச் சொன்னான்.

"பெரிய பீரா?" என்று வாசலில் நின்றபடியே ஒரு பெண் கேட்டாள்.

"ஆம். இரண்டு பெரிய பீர்."

அந்தப் பெண் இரண்டு தம்ளர்களில் பீரும் இரண்டு கம்பளித் தடுக்குகளும் கொண்டுவந்தாள். தடுக்குகளையும் பீர் தம்ளர்களையும் மேஜை மேல் வைத்தாள்; அந்த ஆணையும் பெண்ணையும் பார்த்தாள். அந்தப் பெண் வேறு பக்கம் திரும்பி, குன்றுத்தொடரைப் பார்த்துக்கொண்டிருந்தாள். சூரிய ஒளியில் அவை வெள்ளை நிறத்தில் இருந்தன; நாட்டுப்புறம் பழுப்பு நிறத்தில் வறட்சியாக இருந்தது.

"அவை வெள்ளையானைகள்போல் தெரிகின்றன," என்றாள் அவள்.

"நான் ஒருபோதும் ஒரு வெள்ளையானையைப் பார்த்த தில்லை," என்றான் அந்த மனிதன்; அவனுடைய பீரைக் குடித்தான்.

"இல்லை, நீ பார்த்திருக்க மாட்டாய்."

"நான் பார்த்தாலும் பார்த்திருக்கலாம்," என்றான் அந்த மனிதன். "நான் பார்த்திருக்க மாட்டேன் என்று நீ சொல்வதால் மட்டுமே அது எதையும் நிரூபிக்கவில்லை."

அந்தப் பெண் உருள்மணித் திரையைப் பார்த்தாள். "திரையின் மீது ஏதோ வரைந்திருக்கிறார்கள்," என்றாள் அவள். "அதில் என்ன எழுதியிருக்கிறது?"

"அனிஸ் டெல் தோரோ. அது ஒரு வகை மதுபானம்."

"அதை நாம் குடித்துப் பார்க்கலாமா?"

"இங்கே பாருங்கள்," திரையை நோக்கி அந்த மனிதன் சொன்னான். மதுக்கூடத்திலிருந்த பெண் வெளியே வந்தாள்.

"நான்கு ரியாலே."

"எங்களுக்கு இரண்டு அனிஸ் டெல் தோரோ வேண்டும்."

"தண்ணீர் கலந்தா?"

"உனக்கு அதில் தண்ணீர் கலக்க வேண்டுமா?"

"எனக்குத் தெரியவில்லை," என்றாள் அந்தப் பெண். "தண்ணீர் கலந்தால் நன்றாக இருக்குமா?"

"நன்றாக இருக்கும்."

"அவற்றைத் தண்ணீர் கலந்து கொண்டு வரவா?" அந்தப் பெண் கேட்டாள்.

"ஆமாம், தண்ணீர் கலந்து."

"லிக்கரஸ் மூலிகை போன்று அது சுவைக்கிறது," என்றாள்; தம்ளரைக் கீழே வைத்தாள்.

"எல்லாமே அப்படித்தான் இருக்கும்."

"ஆமாம்," என்றாள் அந்தப் பெண். "எல்லாமும் லிக்கரஸ் போன்று சுவைக்கிறது. குறிப்பாக, எவற்றுக்காக இதுவரை நீ காத்திருந்தாயோ அவை எல்லாம், அப்சிந்தே என்ற அதிக போதை தரும் மது போன்று."

"ஓ, அந்தப் பேச்சை நிறுத்து."

"நீதான் அதை ஆரம்பித்தாய்," என்றாள் அந்தச் சிறு பெண். "அது எனக்கு வேடிக்கையாக இருந்தது. நான் அற்புதமாகப் பொழுதைக் கழித்தேன்."

"சரி, நாம் முயற்சி செய்யலாம், அற்புதமாகப் பொழுதைப் போக்கலாம்."

"அப்படியானால் சரி. நான் முயற்சி செய்தேன். அந்தக் குன்றுகள் வெள்ளையானைகளைப் போன்று தோற்றம் அளிக்கின்றன என்று சொன்னேன். அவை பளிச்சென்று இல்லையா?"

"அவை பளிச்சென்றுதான் இருக்கின்றன."

"நான் இந்தப் புது வகை மதுவைச் சுவைத்துப் பார்க்க விரும்பினேன். நாம் செய்வது அவ்வளவுதான், சரிதானே - சுற்றி இருப்பவற்றைப் பார்ப்பது; புதுவகை மதுக்களைச் சுவைப்பது, அப்படித்தானே?"

"அப்படித்தான் என்று நினைக்கிறேன்."

அந்தப் பெண் மலைக்குன்றுகளைப் பார்த்தாள்.

"அவை அற்புதமான குன்றுகள்," என்றாள். "உண்மையில் அவை வெள்ளையானைகளைப்போல் தோற்றமளிக்கவில்லை. மரங்களுக்கு இடையே தெரிந்த அவற்றின் மேல்பகுதியின் நிறத்தைப் பார்த்து அப்படிச் சொன்னேன்."

"இன்னும் ஒரு தம்ளர் மது குடிக்கலாமா?"

"குடிக்கலாம்."

வெதுவெதுப்பான காற்று, உருள்மணித் திரை மீது வீசியது, அதை மேஜையை நோக்கித் தள்ளியது.

"பீர் சுவையாகவும் குளிர்ச்சியாகவும் இருக்கிறது," என்றான் அந்த மனிதன்.

"அது அற்புதமாக இருக்கிறது," என்றாள் அந்தப் பெண்.

"உண்மையில் அது ஒரு மிகவும் எளிதான அறுவைச் சிகிச்சை, ஜிக்," என்றான் அவன். "உண்மையில் அது அறுவைச் சிகிச்சையே இல்லை."

அந்தப் பெண் மேஜையின் கால்கள் ஊன்றி நின்ற தரையைப் பார்த்தாள்.

"அதை நீ பொருட்படுத்த மாட்டாய் என்று எனக்குத் தெரியும், ஜிக். உண்மையில் அது ஒன்றுமே இல்லை. காற்றை உள்ளே அனுப்புவதுதான்."

அந்தப் பெண் எதுவும் சொல்லவில்லை.

"நான் உன்னுடன் வருகிறேன்; எல்லா நேரமும் உன்னுடன் இருக்கிறேன். அது வெறுமே காற்றை உள்ளே அனுப்புவதுதான்; அதன் பிறகு முற்றிலும் இயல்பாக இருக்கும்."

"அதன் பிறகு நாம் என்ன செய்வோம்?"

"அதன் பிறகு நாம் நன்றாக இருப்போம். இதற்கு முன்னால் எப்படி இருந்தோமோ அப்படி இருப்போம்."

"எதனால் அப்படி நினைக்கிறாய்?"

"அது ஒன்றுதான் நமக்குத் தொல்லை கொடுக்கிறது. அது ஒன்றுதான் நம்மை மகிழ்ச்சியற்றவர்களாக ஆக்கியது."

அந்தப் பெண் உருள்மணித் திரையைப் பார்த்தாள், கையை நீட்டினாள்; இரண்டு உருள்மணிச் சரங்களைப் பிடித்தாள்.

"அதன் பிறகு நாம் நன்றாக, மனநிறைவாக, மகிழ்ச்சியாக இருப்போம் என்று நினைக்கிறாயா?"

"அப்படி இருப்போம் என்று எனக்குத் தெரியும். நீ அஞ்ச வேண்டிய தேவை இல்லை. அப்படிச் செய்துகொண்ட பலரை எனக்குத் தெரியும்."

"உனக்குத் தெரிந்ததுபோல் எனக்கும் தெரியும்," என்றாள் அந்தப் பெண். "அதன் பிறகு அவர்கள் அனைவரும் மிகவும் மகிழ்ச்சியாக இருந்தார்கள்."

"நல்லது," என்றான் அவன். "நீ விரும்பவில்லை என்றால் நீ செய்துகொள்ள வேண்டியதில்லை. உனக்கு அதில் விருப்பம் இல்லை என்றால் உன்னை அப்படிச் செய்துகொள்ள சொல்ல மாட்டேன். ஆனால் அது முற்றிலும் எளிமையானது என்பது எனக்குத் தெரியும்."

"உண்மையில் நான் அதைச் செய்துகொள்ள வேண்டும் என்று நினைக்கிறாயா?"

"அப்படிச் செய்துகொள்வதுதான் மிகச் சிறந்தது என்று நினைக்கிறேன். ஆனால் நீ அதை உண்மையிலேயே விரும்ப வில்லை என்றால் நீ அதைச் செய்துகொள்ள வேண்டும் என்று நான் சொல்ல மாட்டேன்."

"நான் அதைச் செய்துகொண்டால் நீ மகிழ்ச்சியாக இருப்பாய்; எல்லாமும் இதற்கு முன்னால் இருந்தது போலவே இருக்கும்; நீ என் மீது அன்பாய் இருப்பாய் அல்லவா?"

"இப்போது நான் உன்னை விரும்புகிறேன். உன்னை நான் விரும்புகிறேன் என்று உனக்குத் தெரியும்."

"எனக்குத் தெரியும். ஆனால் நான் அதைச் செய்துகொண்டால் வாழ்க்கை மீண்டும் அற்புதமாக இருக்கும்; எல்லாம் வெள்ளை யானைகளைப் போல் இருக்கின்றன என்று நான் சொன்னால் அது உனக்குப் பிடிக்கும்?"

"நான் அதை விரும்புவேன். இப்போது அதை விரும்புகிறேன்; ஆனால் அது பற்றி என்னால் நினைக்க முடியவில்லை. நான் கவலைப்பட்டால் எப்படி நடப்பேன் என்று உனக்குத் தெரியும்."

"நான் அதைச் செய்துகொண்டால் ஒருபோதும் நீ கவலைப்பட மாட்டாய்?"

"அதைப்பற்றி நான் கவலைப்பட மாட்டேன், ஏனென்றால் அது மிகவும் எளிமையானது."

"அப்படியானால் நான் செய்துகொள்கிறேன். ஏனென்றால் நான் என்னைப் பற்றி கவலைப்படவில்லை."

"நீ என்ன சொல்கிறாய்?"

"நான் என்னைப் பற்றி கவலைப்படவில்லை."

"ஆனால் நான் உன்னைப் பற்றி கவலைப்படுகிறேன்."

"ஆமாம், அது உண்மை. ஆனால் நான் என்னைப் பற்றி கவலைப்படவில்லை. நான் அதைச் செய்துகொள்கிறேன்; அதன் பிறகு எல்லாம் நல்லபடியாக நடக்கும்."

"நீ அப்படி நினைத்தால், நீ அதைச் செய்துகொள்வதை நான் விரும்பவில்லை."

அந்தப் பெண் எழுந்து நின்றாள்; இரயில் நிலையத்தின் கடைசிப் பகுதிவரை நடந்தாள். அதன் மறுபக்கத்தில் உணவு தானியங்கள் விளையும் வயல்வெளிகள் இருந்தன; எப்ரோ ஆற்றின் கரைகளின் ஓரமாக மரங்கள் நின்றன. வெகு தூரத்தில், ஆற்றுக்கு அப்பால் மலைகள் இருந்தன. ஒரு மேகத்தின் நிழல் தானிய வயல்வெளியின் வழியாக நகர்ந்தது; மரங்களின் ஊடாக அவள் ஆற்றைப் பார்த்தாள்.

"அவை அனைத்தையும் நாம் நமது உடைமைகளாக்கலாம்," என்றாள். "அவை அனைத்தையும் நாம் அடையலாம்; ஒவ்வொரு நாளும் அதை மேலும் சாத்தியமற்றதாக ஆக்கலாம்."

"நீ என்ன சொன்னாய்?"

"நாம் அனைத்தையும் அடையலாம் என்று சொன்னேன்."

"நாம் அனைத்தையும் அடையலாம்."

"இல்லை. நம்மால் முடியாது."

"நாம் இந்த உலகம் முழுவதையும் வைத்துக்கொள்ளலாம்."

"இல்லை. நம்மால் முடியாது."

"நாம் எங்கு வேண்டுமானாலும் போகலாம்."

"இல்லை, நம்மால் முடியாது. இதற்கு மேலும் அது நம்முடையது இல்லை."

"அது நம்முடையது."

"இல்லை. அது நம்முடையதில்லை. ஒருமுறை அவர்கள் அதை எடுத்துக்கொண்டால் அதை நீ திரும்பப் பெற முடியாது."

"ஆனால் அவர்கள் அதை நம்மிடமிருந்து எடுக்கவில்லை."

"பொறுத்திருந்து பார்ப்போம்."

"நிழல் பகுதிக்குத் திரும்பி வா," என்றான். "நீ அப்படி நினைக்கக் கூடாது."

"நான் எப்படியும் நினைக்கவில்லை," என்றாள் அந்தப் பெண். "உலக நடப்பு எனக்குத் தெரியும்."

"நீ விரும்பாதது எதையும் நீ செய்ய வேண்டும் என்று நான் விரும்பவில்லை----"

"அது எனக்கு நல்லதில்லை என்பதற்காக அல்ல," என்றாள். "எனக்குத் தெரியும். மற்றொரு பீர் குடிக்கலாமா?"

"அப்டியே செய்யலாம். ஆனால் நீ புரிந்துகொள்ள வேண்டியது---"

"எனக்குப் புரிகிறது," என்றாள் அவள். "ஒருவேளை நாம் பேசுவதை நிறுத்த முடியாதா?"

அவர்கள் மேஜைக்கு முன்னால் உட்கார்ந்தார்கள்; அந்தப் பெண் பள்ளத்தாக்கின் மறுபக்கத்தில் வறட்சியான பகுதியில் இருந்த மலைக்குன்றுகளைப் பார்த்தாள்; அவன் அவளைப் பார்த்தான், மேஜையைப் பார்த்தான்.

"நீ ஒன்றைப் புரிந்துகொள்ள வேண்டும். உனக்கு விருப்ப மில்லை என்றால் நீ அதைச் செய்துகொள்ள வேண்டியதில்லை. உனக்கு அது முக்கியமானது என்றால் அதை அப்படியே விட்டுவிட நான் முழு மனதுடன் சம்மதிக்கிறேன்."

“உனக்கு அது முக்கியமானதாகத் தோன்றவில்லையா? நாம் நண்பர்களாக இருக்கலாம்.”

“நிச்சயமாக எனக்கு அது முக்கியமானதுதான். ஆனால் உன்னைத் தவிர வேறு யாரையும் நான் விரும்பவில்லை. வேறு எவரும் எனக்கு வேண்டியதில்லை. மேலும் எனக்குத் தெரியும், அது முற்றிலும் எளிமையானது.”

“ஆமாம், அது முற்றிலும் எளிமையானது என்று உனக்குத் தெரியும்.”

“நீ அப்படிச் சொல்வது சரிதான், ஆனால் எனக்கு நிச்சயமாகத் தெரியும்.”

“இப்போது நீ எனக்காக ஒன்று செய்வாயா?”

“உனக்காக என்ன வேண்டுமானாலும் செய்வேன்.”

“தயவுசெய்து தயவுசெய்து தயவுசெய்து தயவுசெய்து தயவுசெய்து தயவுசெய்து தயவுசெய்து பேச்சை நிறுத்துவாயா?”

அவன் ஒன்றும் சொல்லவில்லை; ஆனால் இரயில் நிலையத்தின் சுவரில் சாய்த்து வைக்கப்பட்டிருந்த பைகளைப் பார்த்தான். அவர்கள் பல இரவுகள் தங்கியிருந்த எல்லா ஹோட்டல்களின் விவரச் சீட்டுகள் அவற்றில் ஒட்டப்பட்டிருந்தன.

“ஆனால் நீ அதைச் செய்துகொள்ள வேண்டும் என்று நான் விரும்பவில்லை,” என்றான் அவன், “அதைப் பற்றி நான் ஒன்றும் கவலைப்படவில்லை.”

“நான் கத்துவேன்,” என்றாள் அந்தப் பெண்.

திரைகளின் வழியாக அந்தப் பெண் இரண்டு தம்ளர்களில் பீர் கொண்டு வந்தாள்; ஈரமாய் இருந்த கம்பளித் தடுக்குகள் மேல் வைத்தாள். “இன்னும் ஐந்து நிமிடங்களில் இரயில் வண்டி வரும்,” என்று சொன்னாள்.

“அவள் என்ன சொன்னாள்,” என்று அந்தப் பெண் கேட்டாள்.

“இரயில் வண்டி இன்னும் ஐந்து நிமிடத்தில் வருவதாகச் சொன்னாள்.”

சிறு பெண் அந்தப் பெண்ணுக்கு நன்றி சொல்வதற்காக அவளைப் பார்த்து பளிச்சென்று சிரித்தாள்.

"நான் இந்தப் பைகளை இரயில் நிலையத்தின் மறுபக்கம் எடுத்துப் போவது நல்லது என்று நினைக்கிறேன்," என்றான் அந்த மனிதன். அவள் அவனைப் பார்த்துச் சிரித்தாள்.

"அப்படியே செய். அதன் பிறகு திரும்பி வா, பீரைக் குடித்து முடிக்கலாம்."

அவன் இரண்டு கனமான பைகளைக் கையில் எடுத்தான், இரயில் நிலையத்தைச் சுற்றி மற்றொரு இரயில் தடத்துக்கு கொண்டு போனான். அவன் இரயில் தடத்தின் முன் பக்கத்தைப் பார்த்தான், ஆனால் இரயில் வண்டியைப் பார்க்க முடியவில்லை. திரும்பி வரும்போது, இரயில் வண்டிக்காகக் காத்திருந்தவர்கள் மது குடித்துக்கொண்டிருந்த மதுக்கூடத்தின் வழியாக நடந்தான். மது விற்குமிடத்தில் அவன் அனிஸ் வகை மதுவைக் குடித்தான்; அங்கே இருந்தவர்களைப் பார்த்தான். அவர்கள் இரயில் வண்டிக்காக ஒரு நியாயமான அளவு நேரம் காத்துக்கொண்டிருந்தார்கள். உருள்மணி திரை வழியாக அவன் வெளியே வந்தான். அவள் மேஜையில் உட்கார்ந்திருந்தாள்; அவனைப் பார்த்துச் சிரித்தாள்.

"இப்போது நன்றாக இருப்பதாக உணர்கிறாயா?" என்று கேட்டான்

"அற்புதமாக இருக்கிறேன்," என்றாள். "எனக்கு எந்தப் பிரச்சினையும் இல்லை. நான் அற்புதமாக இருக்கிறேன்."

2. ஏதோ ஒன்றின் முடிவு

ஆயிரம். நடராஜன்

பழைய காலத்தில் ஹார்டன்ஸ் பே மரச் சாமான்களின் வியாபார நகரமாக விளங்கியது. அந்த நகரத்து மக்களில் எவரும் ஏரியின் பக்கத்திலிருந்த ஆலையின் பெரிய மர அறுவை இயந்திரங்களின் சத்தம் கேட்கும் தூரத்துக்கு அப்பால் வசிக்கவில்லை. அதன் பிறகு ஒரு நாள் மரச் சாமான்களாக அறுப்பதற்கான மரத்தடிகள் எல்லாம் தீர்ந்துவிட்டன. மரச் சாமான்களை ஏற்றிச்செல்லும், இரண்டுக்கும் அதிகமான பாய் மரங்களுடைய பெரிய கப்பல்கள் விரிகுடாவுக்குள் வந்தன; ஏற்கனவே ஆலையில் அறுக்கப்பட்டு முற்றத்தில் அடுக்கி வைக்கப்பட்டிருந்த சாமான்கள் அவற்றில் ஏற்றப்பட்டன. குவித்துவைக்கப்பட்டிருந்த மரச் சாமான்கள் எல்லாம் எடுத்துச் செல்லப்பட்டன. அந்த ஆலையின் பெரிய கட்டடத்தில் இயங்கிய எடுத்துச்செல்லக்கூடிய இயந்திரங்களை, அங்கே ஆலையில் வேலை செய்தவர்கள் அந்தக் கப்பல்கள் ஒன்றில் ஏற்றினார்கள். இரண்டு பெரிய அறுவை இயந்திரங்கள், மரக் கட்டைகளைக் கொண்டுவந்து வட்ட வடிவிலான சுழலும் அறுவை இயந்திரத்துக்குள் விசையுடன் வேகமாக எறியும் பெட்டி, அனைத்து உருளைகள், சக்கரங்கள், பட்டைகள், மரச்சாமான்களுக்கு மேல் சட்டகம் நிறையும் அளவு அடுக்கி வைக்கப்பட்டிருந்த இரும்புச் சாமான்கள்: இவை அனைத்தையும் சுமந்தபடி அந்தக் கப்பல் விரிகுடாவிலிருந்து வெளியேறி ஏரியின் திறந்தவெளியை நோக்கிச் சென்றது. அதன் திறந்த வகைப் பெட்டி கித்தானால் மூடப்பட்டிருந்தது, கித்தான் விறைப்பாக இழுத்துக் கட்டப்பட்டிருந்தது, அந்தக் கப்பலின் பாய்மரங்கள் காற்றில் நிரம்பின; கப்பல் நகர்ந்து திறந்த ஏரிக்குள்

சென்றது; அந்த ஆலையை ஒரு ஆலையாகவும் ஹார்டன்ஸ் பே என்ற இடத்தை ஒரு நகராகவும் மாற்றிய அனைத்தையும் எடுத்துச் சென்றது.

ஒரு படுக்கை கொண்ட வீடுகள், சமைக்கப்பட்ட உணவுகளை வழங்கிய தரம் குறைந்த விடுதிகள், ஆலையின் பொருட்கள் இருந்த கட்டடம், ஆலையின் அலுவலகங்கள், அந்தப் பெரிய ஆலை: இவை எல்லாம், விரிகுடாவின் கரையோரம், மரத் துகள்களால் மூடப்பட்டிருந்த பல ஏக்கர் சதுப்புநிலத்தில் கைவிடப்பட்டுத் தனித்து நின்றன.

பத்து ஆண்டுகளுக்குப் பிறகு, அந்த சதுப்புநிலத்தில் இரண்டாம் தலைமுறையாக வளர்ந்திருந்த மரங்களின் ஊடாகத் தெரிந்த ஆலை அடித்தளத்தின் உடைந்த வெள்ளை சுண்ணாம்புக் கற்களைத் தவிர்த்து அந்த ஆலையில் இருந்த பொருட்களின் மிச்ச மீதி எதுவும் இல்லை. அங்கே கரையோரமாக நிக்கும் மார்ஜோரியும் ஒரு படகில் போனார்கள். வாய்க்கால்கரையின் விளிம்பில் அவர்கள் இழுவை வலையால் மீன்பிடித்தார்கள்; அங்கே அடித்தளம் திடீரென்று கீழே இறங்கியது; மணற் பாங்கான ஆழமில்லாத இருந்த இடம் பன்னிரண்டு அடி ஆழம் கறுப்பு நிறத் தண்ணீராக மாறியது. இரவு நேரத்தில் ரெயின்போ மீன்கள் பிடிப்பதற்கான மீன்பிடி கயிறுகளைப் பரப்புவதற்காகப் போகும் வழியில் அவர்கள் இழுவை வலையில் மீன் பிடித்தார்கள்.

“அங்கே நமது பழைய அழிபாடு இருக்கிறது, நிக்,” மார்ஜோரி சொன்னாள்.

நிக், படகு வலித்தபடி, பசுமையான மரங்களுக்குள் இருந்த வெள்ளைக் கல்லைப் பார்த்தான்.

“அது அங்கே இருக்கிறது,” என்றான்.

“அது எப்போது ஆலையாக இருந்தது என்பது உனக்கு நினைவிருக்கிறதா?” மார்ஜோரி கேட்டாள்.

“இப்போதான் அது நினைவுக்கு வந்தது,” நிக் சொன்னான்.

“அது ஒரு ஆலையைப்போல் இல்லாமல் கோட்டையாகத் தெரிகிறது,” என்று மார்ஜோரி சொன்னாள்.

நிக் எதுவும் சொல்லவில்லை. அவர்கள் கரையின் ஓரமாகத் தொடர்ந்து படகு வலித்து ஆலை இருந்த பகுதியிலிருந்து மறைந்தார்கள். அதன் பிறகு, நிக் விரிகுடாவின் குறுக்கே திரும்பினான்.

"அவை இரையைக் கடிக்கவில்லை," என்றான்.

"இல்லை," என்றாள் மார்ஜோரி. அவர்கள் மீன்பிடிக்கும் எல்லா நேரமும், அவள் பேசியபோதுகூட, தன் முழுக் கவனத்தையும் தூண்டில் கம்பியின் மேல் செலுத்தினாள். அவளுக்கு மீன்பிடிப்பது பிடிக்கும். நிக்கோடு சேர்ந்து மீன் பிடிப்பது பிடிக்கும்.

அந்தப் படகின் பக்கமாகத் தண்ணீரின் மேற்பரப்புக்கு ஒரு மீன் வந்தது. நிக் ஒரு துடுப்பை வலிமையாக இழுத்தான், அதனால் படகு திரும்பும், பின்பக்கத்தில் வெகு தூரத்தில் வீசாப்பட்டிருந்த தூண்டில் இரையைத் தேடி மீன் வரும் என்று நினைத்தான். மீனின் முதுகு தண்ணீரில் மேலே வந்தபோது, சிறுவகை மீன்கள் அங்கும் இங்கும் துள்ளின. கையளவு வெடி மருந்தைத் தண்ணீருக்குள் எறிந்ததுபோல அவை மேற்பரப்பில் தண்ணீரை இறைத்தன. படகின் மறுபக்கத்தில் இரை தேடியபடி மற்றொரு மீன் மேலே வந்தது.

"அவை இரையைத் தின்கின்றன," என்றாள் மார்ஜோரி.

"அவை இரையைக் கடிக்காது," என்று நிக் சொன்னான்.

இழுவை வலையைச் சுற்றி அவன் படகு வலித்தான்; இரை தேடிக்கொண்டிருந்த இரண்டு மீன்களையும் கடந்து போனான்; அதன் பிறகு ஆழமில்லாத இடத்திலிருந்து, தண்ணீர் ஆழமான இடத்துக்குப் போகும் பகுதியை நோக்கிப் போனான். படகு கரையைத் தொடும்வரை மார்ஜோரி மீன்பிடி கயிற்றைச் சுற்றவில்லை.

அவர்கள் படகை ஏரிக்கரை மீது இழுத்து நிறுத்தினார்கள்; உயிருடனிருந்த பெர்ச் மீன்கள் நிறைந்த ஒரு வாளியை நிக் மேலே தூக்கினான். வாளியிலிருந்த தண்ணீரில் பெர்ச் மீன்கள் நீந்தின. நிக் அவற்றில் மூன்று மீன்களைக் கையால் பிடித்தான், அவற்றின் தலைகளைக் கொய்தான்; தோலை உரித்தான். மார்ஜோரி கைகளால் வாளியில் இருந்த மீன்களைத் துழாவி

இறுதியில் ஒரு மீனைப் பிடித்தாள், அதன் தலையைத் துண்டித்தாள், தோலை உரித்தாள். நிக் அவளுடைய மீனைப் பார்த்தான்.

“அடிவயிற்றில் உள்ள துடுப்பை நீ நீக்க விரும்பவில்லை,” என்றான். “இரையாகப் பயன்படுத்த அது சரியாக இருக்கும், ஆனால் துடுப்பு உள்ளே இருப்பது நல்லது.”

தோல் உரிக்கப்பட்ட ஒவ்வொரு மீனையும் அதன் வால் வழியாகக் கொக்கியில் குத்தினான். ஒவ்வொரு தூண்டில் தடியிலும் உள்ள மீன்பிடி கயிற்றில் இரண்டு கொக்கிகள் இணைக்கப்பட்டிருந்தன. அதன் பிறகு, தூண்டில் கயிற்றை அவளுடைய பற்களில் கடித்தபடி, தூண்டில் தடியைப் பிடித்தபடி, ஏரிக்கரையில் நின்றபடி சுழல் வட்டிலிருந்து கயிற்றை வெளியே அனுப்பிக்கொண்டிருந்த நிக்கை நோக்கிப் பார்த்தவாறு, மார்ஜோரி வாய்க்கால் கரை வழியாகப் படகை வெளியே வலித்தாள்.

“கிட்டத்தட்ட அது போதுமானதாக இருக்கும்,” அவன் சத்தமாகச் சொன்னான்.

“அதைக் கீழே போட வேண்டுமா?” கயிற்றைக் கையில் பிடித்தபடியே மார்ஜோரி கேட்டாள்.

“நிச்சயமாக. அதைக் கீழே விடு.” மார்ஜோரி படகின் விளிம்பு வழியாகக் கயிற்றை விட்டாள்; இரையுடன் இருந்த கொக்கிகள் தண்ணீரில் கீழே போவதைப் பார்த்தாள்.

அவள் படகோடு வாய்க்காலின் உள்ளே வந்தாள்; இரண்டாவது கயிற்றையும் அதே முறையில் தண்ணீரில் போட்டாள். நிக், ஒவ்வொரு முறையும் தூண்டில் கம்பை உறுதியாகப் பிடிப்பதற்கு ஏதுவாகக் கம்பின் பின்பகுதியில் ஒரு திண்ணமான மிதவைக் கட்டையை இணைத்தான்; அதைச் சுண்டிச்சுண்டி ஒரு சிறிய மரக்கட்டையின் சரியான கோணத்தில் நிறுத்தினான். தளர்ந்த கயிற்றைப் பின்பக்கமாகச் சுற்றினான்; அது விறைப்படைந்து மணல் தரையில் தூண்டில் இரை கிடந்த இடத்துக்கு நேராகச் சென்றது; சுழல் வட்டில் கிளிக் என்ற ஒலி எழுவதற்கு வகை செய்தான். தரைப்பரப்பில் உணவு தேடும் மீன் இரையைக் கடிக்கும்போதும் அது இரையோடு ஓடும், சுழல் வட்டிலிருந்து

கயிறு வேகமாக வெளியேறும்; அப்போது சுழல் வட்டில் கிளிக் என்ற இசை ஒலிக்கும்.

தூண்டில் கயிற்றை அசைக்காமலிருக்க மார்ஜோரி அந்த இடத்திலிருந்து கொஞ்ச தூரம் வரை படகை மேல்நோக்கிச் செலுத்தினாள். துடுப்புகளை வலிமையுடன் வலித்தாள்; படகு ஏரிக்கரை மேல் ஏறியது. அதோடு சேர்ந்து சிறிய அலைகளும் வந்தன. மார்ஜோரி படகிலிருந்து வெளியேறினாள்; நிக் கரையின் உயர்வான பகுதியில் படகை இழுத்து நிறுத்தினான்.

"என்ன சமாச்சாரம், நிக்?" மார்ஜோரி கேட்டாள்.

"எனக்குத் தெரியாது," என்றான் நிக்; நெருப்பு மூட்டுவதற்காக மரக் குச்சிகளைப் பொறுக்கினான்.

அலைகளால் கரையில் ஒதுங்கிய மரக் குச்சுகளைக் கொண்டு அவர்கள் நெருப்பு மூட்டினார்கள். மார்ஜோரி படகுக்குப் போய் ஒரு போர்வையை எடுத்து வந்தாள். மாலைக் காற்று, புகையைத் தண்ணீர் ஆழமாக இல்லாத இடத்தை நோக்கித் தள்ளியது, அதனால் மார்ஜோரி நெருப்புக்கும் ஏரிக்கும் இடையே போர்வையை விரித்தாள்.

நெருப்புக்கு நேராக முதுகைக் காட்டியபடி மார்ஜோரி போர்வையில் உட்கார்ந்தாள்; நிக் வருவதற்காகக் காத்திருந்தாள். அவன் வந்தான்; போர்வையில் அவளுக்கு அருகில் உட்கார்ந்தான். அவர்களுக்குப் பின்னால் கரையோரமாக இரண்டாம் தலை முறையாக வளர்ந்த மரங்கள் இருந்தன; அவர்களுக்கு முன்னால் விரிகுடாவின் ஹார்டன்ஸ் கிரீக் முகத்துவாரம் இருந்தது. அப்போது முழுவதும் இருட்டாகவில்லை. நெருப்பின் வெளிச்சம் தண்ணீர்வரை தெரிந்தது. அவர்கள் இருவராலும் இருண்ட தண்ணீருக்கு மேலாக ஒரு குறிப்பிட்ட கோணத்தில் இரண்டு இரும்புத் தடிகளையும் பார்க்க முடிந்தது. சுழல் வட்டுகளில் நெருப்பின் ஒளி மின்னியது.

மார்ஜோரி இரவு உணவு இருந்த கூடையைத் திறந்தாள்.

"எனக்கு சாப்பிடத் தோன்றவில்லை," என்றான் நிக்.

"சரி சரி வா, சாப்பிடு, நிக்."

"சரி சாப்பிடலாம்."

அவர்கள் எதுவும் பேசாமல் சாப்பிட்டார்கள்; இரண்டு தடிகளையும் தண்ணீரில் தெரிந்த நெருப்பின் வெளிச்சத்தையும் பார்த்தார்கள்.

"இன்று இரவு ஒரு நிலா வரப்போகிறது," நிக் சொன்னான். அவன் விரிகுடாவுக்கு அப்பால் வானத்தின் பின்னணியில் தெளிவாகத் தெரியத் தொடங்கியிருந்த மலைக் குன்றுகளைப் பார்த்தான். குன்றுகளுக்கு அப்பால் நிலா மேலே வந்து கொண்டிருந்தது என்பது அவனுக்குத் தெரியும்.

"எனக்குத் தெரியும்," என்று மார்ஜோரி மகிழ்ச்சியுடன் சொன்னாள்.

"உனக்கு எல்லாம் தெரியும்," நிக் சொன்னான்.

"ஓ, நிக், தயவுசெய்து அப்படிப் பேசுவதை நிறுத்து! தயவுசெய், தயவுசெய்து அப்படிப் பேசாதே."

"என்னால் அப்படிப் பேசாமல் இருக்க முடியாது," என்றான் நிக். "உனக்குத் தெரியும். உனக்கு எல்லாம் தெரியும். அதுதான் பிரச்சினை. உனக்குத் தெரியும் என்று உனக்குத் தெரியும்."

மார்ஜோரி ஒன்றும் சொல்லவில்லை.

"உனக்கு எல்லாமும் நான் கற்றுக்கொடுத்திருக்கிறேன். உனக்குத் தெரியும் என்று உனக்குத் தெரியும். இருந்தாலும். உனக்குத் தெரியாதது என்ன?"

"ஓ, பேசாதே" என்றாள் மார்ஜோரி. "அதோ அங்கே நிலா வருகிறது."

ஒருவரை ஒருவர் தொடாமல் போர்வையில் உட்கார்ந் திருந்தார்கள்; நிலா உதிப்பதைப் பார்த்தார்கள்.

"சிறு பிள்ளைத்தனமாக நீ பேச வேண்டியதில்லை," என்றாள் மார்ஜோரி. "உண்மையிலேயே என்ன பிரச்சினை?"

"எனக்குத் தெரியாது."

"நிச்சயமாக உனக்குத் தெரியும்."

"இல்லை. எனக்குத் தெரியாது."

"பேசு. உன் பிரச்சினை என்ன என்று சொல்."

நிக், குன்றுகளுக்கு மேலே வந்துகொண்டிருந்த நிலவைப் பார்த்தான்.

"இதற்கு மேலும் அது மகிழ்ச்சி அளிப்பதாக இல்லை."

அவன் மார்ஜோரியைப் பார்க்கப் பயந்தான். அதன் பிறகு அவளைப் பார்த்தான். அவனுக்கு முதுகைக் காட்டியபடி அவள் அங்கே இருந்தாள். அவன் அவள் முதுகைப் பார்த்தான். "இதற்கு மேலும் அது மகிழ்ச்சி அளிப்பதாக இல்லை. அதில் எதுவும் இல்லை."

அவள் எதுவும் சொல்லவில்லை. அவன் பேசுவதைத் தொடர்ந்தான். "என் உள்ளே இருப்பது எல்லாம் மிகவும் மோசமாக மாறிவிட்டதாக உணர்கிறேன். எனக்குத் தெரிய வில்லை, மார்கே. என்ன சொல்வதென்று எனக்குத் தெரிய வில்லை."

அவன் அவள் முதுகைப் பார்த்தான்.

"காதல் மகிழ்ச்சியானது இல்லையா?"

"இல்லை," என்றான் நிக். மார்ஜோரி எழுந்து நின்றாள். நிக் அங்கே உட்கார்ந்திருந்தான்; அவன் தலை அவனுடைய கைகளில் இருந்தது.

"நான் படகு ஓட்டப் போகிறேன்," மார்ஜோரி அவனிடம் சொன்னாள். "ஆழமில்லாத பகுதியைச் சுற்றி நீ நடந்து வரலாம்."

"அப்படியே செய்யலாம்," நிக் சொன்னான். "நான் உனக்குப் படகை உள்ளே தள்ளிவிடுகிறேன்."

"நீ தள்ள வேண்டியதில்லை," என்றாள் அவள். அவள் தண்ணீரின் மேற்பரப்பில் படகில் இருந்தாள்; அதன் மேல் நிலவு ஒளி பாய்ச்சியது. நிக் திரும்பிப் போனான். நெருப்புக்கு அருகில், போர்வையில் முகத்தை வைத்துப் படுத்தான். மார்ஜோரி படகு வலிக்கும் சத்தத்தை அவனால் கேட்க முடிந்தது.

அங்கே நீண்டநேரம் படுத்திருந்தான்; மரங்களின் ஊடாக திறந்தவெளிக்குள் பில் நடந்துவரும் சத்தத்தைக் கேட்டபோதும் அவன் படுத்திருந்தான். நெருப்பு இருந்த இடத்துக்குப் பில் நடந்து வருவதை அவன் உணர்ந்தான். பில்லும் அவனைத் தொடவில்லை.

"அவள் நல்ல முறையில் நடந்துகொண்டாளா?" பில் கேட்டான்.

"ஆமாம்," என்றான் நிக்; முகத்தைப் போர்வையில் வைத்தபடியே படுத்திருந்தான்.

"அவள் ஏதாவது பிரச்சினை செய்தாளா?"

"இல்லை. எந்தப் பிரச்சினையும் இல்லை."

"நீ எப்படி இருக்கிறாய்?"

"ஓ, இங்கேயிருந்து நீ போ, பில்! கொஞ்ச நேரம் தூரப் போ."

மதிய உணவுக் கூடையிலிருந்து பில் ஒரு சாண்ட்விச் எடுத்தான். தூண்டில் கம்பிகளைப் பார்ப்பதற்காக பில் அங்கே நடந்து போனான்.

3. கொலைகாரர்கள்

ஆயிரம். நடராஜன்

ஹென்றி உணவு விடுதியின் கதவு திறந்தது, இரண்டு மனிதர்கள் உள்ளே வந்தார்கள். அவர்கள் உணவுக் கவுண்டரின் முன்னால் உட்கார்ந்தார்கள்.

“என்ன சாப்பிடுகிறீர்கள்,” என்று ஜார்ஜ் அவர்களிடம் கேட்டான்.

"எனக்குத் தெரியவில்லை," அவர்களில் ஒருவன் சொன்னான். “நீ என்ன சாப்பிட விரும்புகிறாய், ஏஜ?”

“எனக்குத் தெரியவில்லை,” என்றான் ஏஜ. “நான் என்ன சாப்பிட விரும்புகிறேன் என்று எனக்குத் தெரியவில்லை.”

வெளியே இருட்டாகிக்கொண்டிருந்தது. தெருவிளக்கின் வெளிச்சம் வெளியே ஜன்னல் மீது விழுந்தது. கவுண்டர் முன்னால் இருந்த இரண்டு மனிதர்களும் உணவுப்பட்டியலைப் பார்த்தார்கள். கவுண்டரின் மறுமுனையிலிருந்து நிக் அவர்களைப் பார்த்துக்கொண்டிருந்தான். அவர்கள் உள்ளே வந்தபோது அவன் ஜார்ஜுடன் பேசிக்கொண்டிருந்தான்.

“நான் ஆப்பிள் சாறு, உருளைக்கிழங்கு மசியலுடன் எலும்பு இல்லாத மிருதுவான பன்றிக்கறி வறுவல் சாப்பிடுகிறேன்,” என்று சொன்னான் முதல் மனிதன்.

“அது இன்னும் தயாராகவில்லை.”

“அப்படியானால் அதை ஏன் உணவுப்பட்டியலில் போட்டிருக்கிறாய்?”

“அது இரவுக்கான உணவு,” ஜார்ஜ் விளக்கம் சொன்னான். “அது ஆறு மணிக்குத்தான் கிடைக்கும்.”

ஜார்ஜ் கவுண்டரின் பின்புறம் சுவரில் இருந்த கடிகாரத்தைப் பார்த்தான்.

"இப்போது நேரம் ஐந்து மணி."

"ஐந்து மணி இருபது நிமிடம் என்று கடிகாரம் சொல்கிறது," என்றான் இரண்டாவது மனிதன்.

"அது இருபது நிமிடங்கள் கூடுதலாகக் காண்பிக்கிறது."

"ஓ, அந்தக் கடிகாரம் நரகத்துக்குப் போகட்டும்," முதலாமவன் சொன்னான். "சாப்பிட என்ன வைத்திருக்கிறாய்?"

"எந்தவகையான சாண்ட்விச்களையும் என்னால் உனக்குக் கொடுக்க முடியும்," என்றான் ஜார்ஜ்.

"பன்றியின் முதுகுக்கறியுடன் முட்டையும், பன்றியின் தொடைக்கறியுடன் முட்டையும், ஈரலும் பன்றியின் தொடைக் கறியும், அல்லது இறைச்சி, எது வேண்டுமானாலும் கிடைக்கும்."

"எனக்கு கோழிக்கறி உருண்டைகளுடன் பச்சைப் பட்டாணியும், பாலாடைச் சாறும், உருளைக்கிழங்கு மசியலும் கொடு."

"அவை இரவு உணவுக்கானவை."

"நாங்கள் கேட்பது எல்லாம் இரவுக்கானவை, அப்படித் தானே? இப்படித்தான் நீங்கள் வேலை செய்கிறீர்களா?"

"பன்றியின் முதுகுக்கறியுடன் முட்டையும், தொடைக் கறியுடன் முட்டையும், ஈரலும் ----- கொடுக்கிறேன்."

"நான் முதுகுக்கறியும் முட்டையும் சாப்பிடுகிறேன்," என்று ஏஜ சொன்னான். அவன் வட்ட வடிவ கம்பளித் தொப்பியும், நெஞ்சுப் பகுதியில் குறுக்கே பொத்தான்கள் கொண்ட கறுப்பு மேலங்கியும் அணிந்திருந்தான். அவனுடைய முகம் சிறியதாகவும் வெள்ளையாகவும் இருந்தது, உதடுகள் இறுக்கமாக இருந்தன. பட்டுக் கழுத்துக்குட்டையும் கையுறைகளும் அணிந்திருந்தான்.

"எனக்குப் பன்றி தொடைக்கறியும் முட்டையும் கொடு," என்றான் மற்றொருவன். உடல் அளவில் அவன் ஏஜயைப் போலவே இருந்தான். அவர்களுடைய முகங்கள் மாறுபட் டிருந்தன, ஆனால் இரட்டையர் போல் உடை அணிந்திருந்தார்கள். இரண்டு பேரும் மேலங்கி அணிந்திருந்தார்கள், இரண்டு பேருக்கும் அவை மிக இறுக்கமாக இருந்தன. அவர்கள்

முன்பக்கமாகச் சாய்ந்து உட்கார்ந்தார்கள்; முழங்கைகள் கவுண்டரின் மேல் இருந்தன.

"குடிப்பதற்கு ஏதாவது இருக்கிறதா?" என்று ஏஜ கேட்டான்.

"சில்வர் பவர் பீரும், போதை தராத மால்ட் பானமும் இருக்கின்றன."

"குடிப்பதற்கு ஏதாவது இருக்கிறதா என்று சொன்னேன்."

"இப்போது நான் சொன்னவை இருக்கின்றன."

"இது ஒரு வெப்பமான நகரம்," என்றான் மற்றவன். அதை என்ன சொல்லிக் கூப்பிடுகிறார்கள்?"

"சமிட்."

"அதை எப்போதாவது கேள்விப்பட்டிருக்கிறாயா, ஏஜ?" அவனுடைய நண்பனைக் கேட்டான்.

"இல்லை," என்றான் நண்பன்.

"இரவு நேரத்தில் இங்கே என்ன செய்கிறார்கள்?" என்று ஏஜ கேட்டான்.

"இரவு உணவு சாப்பிடுகிறார்கள்," அவனுடைய நண்பன் சொன்னான். "அவர்கள் எல்லோரும் இங்கே வந்து நிறைய சாப்பிடுகிறார்கள்."

"அது சரிதான்," என்றான் ஜார்ஜ்.

"ஆகையால் அது சரிதான் என்று நீ நினைக்கிறாயா?" ஏஜ ஜார்ஜைக் கேட்டான்.

"நிச்சயமாக."

"நீ ஒரு பெரிய புத்திசாலிப் பையன், அப்படித்தானே?"

"நிச்சயமாக," என்றான் ஜார்ஜ்.

"அப்படியா, நீ புத்திசாலிப் பையன் இல்லை," என்றான் மற்றொரு சிறிய மனிதன். அவன் புத்திசாலிப் பையனா, ஏஜ?"

"அவன் முட்டாள்," என்றான் ஏஜ. அவன் நிக் பக்கம் திரும்பினான். "உன்னுடைய பெயர் என்ன?"

"ஆடம்ஸ்."

"மற்றொரு புத்திசாலிப் பையன்," என்றான் ஏஜ. "அவன் புத்திசாலிப் பையன்தானே, மேக்ஸ்?"

"இந்த நகரத்தில் நிறைய புத்திசாலிப் பையன்கள் இருக்கிறார்கள்," மேக்ஸ் சொன்னான்.

ஜார்ஜ் இரண்டு தட்டுகளை கவுண்டரில் வைத்தான், அவற்றில் ஒன்று முதுகுக்கறியும் முட்டையும் கொண்டது, மற்றொன்று தொடைக்கறியும் முட்டையும் கொண்டது. அவற்றுடன் இரண்டு தட்டு உருளைக் கிழங்கு வறுவல் வைத்தான்; சமையல் அறையின் சின்ன வாசலை மூடினான்.

"எது உன்னுடையது?" என்று ஏஜ கேட்டான்.

"உனக்கு நினைவில்லையா?"

"முதுகுக்கறியும் முட்டையும்."

"அவன் புத்திசாலிப் பையன்தான்," மேக்ஸ் சொன்னான். அவன் முன்பக்கமாகச் சாய்ந்தான், முதுகுக்கறியும் முட்டையும் எடுத்தான். இரண்டு பேரும் கையுறைகளுடன் சாப்பிட்டார்கள். ஜார்ஜ் அவர்கள் சாப்பிடுவதைப் பார்த்தான்.

"என்ன பார்க்கிறாய்?" என்று மேக்ஸ் ஜார்ஜைக் கேட்டான்.

"எதுவுமில்லை."

"அது பொய். நிச்சயமாகப் பார்த்தாய். நீ என்னைப் பார்த்தாய்."

"ஒருவேளை அந்தப் பையன் நகைச்சுவையாகச் செய்திருக்கலாம், மேக்ஸ்," என்றான் ஏஜ.

ஜார்ஜ் சிரித்தான்.

"நீ சிரிக்கவேண்டியதில்லை," அவனிடம் மேக்ஸ் சொன்னான். "நீ சிரிக்கவேண்டியதே இல்லை, புரிகிறதா?"

"அப்படியே," என்றான் ஜார்ஜ்.

"அது ஒன்றும் பெரிதில்லை என்று அவன் நினைக்கிறான்." மேக்ஸ் ஏஜ பக்கமாகத் திரும்பினான். "அது ஒன்றும் பெரியதில்லை என்று அவன் நினைக்கிறான். அது ஒரு நல்ல நகைச்சுவை."

"ஓ, அவன் ஒரு சிந்தனையாளன்," என்றான் ஏஜ. அவர்கள் சாப்பிடுவதைத் தொடர்ந்தார்கள்.

“கவுண்டரின் முனையில் இருக்கும் புத்திசாலிப் பையனின் பெயர் என்ன?” ஏஜ மேக்ஸைக் கேட்டான்

“ஹே, புத்திசாலிப் பையா,” மேக்ஸ் நிக்கைக் கூப்பிட்டான். உன்னுடைய நண்பனுடன் திரும்பி கவுண்டரின் மறுபக்கம் போ.”

“அதன் பொருள் என்ன?”

“அதற்குப் பொருள் ஏதும் இல்லை.”

“புத்திசாலிப் பையா, நீ அங்கே திரும்பிப் போவது உனக்கு நல்லது,” என்று ஏஜ சொன்னான். நிக் சுற்றி நடந்து கவுண்டருக்குப் பின்பக்கம் போனான்.

“அதன் பொருள் என்ன?” என்று ஜார்ஜ் கேட்டான்.

“அது உன்னுடைய வேலை இல்லை,” என்றான் ஏஜ. “சமையல் அறையில் இருப்பது யார்?”

“ஒரு கறுப்பினத்தவன்.”

“கறுப்பினத்தவன், நீ என்ன சொல்ல வருகிறாய்?”

“கறுப்பினத்தவன்தான் சமையல் செய்கிறான்.”

“அவனை இங்கே வரச்சொல்.”

“எதற்காக?”

“அவனை இங்கே வரச்சொல்.”

“நீ எங்கே இருக்கிறாய் என்று உனக்குத் தெரியுமா?”

“நாங்கள் எங்கே இருக்கிறோம் என்று எங்களுக்கு நன்றாகத் தெரியும்,” என்று மேக்ஸ் என்று அழைக்கப்பட்டவன் சொன்னான். “எங்களைப் பார்த்தால் உனக்கு முட்டாள்களாகத் தெரிகிறதா?”

“நீ முட்டாள்தனமாகப் பேசுகிறாய்,” என்று அவனிடம் ஏஜ சொன்னான். “என்ன காரணத்துக்காக நீ இந்தச் சின்னப் பையனுடன் விவாதம் செய்கிறாய்? கவனமாகக் கேள்,” அவன் ஜார்ஜிடம் சொன்னான். “அந்தக் கறுப்பினத்தவனை இங்கே வரச் சொல்.”

“அவனை நீங்கள் என்ன செய்யப் போகிறீர்கள்?”

"எதுவும் இல்லை. உன் மூளையைப் பயன்படுத்து, புத்திசாலிப் பையா. ஒரு கறுப்பினத்தவனுக்கு நாங்கள் என்ன செய்வோம்?"

ஜார்ஜ் சமையல் அறைக்குப் போகும் வழியைத் திறந்தான். "சாம்," என்று கூப்பிட்டான். "ஒரு நிமிடம் இங்க வா."

சமையலறைக்குப் போகும் கதவு திறந்தது; கறுப்பினத்தவன் உள்ளே வந்தான். "எதற்காகக் கூப்பிட்டாய்?" அவன் கேட்டான். கவுண்டர் முன் இருந்த இரண்டு மனிதர்களும் அவனைப் பார்த்தார்கள்.

"நல்லது, கறுப்பினத்தவனே. நீ அங்கேயே நில்," என்றான் ஏஐ.

சாம், அந்தக் கறுப்பினத்தவன், அழுக்குக் காப்பு உடை அணிந்தபடி நின்றான்; கவுண்டர் முன் உட்கார்ந்திருந்த இரண்டு மனிதர்களையும் பார்த்தான். "எஸ், சார்," என்றான். ஏஐ, அவனுடைய இருக்கையிலிருந்து கீழே இறங்கினான்.

"கறுப்பினத்தவனையும், அந்தப் புத்திசாலிப் பையனையும் அழைத்துக்கொண்டு சமையலறைக்குப் போகிறேன்," என்றான் அவன். "கறுப்பினத்தவனே, நீ சமையலறைக்குத் திரும்பிப் போ. நீ அவனுடன் போ, புத்திசாலிப் பையா." அந்தச் சிறிய மனிதன் நிக்கையும் சாம் என்ற சமையல்காரனையும் பின்தொடர்ந்து சமையலறைக்குள் போனான். அவர்கள் போன பிறகு அந்தக் கதவு மூடியது. மேக்ஸ் என்று அழைக்கப்பட்டவன் கவுண்டரில் ஜார்ஜுக்கு எதிரில் உட்கார்ந்திருந்தான். அவன் ஜார்ஜைப் பார்க்கவில்லை, ஆனால், கவுண்டருக்குப் பின்புறம் நீளமாக இருந்த கண்ணாடியில் பார்த்தான். அழகு நிலையமாகச் செயல்பட்ட அந்த இடம், ஹென்றி உணவு விடுதியின் மதிய உணவு கவுண்டராகப் புனரமைக்கப்பட்டிருந்தது.

"நல்லது, புத்திசாலிப் பையா," என்று கண்ணாடியைப் பார்த்தபடியே சொன்ன மேக்ஸ், "நீ ஏன் ஏதாவது பேசக் கூடாது?" என்றான்

"இங்கே என்ன நடக்கிறது?"

"ஹே, ஏஐ," என்று மேக்ஸ் கூப்பிட்டான். "இந்த புத்திசாலிப் பையன் இங்கே என்ன நடக்கிறது என்று கேட்கிறான்."

"நீ அவனுக்குச் சொன்னால் என்ன?" ஏஜயின் குரல் சமையலறையிலிருந்து வந்தது.

"இங்கே என்ன நடக்கிறது என்று நீ நினைக்கிறாய்?"

"எனக்குத் தெரியாது."

"நீ என்ன நினைக்கிறாய்?"

மேக்ஸ், அவன் பேசிய நேரமெல்லாம் கண்ணாடியைப் பார்த்துக்கொண்டிருந்தான்.

"நான் சொல்ல மாட்டேன்."

"ஹே, ஏஜ, இந்த புத்திசாலிப் பையன் இங்கே என்ன நடக்கிறது என்பது பற்றி என்ன நினைக்கிறான் என்று சொல்ல மாட்டேன் என்று சொல்கிறான்."

"நீ பேசுவதை என்னால் கேட்க முடிகிறது, எல்லாம் சரிதான்," சமையலறையிலிருந்து ஏஜ பேசினான். அவன், சமையலறைக்குள் தட்டுகள் அனுப்பப்படும் சிறிய இடைவெளியை ஒரு கெச்சப் பாட்டிலைப் பயன்படுத்தித் திறந்தான். "புத்திசாலிப் பையா, கவனமாகக் கேள்," என்று சமையலறையிலிருந்து ஜார்ஜிடம் சொன்னான். "தடுப்புக் கம்பியின் ஓரமாகக் கொஞ்சம் தள்ளி நில். நீ கொஞ்சம் இடது பக்கமாக நகர்ந்து போ, மாக்ஸ்." ஒரு குழுவைப் புகைப்படம் எடுக்க ஏற்பாடு செய்யும் புகைப் படக்காரனைப் போல் அவன் செயல்பட்டான்.

"புத்திசாலிப் பையா, என்னுடன் பேசு," என்றான் மாக்ஸ். "இங்கே என்ன நடக்கப்போகிறது என்பது பற்றி நீ என்ன நினைக்கிறாய்?"

ஜார்ஜ் எதுவும் பேசவில்லை.

"நான் உனக்குச் சொல்கிறேன்," மாக்ஸ் சொன்னான். "ஸ்வீடன் நாட்டைச் சேர்ந்த ஒருவனை நாங்கள் கொல்லப் போகிறோம். ஓலே ஆண்டர்சன் என்ற பெயருடைய ஸ்வீடன் நாட்டைச் சேர்ந்த ஒரு பெரிய உருவம் உடையவனை உனக்குத் தெரியுமா?"

"தெரியும்."

"ஒவ்வொரு இரவும் அவன் இங்கே சாப்பிட வருகிறான், இல்லையா?"

“சில சமயம் அவன் இங்கே வருகிறான்.”

“அவன் ஆறு மணிக்கு வருகிறான், அப்படித்தானே?”

“அவன் வந்தால்.”

“அதெல்லாம் எங்களுக்குத் தெரியும், புத்திசாலிப் பையா,” மேக்ஸ் சொன்னான். “வேறு எதையாவது பற்றி பேசு. எப்போதாவது சினிமா பார்க்கப் போவாயா?”

“எப்போதாவது.”

“இன்னும் அதிகமாக நீ சினிமா பார்க்க வேண்டும். உன்னைப் போன்ற புத்திசாலிப் பையனுக்குத் திரைப்படங்கள் சிறந்தது.”

“எதற்காக நீங்கள் ஓலே ஆண்டர்சனைக் கொல்லப் போகிறீர்கள்? அவன் உங்களுக்கு என்னதான் செய்தான்?”

“எங்களுக்கு ஏதாவது செய்வதற்கு அவனுக்கு ஒருபோதும் வாய்ப்புக் கிடைத்ததில்லை.”

“அதோடு, எங்களை அவன் ஒரு முறை மட்டுமே பார்க்கப் போகிறான்,” என்று சமையல் அறையிலிருந்து ஏஐ சொன்னான்.

“அப்படியானால் எதற்காக அவனைக் கொல்லப் போகிறீர்கள்,” என்று ஜார்ஜ் கேட்டான்.

“ஒரு நண்பனுக்காக அவனைக் கொல்லப்போகிறோம். ஒரு நண்பனுக்குச் செய்யவேண்டிய கடமையாக, புத்திசாலிப் பையா.”

“வாயை மூடு,” என்று சமையலறையிலிருந்து ஏஐ சொன்னான். “நீ மட்டுமீறிப் பேசுகிறாய்.”

“நான் இந்தப் புத்திசாலிப் பையனை மகிழ்ச்சியாக வைத்திருக்க வேண்டியிருக்கிறது. அப்படித்தானே, புத்திசாலிப் பையா?”

“இருந்தாலும், நீ அளவுக்கு அதிகமாகப் பேசுகிறாய்,” ஏஐ சொன்னான். “இந்தக் கறுப்பினத்தவனும் என்னுடைய புத்திசாலிப் பையனும் அவர்களை அவர்களே மகிழ்ச்சியடையச் செய்கிறார்கள். கான்வென்டில் படிக்கும் ஒரு ஜோடிப் பெண் நண்பர்களைப் போல அவர்களைக் கட்டி வைத்திருக்கிறேன்.”

“நீ ஒரு கான்வென்டில் படித்தாய் என்று நினைக்கிறேன்.”

“அது உனக்கு ஒருபோதும் தெரியாது.”

“நீ ஒரு யூத கான்வென்டில் படித்தாய். அங்கேதான் நீ இருந்தாய்.”

ஜார்ஜ் கடிகாரத்தைப் பார்த்தான்.

“யாராவது உள்ளே வந்தால் சமையல்காரன் விடுமுறையில் இருக்கிறான் என்று சொல்; அவர்கள் அடம் பிடித்தால் நீ போய் சமையல் செய்து கொடுப்பதாகச் சொல். நான் சொன்னது உனக்குப் புரிகிறதா, புத்திசாலிப் பையா?”

“அப்படியே செய்கிறேன்,” என்றான் ஜார்ஜ். “அதற்கு அப்புறம் எங்களை என்ன செய்யப் போகிறீர்கள்?”

“அது அப்போதைய நிலைமையைப் பொறுத்தது,” என்றான் மாக்ஸ். “இந்த நேரத்தில் யாராலும் ஒருபோதும் அறிய முடியாதவற்றுள் இதுவும் ஒன்று.”

ஜார்ஜ் கடிகாரத்தைப் பார்த்தான். நேரம் ஆறு மணி பதினைந்து நிமிடம். தெருப் பக்கமாக இருந்த கதவு திறந்தது. ஒரு டிராம் வண்டி டிரைவர் உள்ளே வந்தான்.

“ஹலோ, ஜார்ஜ்,” என்றான். “எனக்கு இரவு சாப்பாடு கிடைக்குமா?”

“சாம் வெளிய போயிருக்கிறான்,” என்றான் ஜார்ஜ். “சுமார் அரை மணி நேரத்தில் வந்துவிடுவான்.”

“இந்தத் தெருவில் கொஞ்ச தூரம் தள்ளிப் போய்ப் பார்க்கிறேன்,” என்றான் டிரைவர். ஜார்ஜ் கடிகாரத்தைப் பார்த்தான். நேரம் ஆறு மணி இருபது நிமிடம்.

“சிறப்பாகச் செய்தாய், புத்திசாலிப் பையா,” ஜார்ஜ் சொன்னான். “இயல்பாகச் செயல்பட்ட ஒரு குட்டிப் பண்பாளன் நீ.”

“அவனுக்குத் தெரியும் நான் அவன் தலையை உடைத்து விடுவேன் என்று,” சமையலறையிலிருந்து ஏஜ சொன்னான்.

“இல்லை,” என்றான் மேக்ஸ். “இது அதனால் இல்லை. புத்திசாலிப் பையன் சிறந்தவன். அவன் ஒரு அருமையான பையன். அவனை எனக்குப் பிடித்திருக்கிறது.”

நேரம் ஆறு மணி ஐப்பத்தைந்து நிமிடம் ஆனபோது ஜார்ஜ் சொன்னான்: "அவன் வர மாட்டான்."

சாப்பாட்டு அறையில் வேறு இரண்டு மனிதர்கள் இருந்தார்கள். ஜார்ஜ் ஒரு முறை சமையலறைக்குப் போனான்; ஒருவன் வெளியே எடுத்துப்போவதற்காக ஜார்ஜ் பன்றிக்கறி-முட்டை சாண்ட்விச் தயாரித்தான். சமையலறையில் அவன் ஏஐயைப் பார்த்தான், அவனுடைய வட்ட வடிவிலான கம்பளித் தொப்பி பின்பக்கமாகச் சாய்ந்திருந்தது ; சின்ன வாசலுக்குப் பக்கத்தில் ஒரு முக்காலியில் உட்கார்ந்திருந்தான்; அதன் விளிம்பில் ஒரு சின்ன வகைத் துப்பாக்கியின் முகப்பு சாய்ந்திருந்தது. அந்த அறையின் மூலையில் நிக்கும் சமையல்காரனும் ஒருவர் முதுகு மற்றவர் முதுகில் ஒட்டியபடி இருந்தார்கள்; அவர்களுடைய வாய்கள் தனித்தனி துண்டுகளால் கட்டப்பட்டிருந்தன. ஜார்ஜ் சாண்ட்விச் தயாரித்து முடித்தான், அதைத் தண்ணீர் புகாத எண்ணெய்க் காகிதத்தில் சுற்றினான், ஒரு பையில் போட்டான், சாப்பாட்டு அறைக்குக் கொண்டு வந்தான். அந்த மனிதன் அதற்குப் பணம் கொடுத்தான்; வெளியே போனான்.

"புத்திசாலிப் பையனால் எல்லா வேலைகளையும் செய்ய முடியும்," என்று மேக்ஸ் சொன்னான். "அவனால் சமைக்க முடியும், எல்லா வேலைகளையும் செய்ய முடியும். புத்திசாலிப் பையனே, யாரோ ஒரு பெண்ணை நீ நல்ல மனைவியாக மாற்றுவாய்."

"அப்படியா," என்றான் ஜார்ஜ். "உன்னுடைய நண்பன், ஓலே ஆண்டர்சன், அவன் வர மாட்டான்."

"அவனுக்கு இன்னும் பத்து நிமிட நேரம் கொடுப்போம்," மேக்ஸ் சொன்னான்.

மேக்ஸ் கண்ணாடியையும் கடிகாரத்தையும் பார்த்தான். கடிகாரத்தின் முட்கள் ஏழு மணி என்று காட்டின, அதன் பிறகு ஏழு மணி ஐந்து நிமிடம் என்று காட்டின.

"கம் ஆன், ஏஐ," என்றான் மேக்ஸ். "நாம் போகலாம் என்று நினைக்கிறேன். அவன் வர மாட்டான்."

"இன்னும் ஐந்து நிமிடம் காத்திருக்கலாம்," சமையல் அறையிலிருந்து ஏஐ சொன்னான்.

அந்த ஐந்து நிமிடத்தில் ஒருவன் உள்ளே வந்தான்; சமையல்காரனுக்கு உடல்நலம் சரியில்லை என்று ஜார்ஜ் விளக்கம் சொன்னான்.

“ஏன் வேறு ஒரு சமையல்காரனை ஏற்பாடு செய்யக்கூடாது,” என்று அவன் கத்திக் கேட்டான். “நீ உணவு விடுதி நடத்த வில்லையா?” அவன் வெளியேறினான்.

“கம் ஆன், ஏஜ,” என்றான் மேக்ஸ்.

“இரண்டு புத்திசாலிப் பையன்களையும் கறுப்பினத்த வனையும் என்ன செய்வது?”

“அவர்களால் எந்தப் பிரச்சினையும் இல்லை.”

“அப்படி நினைக்கிறாயா?”

“நிச்சயமாக. அது பற்றி நாம் கவலைப்பட வேண்டியதில்லை.”

“அது எனக்கும் பிடிக்கவில்லை,” என்றான் ஏஜ. அது அசட்டுத்தனம். நீ அளவுக்கு அதிகமாகப் பேசுகிறாய்.”

“ஓ, இது என்ன பிரச்சினை,” என்றான் மாக்ஸ். “அவர்களை நாம் கொஞ்சம் மகிழ்ச்சியாக வைத்திருக்க வேண்டும், அல்லவா?”

“இருந்தபோதும் நீ அளவுக்கு அதிகமாகப் பேசுகிறாய்,” என்றான் ஏஜ. அவன் சமையலறையிலிருந்து வெளியே வந்தான். சிறிய வகை துப்பாக்கியின் பீப்பாய்கள், அவனுடைய பெருமளவு இறுக்கமான மேலங்கியின் இடுப்புப் பகுதியில் கொஞ்சம் புடைப்பு ஏற்படுத்தின. கையுறைகள் அணிந்த கைகளால் மேலங்கியை நேராக்கினான்.

“விரைவில் பார்க்கலாம், புத்திசாலிப் பையா,” என்று அவன் ஜார்ஜிடம் சொன்னான். “உனக்கு நிறைய நல்வாய்ப்புகள் இருக்கின்றன.”

“அதுதான் உண்மை,” என்றான் மேக்ஸ். “நீ வேகப் பந்தையங்களில் பங்கு எடுக்க வேண்டும், புத்திசாலிப் பையா.”

அவர்கள் இரண்டு பேரும் வாசலுக்கு வெளியே போனார்கள். மின்பொறி விளக்கின் அடியில் நடந்து தெருவைக் குறுக்கே கடந்த அவர்களை ஜார்ஜ் ஜன்னல் வழியாகப் பார்த்தான். இறுக்கமான மேலங்கிகளும் வட்ட வடிவ கம்பளி

தொப்பிகளும் அணிந்திருந்த அவர்கள், பல்சுவை நிகழ்ச்சிகள் நடத்துபவர்கள்போல் தோன்றமளித்தார்கள். ஜார்ஜ், சுழல் கதவின் வழியாக சமையலறைக்குள் திரும்பிப் போனான்; கட்டப்பட்டிருந்த நிக்கையும் சமையல்காரனையும் அவிழ்த்து விடுவித்தான்.

"இதற்குமேலும் இது போன்ற எதுவும் எனக்கு வேண்டாம்," என்று சாம் என்ற சமையல்காரன் சொன்னான். "இதற்கு மேலும் இது போன்ற எதுவும் எனக்கு வேண்டாம்."

நிக் எழுந்து நின்றான். இதற்கு முன்பு ஒருபோதும் அவன் வாயில் துண்டு வைத்திருந்ததில்லை.

"சொல்," என்றான் அவன். "என்ன கொடுமை இது?" ஆணவமாகப் பேசி அதிலிருந்து விடுபட முயன்றான்.

"அவர்கள் ஓலே ஆண்டர்சனைக் கொல்லப்போகிறார்கள்," என்று ஜார்ஜ் சொன்னான். "அவன் உள்ளே வரும்போது அவனைச் சுட்டுக் கொல்ல இருந்தார்கள்."

"ஓலே ஆண்டர்சனையா?"

"நிச்சயமாக."

சமையல்காரன் அவனுடைய வாயின் விளிம்புகளைக் கட்டைவிரல்களால் தடவிப் பார்த்தான்

"அவர்கள் போய்விட்டார்களா?" அவன் கேட்டான்.

"ஆமாம்," என்றான் ஜார்ஜ். "இப்போது அவர்கள் போய் விட்டார்கள்."

"அது எனக்குப் பிடிக்கவில்லை," என்றான் சமையல்காரன். "அதில் எனக்கு எதுவுமே பிடிக்கவில்லை."

"கவனமாகக் கேள்," நிக்கிடம் ஜார்ஜ் சொன்னான். "நீ போய் ஓலே ஆண்டர்சனைப் பார்ப்பது நல்லது."

"சரி போகிறேன்."

"இதில் எதிலும் ஒருபோதும் நீ தலையிடாமல் இருப்பது உனக்கு நல்லது," என்றான் சமையல்காரன். "இதிலிருந்து நீ விலகி இருப்பது நல்லது."

"நீ போக விரும்பவில்லை என்றால் போக வேண்டாம்," என்றான் ஜார்ஜ்.

"இதில் நீ தலையிடுவது உனக்கு எந்த வகையிலும் நல்லதில்லை," என்றான் சமையல்காரன். "நீ இதிலிருந்து விலகி நில்."

"நான் போய் அவனைப் பார்க்கிறேன்," என்று ஜார்ஜிடம் நிக் சொன்னான். "அவன் எங்கே வசிக்கிறான்?"

சமையல்காரன் வேறு பக்கமாகத் திரும்பினான்.

"அவர்கள் என்ன செய்ய விரும்புகிறார்கள் என்று எப்போதும் சின்னப் பையன்களுக்குத் தெரியும்," என்று அவன் சொன்னான்.

"அவன் கிர்ச் பகுதியில் ஒரு வீட்டோடு இணைந்த அறையில் வசிக்கிறான்,"

"நான் அங்கே போகிறேன்."

வெளியே ஒரு மரத்தின் வெறுமையான கிளைகளுக்கு இடையே மின்பொறி விளக்கின் ஒளி வீசியது. ஒரு தெருவில் டிராம் வண்டித் தடங்களின் ஓரமாக நிக் நடந்தான்; அடுத்த மின்பொறி விளக்கு இருந்த இடத்தில் திரும்பிப் பக்கத் தெருவில் நடந்தான். கொஞ்ச தூரத்தில் மூன்று வீடுகளைத் தாண்டி அறை இணைக்கப்பட்ட கிர்ச் வீடு இருந்தது. இரண்டு படிகள் ஏறி அழைப்பு மணியை அழுத்தினான். வாசலுக்கு ஒரு பெண் வந்தாள்.

"இங்கே ஓலே ஆண்டர்சன் இருக்கிறானா?"

"நீ அவனைப் பார்க்க வேண்டுமா?"

"ஆமாம், அவன் உள்ளே இருந்தால்."

அந்தப் பெண்ணைப் பின்தொடர்ந்து நிக் ஒரு படிக்கட்டில் ஏறினான்; திரும்பி, நடை பாதையின் முனைவரை நடந்தான். அவள் ஒரு கதவைத் தட்டினாள்.

"யார் அது?"

"உன்னைப் பார்க்க யாரோ ஒருவர் வந்திருக்கிறார், மிஸ்டர் ஆண்டர்சன்", என்றாள் அந்தப் பெண்.

"வந்திருப்பது நிக் ஆடம்ஸ்."

"உள்ளே வா."

நிக் கதவைத் திறந்தான், அறைக்குள் போனான். முழுமையாக உடையணிந்த நிலையில் ஓலே ஆண்டர்சன் படுக்கையில் படுத்திருந்தான். கடந்த காலத்தில் அதிக எடைப் பிரிவில் அவன் ஒரு தொழில்முறைக் குத்துச்சண்டை வீரனாகச் செயல்பட்டான்; படுக்கையைவிட நீளமாக இருந்தான். இரண்டு தலையணைகளில் தலையை வைத்துப் படுத்திருந்தான். அவன் நிக்கைப் பார்க்கவில்லை.

“என்ன சமாச்சாரம்?” என்று கேட்டான்

“அது ஹென்றி உணவு விடுதியில் நடந்தது,” நிக் சொன்னான். “இரண்டு பேர் உணவு விடுதிக்குள் வந்தார்கள்; என்னையும் சமையல்காரனையும் கட்டிப் போட்டார்கள்; உன்னைக் கொல்லப் போவதாகச் சொன்னார்கள்.”

அவன் அப்படிச் சொன்னபோது அது முட்டாள்தனமாகத் தோன்றியது. ஓலே ஆண்டர்சன் ஒன்றும் சொல்லவில்லை.

“அவர்கள் எங்களைச் சமையலறைக்குள் அடைத்தார்கள்,” நிக் பேச்சைத் தொடர்ந்தான். “இரவு சாப்பாட்டுக்கு நீ உள்ளே வரும்போது உன்னைச் சுடுவதாக இருந்தார்கள்.”

ஓலே ஆண்டர்சன் சுவரைப் பார்த்தான்; எதுவும் சொல்லவில்லை

“நான் இங்கே வந்து அது பற்றி உனக்குச் சொல்வது நல்லது என்று ஜார்ஜ் நினைத்தான்.”

“இது சம்பந்தமாக நான் செய்வதற்கு எதுவும் இல்லை,” என்றான் ஓலே ஆண்டர்சன்.

“அவர்கள் எப்படி இருந்தார்கள் என்று சொல்கிறேன்.”

“அவர்கள் எப்படி இருந்தார்கள் என்பதை அறிய நான் விரும்பவில்லை,” ஓலே ஆண்டர்சன் சொன்னான். அவன் சுவரைப் பார்த்தான். “எனக்கு இதைச் சொல்வதற்காக நீ இங்கே வந்ததற்கு நன்றி.”

“அதெல்லாம் சரிதான்.”

நிக், படுக்கையில் படுத்திருந்த பெரிய உருவமுடைய மனிதனைப் பார்த்தான்.

“நான் போய் போலீஸைப் பார்ப்பதை நீ விரும்பவில்லையா?”

“இல்லை,” என்று சொன்னான் ஓலே ஆண்டர்சன். “அதனால் எந்த ஒரு பயனும் இருக்காது.”

“நான் செய்யக்கூடியது ஏதாவது இருக்கிறதா?”

“இல்லை. செய்வதற்கு எதுவும் இல்லை.”

“ஒருவேளை அது ஒரு வெறும் பொய்யாக இருக்கலாம்.”

“இல்லை. அது பொய் இல்லை.”

ஓலே ஆண்டர்சன் சுவர் பக்கமாக உருண்டான்.

“ஆனால் ஒரு விஷயம்,” சுவரைப் பார்த்தபடியே அவன் சொன்னான், “வெளியே போவது பற்றி என்னால் முடிவு எடுக்க முடியவே இல்லை. நாள் முழுவதும் நான் இங்கேயே இருக்கிறேன்.”

“நீ இந்த நகரை விட்டு போகக்கூடாதா?”

“இல்லை,” ஓலே ஆண்டர்சன் சொன்னான். “இப்படித் தலைமறைவாக ஓடித் திரிந்ததை எல்லாம் செய்து முடித்து விட்டேன்.”

அவன் சுவரைப் பார்த்தான்.

“இப்போது செய்வதற்கு வேறு எதுவும் இல்லை.”

“வேறு ஏதாவது ஒரு வகையில் நீ அதைத் தீர்க்க முடியாதா?”

“இல்லை. அது தவறான கருத்தை உண்டாக்கியது.” அவன் அதே உணர்ச்சியற்ற குரலில் பேசினான். “இப்போது செய்வதற்கு எதுவும் இல்லை. கொஞ்ச நேரத்துக்குப் பிறகு நான் வெளியே போவது பற்றி முடிவு செய்கிறேன்.”

“நான் திரும்பிப் போய் ஜார்ஜைப் பார்ப்பது நல்லது என்று நினைக்கிறேன்.”

“போய் வா,” என்றான் ஓலே ஆண்டர்சன். அவன் நிக் நின்ற பக்கமாகப் பார்க்கவில்லை. “இங்கே நீ வந்ததற்கு நன்றி.”

நிக் வெளியே போனான். அவன் கதவை மூடியபோது, சுவரைப் பார்த்தபடி படுக்கையில் படுத்திருந்த, முழுமையாக உடை அணிந்திருந்த ஓலே ஆண்டர்சனைப் பார்த்தான்.

“நான் முழுவதும் அவன் அவனுடைய அறையிலேயே இருக்கிறான்,” என்று தரைத்தளத்தில் இருந்த அந்த வீட்டு

உரிமையாளர் சொன்னாள். "அவனுடைய உடல்நிலை சரியில்லை என்று நினைக்கிறேன். நான் அவனுக்குச் சொன்னேன்: 'மிஸ்டர் ஆண்டர்சன், இலையுதிர்காலத்தில், இப்படியான ஒரு சிறந்த நாளில் நீ வெளியே போக வேண்டும், கொஞ்சம் நடக்க வேண்டும்,' ஆனால் அவனுக்கு அதற்கான மனநிலை இல்லை."

"அவன் வெளியே போக விரும்பவில்லை."

"அவன் உடல்நிலை சரியாக இல்லை என்பதற்காக வருத்தப் படுகிறேன்," என்றாள் அந்தப் பெண். "அவன் மிகச் சிறந்த மனிதன். உனக்குத் தெரியுமா, அவன் குத்துச்சண்டையில் பங்கு எடுத்தவன்."

"எனக்குத் தெரியும்."

"அவனுடைய முகம் எப்படி இருக்கிறது என்று பார்த்து அதைத் தெரிந்துகொள்வதைத் தவிர வேறு எந்த வகையிலும் ஒருபோதும் தெரிந்துகொள்ள முடியாது."

தெருவாசலை ஒட்டி உள்பக்கம் நின்றபடி அவர்கள் பேசிக் கொண்டிருந்தார்கள். "அவன் ஒரு சிறந்த பண்பாளன்."

"சரி, குட்-நைட், மிசஸ் கிர்ச்," என்றான் நிக்.

"நான் மிசஸ் கிர்ச் இல்லை," அந்தப் பெண் சொன்னாள். "அவள் இந்தக் கட்டடத்தின் உரிமையாளர். நான் அதைப் பராமரிக்கிறேன். நான் மிசஸ் பெல்."

"நல்லது, குட்-நைட், மிசஸ் பெல்." நிக் சொன்னான்.

"குட்-நைட்," என்றாள் அந்தப் பெண்.

நிக், இருட்டாக இருந்த தெருவின் மூலையை நோக்கி மின்பொறி விளக்கின் அடியில் நடந்தான்; அதன் பிறகு டிராம் வண்டித் தடத்தின் ஓரமாக நடந்து ஹென்றி உணவு விடுதிக்குச் போனான். ஜார்ஜ் உள்ளே கவுண்டரின் பின்பக்கம் இருந்தான்.

"ஓலேயைப் பார்த்தாயா?"

"ஆமாம்," என்றான் நிக் "அவன் அவனுடைய அறையில் இருந்தான்; வெளியே போக மறுக்கிறான்."

நிக்கின் குரலைக் கேட்டபோது, சமையல்காரன் சமையலறை யிலிருந்த கதவைத் திறந்தான்.

"அது பற்றி நான் கேட்கக்கூட விரும்பவில்லை," என்று சொன்னான்; கதவை அடைத்தான்.

"அதுபற்றி நீ அவனுக்குச் சொன்னாயா?" ஜார்ஜ் கேட்டான்.

"நிச்சயமாக சொன்னேன். அது பற்றிய எல்லாமும் அவனுக்குத் தெரியும்."

"அவன் என்ன செய்யப்போகிறான்?"

"எதுவும் இல்லை."

"அவர்கள் அவனைக் கொல்வார்கள்."

"அப்படிச் செய்வார்கள் என்று நானும் நினைக்கிறேன்," என்றான் நிக்.

"சிகாகோவில் அவன் ஏதோ வேண்டாத செயலில் ஈடுபட்டிருக்க வேண்டும்."

"அப்படித்தான் இருக்க வேண்டும் என்று நினைக்கிறேன்," என்றான் நிக்.

"அது மிகக் கொடூரமானது."

"அது மிகவும் மோசமானது," என்று நிக் சொன்னான்.

அவர்கள் எதுவும் சொல்லவில்லை. ஜார்ஜ் கீழே குனிந்து ஒரு துண்டைக் தேடி எடுத்தான், கவுண்டரைத் துடைத்தான்.

"அவன் என்ன செய்தான் என்று நினைத்துப் பார்க்கிறேன்," என்றான் நிக்.

"யாரையோ நம்பச்செய்து ஏமாற்றியிருக்கிறான். அதற்காகத் தான் அவர்கள் ஏமாற்றியவர்களைக் கொல்கிறார்கள்."

"நான் இந்த நகரத்திலிருந்து வெளியேறப் போகிறேன்," என்று நிக் சொன்னான்.

"சரிதான்," என்றான் ஜார்ஜ். "அப்படிக் செய்வதுதான் நல்லது."

"அவன் கொல்லப்படுவான் என்று தெரிந்தும் அறையில் அவன் காத்திருப்பதுபற்றி என்னால் நினைத்துப் பார்க்க முடியவில்லை. அது தாங்க முடியாத மாபெரும் கொடுமை."

"சரி." என்று சொன்ன ஜார்ஜ், "நீ அதைப்பற்றி நினைக்காமல் இருப்பது நல்லது," என்றான்.

4. தெளிவான ஒளியின் கீழ் ஓர் இடம்

ஆயிரம். நடராஜன்

அப்போது நேரமாகிவிட்டது. ஒரு கிழவனைத் தவிர அந்த உணவு விடுதியிலிருந்த மற்ற அனைவரும் போய்விட்டிருந்தார்கள்; மின் விளக்கின் எதிரில் ஒரு மரத்தின் இலைகளின் நிழலில் அவன் உட்கார்ந்திருந்தான். பகல் நேரத்தில் தெருக்களில் தூசி நிறைந்திருந்தது; ஆனால் இரவு நேரப் பனியால் தூசி அடங்கி யிருந்தது; நேரமான பிறகும் கிழவன் அங்கே உட்கார்ந்திருப்பதை விரும்பினான்; காரணம் அவனுக்குக் காது கேட்காது; இப்போது இரவு நேரத்தில் அங்கே அமைதி நிலவியது; அந்த வேறுபாட்டை அவன் உணர்ந்தான். கிழவன் இப்போது கொஞ்சம் போதையில் இருந்தான் என்பது உணவு விடுதியில் இருந்த இரண்டு பணியாளர்களுக்கும் தெரியும்; அவன் ஒரு நல்ல வாடிக்கை யாளனாக இருந்தபோதும், அவன் அதிக போதை அடைந்து விட்டால் பணம் கொடுக்காமல் அங்கேயிருந்து போய்விடுவான் என்பதும் அவர்களுக்குத் தெரியும், அதனால் அவர்கள் அவனைக் கண்காணித்தார்கள்.

"சென்ற வாரம் அவன் தற்கொலைக்கு முயன்றான்," ஒரு பணியாளன் சொன்னான்.

"ஏன்?"

"அவன் விரக்தியில் இருந்தான்."

"எதற்காக?"

"எதுவுமில்லை."

"எதுவுமில்லை என்று உனக்கு எப்படித் தெரியும்?"

"அவன் ஏராளமாகப் பணம் வைத்திருக்கிறான்."

உணவு விடுதியின் வாசலுக்கு அருகில் இருந்த சுவருக்கு எதிரில் ஒரு மேஜையில் அவர்கள் உட்கார்ந்திருந்தார்கள்; மேஜைகள் போடப்பட்டிருந்த மொட்டைமாடியைப் பார்த்துக் கொண்டிருந்தார்கள். கிழவன் உட்கார்ந்திருந்த இடத்தைத் தவிர மற்ற மேஜைகள் எல்லாம் வெறுமையாக இருந்தன; காற்றில் மெதுவாக அசைந்த இலைகளின் நிழலில் கிழவன் இருந்தான். தெருவில் ஒரு பெண்ணும் ஒரு இராணுவ வீரனும் போனார்கள். தெருவிளக்கு அவனுடைய சட்டைக் காலரில் இருந்த பித்தளை எண் மீது விழுந்து எதிரொளித்தது. அந்தப் பெண் தலையை மறைத்து உடை அணியவில்லை; அவனுக்குப் பக்கத்தில் அவள் வேகமாக நடந்தாள்.

"காவலர் அவனைக் கைது செய்துவிடுவார்," ஒரு பணியாளன் சொன்னான்

"அவன் தேடிப்போனது அவனுக்குக் கிடைத்தால் அதில் என்ன பிரச்சினை?"

"இப்போது அவன் தெருவிலிருந்து விலகிப் போவது நல்லது. காவலர் அவனைப் பிடிப்பார். அவர்கள் ஐந்து நிமிடங்களுக்கு முன்னால் இந்த இடத்தைக் கடந்து போனார்கள்."

நிழலில் உட்கார்ந்திருந்த கிழவன் தம்ளரால் கோப்பை வைக்கும் தட்டைத் தட்டி சத்தம் எழுப்பினான். இளைய பணியாளன் அவன் இருந்த இடத்துக்குப் போனான்.

"உனக்கு என்ன வேண்டும்?"

வயதானவன் அவனைப் பார்த்தான். "மற்றொரு பிராந்தி," என்றான்

"உனக்கு அதிக போதை ஏறும்," பணியாளன் சொன்னான். கிழவன் அவனைப் பார்த்தான். பணியாளன் அங்கேயிருந்து போனான்.

"இரவு முழுவதும் அவன் இங்கேயேதான் இருப்பான்," என்று அவன் அவனுடைய சகபணியாளனிடம் சொன்னான். "இப்போது எனக்குத் தூக்கம் வருகிறது. மூன்று மணிக்கு முன்னால் நான் ஒருபோதும் படுக்கைக்குப் போக முடியாது. சென்ற வாரம் அவன் தற்கொலை செய்திருக்க வேண்டும்."

அந்தப் பணியாளன் உணவு விடுதியின் உட்புறம் இருந்த கவுண்டரிலிருந்து ஒரு பிராந்தி பாட்டிலும் மற்றொரு தட்டும் எடுத்தான், கிழவனின் மேஜையை நோக்கி நடந்தான். தட்டை மேஜையில் வைத்தான், தம்ளர் நிறைய பிராந்தி ஊற்றினான்.

“சென்ற வாரம் உன்னை நீ கொன்றிருக்க வேண்டும்,” என்று அவன் காது கேளாதவனிடம் சொன்னான். கிழவன் அவனுடைய விரலால் சைகை செய்தான். “இன்னும் கொஞ்சம்,” என்றான். பணியாளன் தம்ளரில் ஊற்றினான், தம்ளர் நிரம்பி அதன் விளிம்பு வழியாக ஒன்றன் மேல் ஒன்றாக அடுக்கிவைக்கப்பட்டிருந்த மேல்தட்டில் பிராந்தி வழிந்தது. “நன்றி,” என்றான் கிழவன். பணியாளன் பாட்டிலை உணவு விடுதிக்குள் திரும்ப எடுத்துப் போனான். அவன் மீண்டும் சகபணியாளனுடன் மேஜையில் உட்கார்ந்தான்.

“இப்போது அவன் முழு போதையில் இருக்கிறான்,” என்றான்.

“ஒவ்வொரு இரவும் முழு போதையில் இருக்கிறான்.”

“என்ன காரணத்துக்காக அவன் தற்கொலைக்கு முயன்றான்?”

“எனக்கு எப்படித் தெரியும்?”

“அவன் எந்த வகையான தற்கொலைக்கு முயன்றான்?”

“ஒரு தூக்குக் கயிற்றில் தொங்கினான்.”

“கயிற்றை அறுத்து அவனைக் கீழே இறக்கியது யார்?”

“அவனுடைய உறவுக்காரப் பெண்.”

“அவன் ஏன் அப்படிச் செய்தான்?”

“அவனுடைய ஆன்மாவுக்காக.”

“அவன் எவ்வளவு பணம் வைத்திருக்கிறான்?”

“ஏராளமாக வைத்திருக்கிறான்.”

“அவனுக்கு எண்பது வயது ஆகியிருக்கும்.”

“எப்படி இருந்தாலும், அவனுக்கு எண்பது வயதாகிவிட்டது என்று உறுதியாகச் சொல்வேன்.”

"அவன் வீட்டுக்குப் போனால் நல்லது என்று நினைக்கிறேன். மூன்று மணிக்கு முன்னால் என்னால் ஒருபோதும் படுக்கைக்குப் போக முடியாது. படுக்கப் போவதற்கான நேரமா அது?"

"இங்கே இருப்பது அவனுக்குப் பிடித்திருப்பதால் அவன் இருக்கிறான்."

"அவன் தனி ஆள். நான் தனி ஆள் இல்லை. எனக்கு, எனக்காகக் காத்திருக்கும் ஒரு மனைவி இருக்கிறாள்."

"அவனுக்கும் ஒரு காலத்தில் மனைவி இருந்தாள்."

"இப்போது அவள் அவனுக்கு எந்த வகையிலும் பயன்பட மாட்டாள்."

"அப்படிச் சொல்ல முடியாது. மனைவியுடன் இருந்தால் அவன் இன்னும் நன்றாக இருந்திருக்கலாம்."

"அவனுடைய உறவுக்காரப் பெண் அவனைக் கவனித்துக் கொள்கிறாள்."

"தெரியும். அவள் தூக்குக் கயிற்றை அறுத்து அவனைக் கீழே இறக்கினாள் என்று நீ சொன்னாய்."

"அந்த வயதுவரை நான் வாழ விரும்பவில்லை. வயதான மனிதன் வெறுக்கத்தக்கவனாக இருக்கிறான்."

"எப்போதும் அப்படி இல்லை. இந்தக் கிழவன் தூய்மையாக இருக்கிறான். மதுவைச் சிந்தாமல் குடிக்கிறான். இப்போதுகூட, அவன் போதையில் இருக்கிறான். அவனைப் பார்."

"நான் அவனைப் பார்க்க விரும்பவில்லை. அவன் வீட்டுக்குப் போனால் நல்லது என்று நினைக்கிறேன். வேலை செய்யவேண்டிய கட்டாயத்தில் இருப்பவர்கள் மீது அவனுக்கு அக்கறை கிடையாது."

தம்ளரிலிருந்து பார்வையை விலக்கிய கிழவன், சதுக்கத்தை நோக்கிப் பார்த்தான், அதன் பிறகு பணியாளர்களைப் பார்த்தான்.

"மற்றொரு பிராந்தி," என்றான், அவனுடைய தம்ளரைச் சுட்டிக்காட்டினான். அவசரத்தில் இருக்கும் பணியாளன் அங்கே வந்தான்.

"முடிந்துவிட்டது," என்றான், போதையில் இருப்பவர்களிடம் அல்லது வெளிநாட்டவரிடம் முட்டாள்கள் பேசும்போது

பயன்படுத்தும் அடைமொழி இல்லாமல் பேசினான். "இன்று இரவு இதற்குமேல் இல்லை. இப்போது தீர்ந்துவிட்டது," என்றான்.

"மற்றொன்று," என்றான் கிழவன்.

"இல்லை. முடிந்துவிட்டது." பணியாளன் ஒரு துண்டால் மேஜையின் விளிம்பைத் துடைத்தான்; தலையை உலுக்கினான்.

கிழவன் எழுந்து நின்றான், நிதானமாகத் தட்டுகளை எண்ணினான், அவனுடைய பாக்கெட்டிலிருந்து தோலாலான பணப்பையை எடுத்தான், அவன் குடித்த மதுவுக்குப் பணம் கொடுத்தான், அரைக்காசை அன்பளிப்பாக விட்டுச் சென்றான்.

அவன் தெருவில் நடந்து போவதை பணியாளன் பார்த்தான், மிகவும் வயதான கிழவன் தள்ளாடியபடி நடந்தான், ஆனால் கௌரவமாக நடந்தான்.

"அவனை ஏன் நீ இங்கேயே இருக்கவும் மது குடிக்கவும் அனுமதிக்கவில்லை?" என்று அவசரமில்லாத பணியாளன் கேட்டான். அவர்கள் ஷட்டரை இழுத்துக்கொண்டிருந்தார்கள். "இப்போது நேரம் இரண்டரை மணி ஆகவில்லை."

"நான் வீட்டுக்குப் போய்ப் படுக்க விரும்புறேன்."

"ஒரு மணி நேரம் என்பது அதிகமானதா என்ன?"

"அவனைவிட எனக்கு அது அதிகமானது."

"ஒரு மணி நேரம் என்பது எல்லோருக்கும் ஒன்றுதான்."

"ஒரு கிழவனைப் போலவே நீயும் பேசுகிறாய். அவன் ஒரு பாட்டில் வாங்கட்டும், அதை அவன் வீட்டில் குடிக்கட்டும்."

"இங்கே குடிப்பதுபோல் அது இல்லை."

"இல்லை. இங்கே குடிப்பதுபோல் அது இல்லை." மனைவியுடன் வாழ்ந்த பணியாளன் ஏற்றுக்கொண்டான். நியாய மற்ற முறையில் செயல்பட அவன் விரும்பவில்லை. அவன் அவசரத்தில் இருந்தான் அவ்வளவுதான்.

"நீ? உன்னுடைய வழக்கமான நேரத்துக்கு முன்னால் நீ வீட்டுக்குப் போவது பற்றி உனக்குப் பயம் இல்லையா?"

"நீ என்னை அவமதிக்க முயற்சிக்கிறாயா?"

"இல்லை, நண்பனே, ஒரு நகைச்சுவைக்காக மட்டுமே சொன்னேன்."

"இல்லை," ஷட்டரை இழுத்து விட்டபின் எழுந்தபடியே அவசரத்திலிருந்த பணியாளன் சொன்னான். "எனக்குத் தன்னம்பிக்கை இருக்கிறது. எனக்கு நிறைய தன்னம்பிக்கை இருக்கிறது."

"உனக்கு இளமை இருக்கிறது, தன்னம்பிக்கை இருக்கிறது, ஒரு வேலை இருக்கிறது," மூத்த பணியாளன் சொன்னான். "உனக்கு எல்லாமும் இருக்கிறது."

"உன்னிடம் இல்லாதது என்ன?"

"வேலையைத் தவிர எதுவும் இல்லை."

"என்னிடம் இருப்பது அனைத்தும் உன்னிடம் இருக்கிறது."

"இல்லை. ஒருபோதும் எனக்குத் தன்னம்பிக்கை இருந்ததில்லை; என்னிடம் இளமை இல்லை."

"நிறுத்து. முட்டாள்தனமாகப் பேசுவதை நிறுத்து; வாயை மூடு."

"உணவு விடுதியில் நீண்ட நேரம் இருக்க விரும்புபவர்களில் நானும் ஒருவன்," என்றான் மூத்த பணியாளன்.

"படுக்கப் போக விரும்பாதவர்களைச் சேர்ந்தவன். இரவு நேரத்தில் வெளிச்சம் தேவைப்படுபவர்களைச் சேர்ந்தவன்."

"நான் வீட்டுக்குப் போக விரும்புகிறேன்; படுக்கைக்குப் போக விரும்புகிறேன்."

"இரண்டு மாறுபட்ட வகையானவர்கள் நாம்," மூத்த பணியாளன் சொன்னான். அவன் இப்போது வீட்டுக்குப் போவதற்காக உடை மாற்றியிருந்தான். அது இளமையும் தன்னம்பிக்கையும் மட்டும் சம்பந்தப்பட்டதல்ல; இருந்த போதும் அவை இரண்டும் அற்புதமானவைதான். ஒவ்வொரு இரவும் வியாபாரத்தை முடிக்கத் தயங்குகிறேன்; காரணம், உணவு தேவைப்படுபவர் யாராவது இருக்கலாம்."

"நண்பனே, அதற்கு இரவு முழுவதும் செயல்படும் மது விடுதிகள் இருக்கின்றன."

“உனக்குப் புரியவில்லை. இது ஒரு தூய்மையான, மனதுக்கு இதமான உணவு விடுதி. சிறப்பாக விளக்குகள் பொருத்தப் பட்டுள்ளன. மிகவும் நன்றாக வெளிச்சம் இருக்கிறது, அதோடு, இப்போது, இலைகளின் நிழல்களும் இருக்கின்றன.”

“குட்-நைட் ,” இளைய பணியாளன் சொன்னான்.

“குட்-நைட்,” என்றான் மற்றவன். மின் விளக்கை நிறுத்திய பிறகு அவனுக்குள்ளேயே அவனுடைய உரையாடலைத் தொடர்ந்தான். சிறந்த வெளிச்சம் வேண்டும் என்பது சரிதான்; ஆனால் தூய்மையாகவும் மனதுக்கு உகந்ததாகவும் இருக்க வேண்டும். நீ இசையை விரும்பவில்லை. நிச்சயமாக நீ இசையை விரும்பவில்லை. இப்படியான நேரங்களில் அங்கே ஏற்பாடு செய்யப்பட்டிருப்பவை அவ்வளவுதான் என்றாலும், உன்னால் கௌரவமாக அங்கே மதுக்கூடத்தின் முன்னால் நிற்க முடியாது. அவன் எதற்காகப் பயந்தான்? அது பயமோ திகிலோ இல்லை. அது ஒரு எதுவும் இல்லாத நிலை, அது அவனுக்கு மிகவும் நன்றாகத் தெரியும். அது எல்லாமே ஒரு எதுவும் இல்லாமைதான்; மனிதன்கூட எதுவுமில்லை. அது அதுவேதான்; அதற்குத் தேவைப்பட்டதெல்லாம் வெளிச்சமும், குறிப்பிடத்தக்க தூய்மையும், ஒழுங்குமுறையும். சிலர் அதில் வாழ்ந்தார்கள், ஆனால், ஒருபோதும் அவர்கள் அதை உணரவில்லை; ஆனால் அவனுக்குத் தெரியும், எல்லாமே எதுவுமில்லை, அதன் பிறகு எதுவுமில்லை, எதுவும் இல்லை, அதன் பிறகு எதுவுமில்லை. எதுவுமில்லாமையில் இருக்கும் நமது எதுவுமில்லாமை; எதுவுமில்லாமை உமது பெயராக இருக்கட்டும், எதுவுமில்லாமை உமது இராச்சியமாக இருக்கட்டும், எதுவுமில்லாமைபோல் இருக்கும் எதுவுமில்லாமையில் இருக்கும் எதுவுமில்லாமை நீராக இருப்பீர். இந்த எதுவுமில்லாமையை எங்களுக்குக் கொடும், எங்களுடைய தினப்படி எதுவும் மில்லாமையை; நாங்கள் எதுவுமில்லாமையாக இருப்பதால் எங்களுடைய எதுவுமில்லாமையை எங்களுக்குக் கொடும், எங்களுடைய எதுவுமில்லாமை, எங்களுடைய எதுவுமில்லாமையை எதுவுமில்லாமைக்குள் தள்ளாதீரும், ஆனால் எங்களை எதுவு மில்லாமையிலிருந்து வெளியேற்றும்; அதன் பிறகு எதுவுமில்லை. எதுவுமில்லாமை நிறைந்திருக்கும் எதுவுமில்லாமையைப் போற்றுவோம், எதுவுமில்லாமை உம்மிடம் இருக்கிறது. அவன்

புன்னகைத்தான்; நீராவியின் அழுத்தத்தால் இயக்கப்படும் பளபளப்பான காபி இயந்திரம் இருந்த ஒரு காபி கடை முன்னால் நின்றான்.

"உனக்கு என்ன வேண்டும்?"

"எதுவுமில்லை."

"மற்றொரு பித்தன்," என்றான் கடைப் பணியாளன்; வேறுபக்கமாகத் திரும்பினான்.

"ஒரு சின்ன கிண்ணம்," என்றான் உணவு விடுதிப் பணியாளன்.

மதுவிடுதிப் பணியாளன் அவனுக்கு ஊற்றிக் கொடுத்தான்.

"வெளிச்சம் பளிச்சென்று இருக்கிறது; இதமாக இருக்கிறது, ஆனால் மதுவிடுதி சுத்தம் செய்யப்படவில்லை," உணவு விடுதிப் பணியாளன் சொன்னான்.

மதுவிடுதிப் பணியாளன் அவனைப் பார்த்தான், ஆனால், பதில் சொல்லவில்லை. அது உரையாடலுக்கான நேரம் இல்லை, இரவில் மிகவும் தாமதமாகிவிட்டது.

"உனக்கு இன்னொரு கிண்ணம் வேண்டுமா?" மதுவிடுதிப் பணியாளன் கேட்டான்.

"வேண்டாம், நன்றி," என்றான் உணவு விடுதிப் பணியாளன், அங்கேயிருந்து போனான். அவனுக்கு காபிக் கடைகளையும், சிறிய மதுவிடுதிகளையும் பிடிக்காது. ஒரு தூய்மையான வெளிச்சம் நிறைந்த உணவு விடுதியின் நிலை மிகவும் வேறுமாதிரியானது. அது பற்றி இதற்கு மேலும் சிந்திக்காமல் இப்போது அவன் அவனுடைய அறைக்குப் போவான். படுக்கையில் படுப்பான்; இறுதியாக, பகல் வெளிச்சம் வந்த பிறகுதான் தூங்குவான். என்னவாக இருந்தாலும், அவன் தனக்கு தானே சொன்னான், அது, ஒருவேளை, தூக்கம் வராமையாகவும் இருக்கலாம். பலருக்கு அந்தப் பிரச்சினை இருக்க வேண்டும்.

5. பாலத்தில் ஒரு முதியவர்

நான்சி தர்ஷனா

அந்தச் சாலையின் ஓரமாக ஒரு கிழவன் உட்கார்ந்திருந்தான்; உலோகச் சட்டத்தில் பொருத்தப்பட்ட வட்டமான மூக்குக் கண்ணாடி அணிந்திருந்தான்; மேலதிக தூசி படிந்த ஆடைகள் அணிந்திருந்தான். ஆற்றின் குறுக்கே ஒரு மிதவைப் பாலம் இருந்தது; வண்டிகளும், கனரக வாகனங்களும் அதைக் கடந்து சென்றுகொண்டிருந்தன; ஆண்களும் பெண்களும் குழந்தைகளும் கடந்து போய்க்கொண்டிருந்தார்கள். கோவேறு கழுதைகளால் இழுத்து வரப்பட்ட வண்டிகள் பாலத்திலிருந்து செங்குத்தாகச் சென்ற ஆற்றங்கரையில் சிக்கித் தத்தளித்தன; இராணுவ வீரர்கள், வண்டிச் சக்கரங்களின் ஆரக்கால்களைப் பிடித்து அவற்றை மேல்நோக்கித் தள்ளி உதவி செய்துகொண்டிருந்தனர். கனரக வாகனங்கள் சக்கரங்களுக்கு அடியில் இருந்தவற்றை அடித்து நொறுக்கியபடி அங்கே இருந்த அனைத்திலிருந்தும் விலகி வெளியேறிக்கொண்டிருந்தன. விவசாயிகள், கணுக்கால் அளவுக்குச் சூழ்ந்திருந்த தூசியில் சோர்வுடன் மெல்ல தொடர்ந்து நடந்துகொண்டிருந்தார்கள். ஆனாலும் அந்தக் கிழவன் நகராமல் அங்கேயே உட்கார்ந்திருந்தான். அதற்கு மேல் நடக்க முடியாத அளவுக்குச் சோர்வடைந்திருந்தான்.

பாலத்தைக் கடந்து போவதும், அதற்கு அப்பால் அவர்கள் கைப்பற்றியிருந்த வலுவான இராணுவத் தளத்துக்குப் போய் அதை ஆராய்வதும், எதிரிப்படையினர் எதுவரை முன்னேறி வந்திருந்தனர் என்பதைக் கண்டுபிடிப்பதும் என்னுடைய வேலையாய் இருந்தது. அதை நான் செய்து முடித்தேன், பாலத்தின் வழியாகத் திரும்பி வந்தேன். இப்போது அவ்வளவு அதிகமான வண்டிகள் இல்லை; ஒரு சில மனிதர்களே நடந்து கொண்டிருந்தார்கள். ஆனால் இன்னமும் அந்தக் கிழவன் அங்கேயே இருந்தான்.

"நீ எங்கேயிருந்து வருகிறாய்?" என்று அவனிடம் கேட்டேன்.

"சான் கார்லோஸிலிருந்து," என்றான், புன்னகைத்தபடி.

அது அவனுடைய சொந்த நகரம் என்பதால் அதன் பெயரைச் சொன்னது அவனை மகிழ்ச்சியடையச் செய்தது; புன்னகைத்தான்.

"நான் விலங்குகளைக் கவனித்துக்கொண்டிருந்தேன்," என்று அவன் விளக்கினான்.

"அப்படியா," என்றேன், எனக்கு எதுவும் சரியாகப் புரிய வில்லை.

"ஆம்," என்றான், "கவனியுங்கள், விலங்குகளைக் கவனித்துக் கொண்டு அங்கேயே இருந்தேன். நான்தான் சான் கார்லோஸ் நகரத்திலிருந்து கடைசியாக வெளியேறியவன்."

அவன் பார்ப்பதற்கு ஆடு மேய்ப்பவனாகவோ கால்நடைகளின் உரிமையாளனாகவோ தோன்றவில்லை; அவனுடைய கறுப்பு நிற தூசிபடிந்த ஆடைகளையும், சாம்பல் நிறத் தூசி படிந்த முகத்தையும், உலோக விளிம்புக் கண்ணாடியையும் பார்த்தேன்; "அவை என்ன விலங்குகள்," என்று கேட்டேன்.

"பலவகையான விலங்குகள்," என்றான், தலையை ஆட்டினான். "அவற்றை அங்கேயே விட்டுவர வேண்டியதாயிற்று."

நான் பாலத்தையும், ஸ்பெயின் நாட்டின் நீளமான எப்ரோ ஆற்றுப் பாசனப் பகுதியையும் பார்த்துக்கொண்டிருந்தேன்; அந்தப் பகுதி ஆப்பிரிக்க நாட்டுப்புறத்தைப்போல் தோற்றமளித்தது. நாங்கள் எதிரிகளைப் பார்ப்பதற்கு எவ்வளவு நேரம் ஆகும் என்று சிந்தித்துக்கொண்டிருந்தேன்; அதே நேரத்தில், அவர்களைக் காண்பது என்ற மர்மமான நிகழ்வை அறிவிக்கும் முதல் சத்தங்களைக் கேட்பதற்காக எப்போதும் கவனச் சிதறல் இல்லாமல் காத்திருந்தேன்; ஆனால், கிழவன் இன்னும் அங்கேயே இருந்தான்.

"அவை என்ன விலங்குகள்?" என்று கேட்டேன்.

"மொத்தம் மூன்று வகையான விலங்குகள் இருந்தன," என்று அவன் விளக்கினான். "இரண்டு ஆடுகளும், ஒரு பூனையும், நான்கு ஜோடிப் புறாக்களும்."

"நீ அவற்றை அங்கேயே விட்டுவர வேண்டியிருந்ததா?" என்று கேட்டேன்.

"ஆம். பீரங்கிப்படையினால். பீரங்கித் தாக்குதல் நடந்ததால் கேப்டன் என்னை அங்கேயிருந்து போகச் சொன்னார்."

"உனக்குக் குடும்பம் இல்லையா?" என்று கேட்டேன்; பாலத்தின் மறுமுனையில், கடைசியில் வந்த சில வண்டிகள் அந்தக் கரையின் சரிவில் விரைவாகப் போனதைக் கவனித்தேன்.

"இல்லை," என்றான், "நான் சொன்ன விலங்குகள் மட்டுமே. அந்தப் பூனை, நிச்சயமாக, அது நன்றாக இருக்கும். ஒரு பூனையால் தன்னைத்தானே கவனித்துக்கொள்ள முடியும், ஆனால் மற்ற விலங்குகள் என்னவாகும் என்று என்னால் நினைத்துக்கூடப் பார்க்க முடியவில்லை."

"அரசியல் பற்றிய உன் கருத்து என்ன?" நான் கேட்டேன்.

"எனக்கு எந்தக் கருத்தும் இல்லை," என்றான். "எனக்கு எழுபத்தாறு வயதாகிறது. இப்போது நான் பன்னிரண்டு கிலோ மீட்டர் வந்துவிட்டேன், இப்போது என்னால் இதற்குமேல் போக முடியாது என்று நினைக்கிறேன்."

"இது சரியான இடம் இல்லை," என்றேன். "உன்னால் இன்னும் கொஞ்ச தூரம் நடக்க முடிந்தால், சாலை டோர்டோசாவுக்குப் பிரியும் இடத்தில் கனரக வாகனங்கள் இருக்கின்றன."

"கொஞ்ச நேரம் இங்கே இருக்கிறேன்," என்றான் அவன். "அதன் பிறகு நான் போகிறேன். லாரிகள் எங்கே போகின்றன?"

"பார்சிலோனாவை நோக்கி," என்று சொன்னேன்.

"அந்தத் திசையில் எனக்கு ஒருவரையும் தெரியாது," என்றான், "இருப்பினும் மிக்க நன்றி. மீண்டும் மிக்க நன்றி."

அவன் என்னை வெறுமையாகவும் சோர்வுடனும் பார்த்தான்; அதன் பிறகு அவனுடைய கவலைகளை வேறு யாருடனாவது பகிர்ந்துகொள்ள வேண்டும் என்பதால் அவன் சொன்னான், "பூனை நன்றாக இருக்கும், அது எனக்கு நிச்சயமாகத் தெரியும். பூனையைப் பற்றி கவலைப்பட தேவையில்லை. ஆனால் மற்றவை. மற்றவை இப்போது எப்படி இருக்கும் என்று நினைக்கிறாய்?"

“ஏன், அவையும் அநேகமாக நல்ல முறையில் அனைத்தையும் கடந்து வந்துவிடும்.”

“நீ அப்படி நினைக்கிறாயா?”

“ஏன் கூடாது,” என்றேன், தொலைதூரத்திலிருந்த கரையைப் பார்த்தபடியே பேசினேன்; அங்கே இப்போது வண்டிகள் எதுவும் இல்லை.

“ஆனால் பீரங்கித் தாக்குதல் நடந்ததால் என்னை வெளியேறச் சொன்னார்களே, அப்படியானால், பீரங்கித் தாக்குதல் நடக்கும் போது அவை என்ன செய்யும்?”

“புறாக் கூண்டை நீ திறந்து வைத்திருந்தாயா?” என்று கேட்டேன்.

“ஆமாம்.”

“அப்படியானால் அவை பறந்துவிடும்.”

“ஆமாம், நிச்சயமாக அவை பறந்துவிடும். ஆனால் மற்றவை. மற்றவை பற்றி சிந்திக்காமல் இருப்பது நல்லது,” என்றான்.

“நீ ஓய்வெடுத்தது போதுமானால் கிளம்பலாம்; நானும் கிளம்புவேன்,” என்று வற்புறுத்திச் சொன்னேன். “இப்போது எழுந்து நில், நடக்க முயற்சி செய்.”

“நன்றி,” என்றான்; எழுந்து நின்றான், அந்தப் பக்கமும் இந்தப் பக்கமும் தள்ளாடினான்; அதன் பிறகு பின்பக்கமாகக் கீழே புழுதியில் உட்கார்ந்தான்.

“நான் விலங்குகளைக் கவனித்துக்கொண்டிருந்தேன்,” என்று மந்தமாகச் சொன்னான், ஆனால் அது எனக்குச் சொல்லப்பட்ட செய்தி இல்லை. “நான் விலங்குகளை மட்டுமே கவனித்துக் கொண்டிருந்தேன்.”

அவனுக்காக வேறு எதுவும் செய்வதற்கில்லை. அன்று ஈஸ்டர் ஞாயிறு; பாசிசவாதிகள் எப்ரோ ஆற்றை நோக்கி முன்னேறிக்கொண்டிருந்தார்கள். அன்று வானத்தில் இருள் பரந்த மேகமூட்டம் தாழ்ந்த நிலையில் இருந்ததால், அவர்களுடைய விமானங்கள் எதுவும் மேலே பறக்கவில்லை. அதுவும், தங்களை எப்படிக் கவனித்துக்கொள்ள வேண்டும் என்று பூனைகளுக்குத் தெரியும் என்பதும் மட்டுமே இனிமேல் அந்தக் கிழவனுக்கு கிடைக்கூடிய ஆறுதலான செய்திகள்.

6. மழையில் ஒரு பூனை

நான்சி தர்ஷனா

அந்த ஹோட்டலில் இரண்டு அமெரிக்கர்கள் மட்டுமே தங்கி இருந்தனர். படிக்கட்டு வழியாக அறைக்குப் போகும்போதும், அறையிலிருந்து வரும்போதும் அவர்கள் கடந்து சென்ற மனிதர்களில் ஒருவரையும் அவர்களுக்குத் தெரியாது. அவர்களின் அறை இரண்டாவது தளத்தில் கடலை நோக்கி இருந்தது; ஒரு பொது பூங்காவை நோக்கியும் போர் நினைவுச் சின்னத்தை நோக்கியும் இருந்தது. அந்தப் பொது பூங்காவில் பெரிய ஈச்ச மரங்களும், நீளமான பச்சை நிற இருக்கைகளும் இருந்தன.

நல்ல வானிலை நிலவியபோதெல்லாம் ஒரு ஓவியக் கலைஞன் அவனுடைய நிலைச்சட்டத்துடன் அங்கே இருந்தான். ஈச்ச மரங்கள் வளர்ந்த விதத்தையும், தோட்டங்களையும், கடலையும் நோக்கி இருந்த ஹோட்டல்களின் பளிச்சென்ற நிறங்களையும் ஓவியர்கள் விரும்பினார்கள்.

போர் நினைவுச் சின்னத்தைப் பார்க்க இத்தாலியர்கள் வெகுதொலைவிலிருந்து வந்தார்கள். அது வெண்கலத்தால் ஆனது, மழையில் பளபளப்பாக மின்னியது. மழை பெய்து கொண்டிருந்தது. ஈச்ச மரங்களிலிருந்து மழைநீர் சொட்டியது. சரளைக் கற்களால் ஆன பாதையில் சிறு குட்டைகளாகத் தண்ணீர் தேங்கி நின்றது. மழையில் திரண்டு சுருண்டு ஒரு நீண்ட கோடாகக் கடல் அலைகள் மேல்நோக்கி வேகமாக வந்தன; கடற்கரையிலிருந்து பின்வாங்கிக் கீழே நகர்ந்தன; அவை மழையில் ஒரு நீண்ட கோடாக மீண்டும் வந்தன, திரும்பிச் சென்றன. போர் நினைவுச் சின்னத்தின் அருகிலிருந்த சதுக்கத்திலிருந்த மோட்டார் வாகனங்கள் அங்கேயிருந்து போயிருந்தன. அந்தச் சதுக்கத்துக்கு அப்பால் இருந்த சிற்றுண்டிச் சாலையின் ஊழியன் வெறுமையாக இருந்த சதுக்கத்தைப் பார்த்தபடியே நின்றான்.

அந்த அமெரிக்க மனைவி ஜன்னல் அருகில் நின்று வெளியே பார்த்துக்கொண்டிருந்தாள். வெளியே, அவர்கள் அறையின் ஜன்னலுக்கு நேர் கீழே, மழைத் தண்ணீர் சொட்டிக்கொண்டிருந்த பச்சை நிற மேஜைகள் ஒன்றின் அடியில் ஒரு பூனை பதுங்கியிருந்தது. அதன்மீது தண்ணீர் சொட்டாமலிருப்பதற்காக தன் உடம்பைக் கச்சிதமாகக் குறுக்க முயன்றுகொண்டிருந்தது.

"நான் கீழே இறங்கிப்போய் அந்தப் பூனைக்குட்டியைக் கொண்டுவருகிறேன்," என்றாள் அந்த அமெரிக்க மனைவி.

"நான் கொண்டுவருகிறேன்," என்று படுக்கையில் இருந்த அவளுடைய கணவன் முன்வந்தான்.

"வேண்டாம், நான் அதைக் கொண்டுவருகிறேன். பாவம் அந்தப் பூனைக்குட்டி, மேசைக்கு அடியில் நனையாமலிருக்க முயன்றுகொண்டிருக்கிறது."

கணவன் வாசிப்பைத் தொடர்ந்தான்; படுக்கையின் கால் பகுதியில் இரண்டு தலையணைகளை முட்டுகொடுத்த நிலையில் படுத்திருந்தான்.

"நனைந்துவிடாதே," என்றான்.

அந்த மனைவி கீழ்த்தளத்துக்கு வந்தாள்; ஹோட்டலின் உரிமையாளர் எழுந்து நின்றார்; அவள் அந்த அலுவலகத்தைக் கடந்து போனபோது, அவளுக்குத் தலையைத் தாழ்த்தி வணக்கம் தெரிவித்தார். அவருடைய மேஜை, அலுவலகத்தின் கடைசிப் பகுதியில் இருந்தது. அவர் வயதானவர்; மிகவும் உயரமானவர்.

"மழை பெய்துகொண்டிருக்கிறது" என்றாள் அந்த மனைவி. அவளுக்கு ஹோட்டல் உரிமையாளரைப் பிடித்திருந்தது.

"ஆமாம், ஆமாம், மேடம், மோசமான வானிலை."

மங்கலாக இருந்த அறையின் கடைசிப் பகுதியில் இருந்த மேஜையின் பின்பக்கம் நின்றார். அந்த மனைவிக்கு அவரைப் பிடித்திருந்தது. எந்த ஒரு புகாரையும் அவர் தீவிரமாக அணுகும் முறை அவளுக்குப் பிடித்திருந்தது. அவருடைய கண்ணியமான செயல்பாடுகள் அவளுக்குப் பிடித்திருந்தது. அவளுக்கு அவர் சேவை செய்ய விரும்பிய முறை அவளுக்குப் பிடித்திருந்தது. ஒரு ஹோட்டலின் உரிமையாளராக இருப்பதை அவர் உணர்ந்த

விதம் அவளுக்குப் பிடித்திருந்தது. அவருடைய வயதான கனத்த முகத்தையும் பெரிய கைகளையும் அவளுக்குப் பிடித்திருந்தது.

அவரை அவளுக்குப் பிடித்திருந்ததை உணர்ந்தபடியே, கதவைத் திறந்தாள், வெளியே பார்த்தாள். மழை இன்னும் வலுவாகப் பெய்துகொண்டிருந்தது. வெறுமையான சதுக்கத்தின் வழியாக ரப்பராலான மேலங்கி அணிந்த ஒருவன் சிற்றுண்டிச் சாலைக்குப் போய்க்கொண்டிருந்தான். அந்தப் பூனை வலது பக்கத்தில் எங்கோ ஓர் இடத்தில் இருக்கலாம். ஒருவேளை அது கூரையின் விளிம்பின் அடியில் போயிருக்கலாம். அவள் வாசலில் நின்றபோது அவளுக்குப் பின்னால் ஒரு குடை திறந்தது. குடையைத் திறந்தது அவர்களுடைய அறையில் சேவை செய்த ஒரு பணிப்பெண்..

"நீங்கள் நனையக் கூடாது," என்று இத்தாலிய மொழியில் சொன்னாள்; புன்னகைத்தாள். நிச்சயமாக அவளை ஹோட்டல் உரிமையாளர்தான் அனுப்பியிருக்கிறார்.

அந்தப் பணிப்பெண் அவள் தலைக்கு மேல் குடையைப் பிடித்திருந்தாள், சரளைக் கற்களாலான பாதை வழியாக அவர்களுடைய அறையின் ஜன்னலுக்குக் கீழே வரும்வரை அவள் நடந்தாள். அந்த மேஜை அங்கே இருந்தது; மழைநீரால் கழுவப்பட்டு பச்சை நிறத்தில் பளிச்சென்று தெரிந்தது, ஆனால் பூனை அங்கிருந்து போய்விட்டிருந்தது. திடீரென அவள் ஏமாற்றம் அடைந்தாள். பணிப்பெண் அவளை நிமிர்ந்து பார்த்தாள்.

"நீங்கள் எதையாவது தொலைத்துவிட்டீர்களா மேடம்?"

"அங்கே ஒரு பூனை இருந்தது," என்றாள் அந்த அமெரிக்கப் பெண்.

"ஒரு பூனையா?"

"ஆமாம், ஒரு பெண் பூனை."

"ஒரு பூனையா?" பணிப்பெண் சிரித்தாள். "மழையில் ஒரு பூனையா?"

"ஆமாம்," என்றாள் அவள், "மேஜைக்கு அடியில்". அதன் பிறகு, "அது எனக்கு வேண்டும் என்று மிக அதிகமாக ஆசைப்

பட்டேன். எனக்கு ஒரு பூனைக்குட்டி வேண்டும் என்று ஆசைப் பட்டேன்."

அவள் ஆங்கிலத்தில் பேசியபோது, பணிப்பெண்ணின் முகம் இறுகியது.

"போகலாம் மேடம்," என்றாள் அவள். "நாம் மீண்டும் உள்ளே போக வேண்டும். நீங்கள் நனைந்துவிடுவீர்கள்."

"நானும் அப்படித்தான் நினைக்கிறேன்", என்றாள் அமெரிக்கப் பெண்.

சரளைக் கற்களால் ஆன பாதை வழியாக அவர்கள் திரும்பிப் போனார்கள்; வாசலைக் கடந்து உள்ளே போனார்கள். குடையை மடக்குவதற்காகப் பணிப்பெண் வெளியே நின்றாள். அந்த அமெரிக்கப் பெண் அலுவலத்தைக் கடந்து சென்றபோது, உரிமையாளர் அவருடைய மேஜையிலிருந்து தலை தாழ்த்தி மரியாதை செலுத்தினார். ஏதோ ஒன்று மனதளவில் அவளைச் சின்னப் பெண்ணாக உணரச் செய்தது; இறுக்கம் அடையச் செய்தது. அந்த உரிமையாளர் அவளை மிகவும் சின்னப் பெண்ணாகவும், அதே நேரத்தில் உண்மையிலேயே முக்கிய மானவளாகவும் உணரச் செய்தார். அவள் மனதில் ஒப்புயர்வற்ற முக்கியத்துவம் அடைந்த உணர்வு ஒரு நொடி ஏற்பட்டது. அவள் படிக்கட்டு வழியாக மேலே போனாள். அறையின் கதவைத் திறந்தாள். ஜார்ஜ் படுக்கையில் வாசித்துக்கொண்டிருந்தான்.

"உனக்குப் பூனை கிடைத்ததா?" புத்தகத்தைக் கீழே வைத்தபடி அவன் கேட்டான்.

"அது போய்விட்டது."

"அது எங்கே போயிற்று என்று வியக்கிறேன்," என்றான்; வாசிப்பதிலிருந்து கண்களை விலக்கினான்.

அவள் படுக்கையில் உட்கார்ந்தாள்.

"அது வேண்டும் என்று மிகவும் ஆசைப்பட்டேன்," என்றாள். "அதற்காக நான் ஏன் அவ்வளவு ஆசைப்பட்டேன் என்று தெரியவில்லை. அந்தப் பரிதாபமான பூனைக்குட்டியை விரும் பினேன். ஒரு பரிதாபமான பூனைக்குட்டி வெளியே மழையில் இருப்பது எந்த வகையிலும் எளிதானது இல்லை."

ஜார்ஜ் மீண்டும் வாசித்துக்கொண்டிருந்தான்.

அவள் அங்கேயிருந்து போனாள், ஒப்பனை மேஜைக்குச் சென்று கண்ணாடி முன்னால் உட்கார்ந்தாள்; கைப்பிடியுடன் கூடிய சின்னக் கண்ணாடியில் அவளைப் பார்த்தாள். அவளுடைய முகத்தோற்றத்தை உன்னிப்பாகக் கவனித்தாள், முதலில் முகத்தின் ஒரு பக்கத்தையும் அடுத்து மறுபக்கத்தையும் பார்த்தாள். அதன் பிறகு அவளுடைய தலையின் பின்பக்கத்தையும் கழுத்தின் பின்பக்கத்தையும் ஆய்வு செய்தாள்.

"என் தலைமுடியை நீளமாக வளரவிடுவது ஒரு நல்ல நினைப்பு என்று நினைக்கிறாயா?" அவளுடைய முகத் தோற்றத்தை மீண்டும் பார்த்தபடியே கேட்டாள்.

ஜார்ஜ் தலையை நிமிர்த்திப் பார்த்தான்; அவளுடைய கழுத்தின் பின்பக்கத்தைப் பார்த்தான்; ஒரு பையனைப் போல் குட்டையாக வெட்டப்பட்டிருந்த முடியைப் பார்த்தான்.

"இப்போது எப்படி இருக்கிறதோ அதுவே எனக்குப் பிடித்திருக்கிறது."

"அதனால் நான் சலிப்படைந்துவிட்டேன்," என்றாள். "ஒரு பையனைப்போல் தோற்றமளிப்பது மிகவும் சலிப்பாக இருக்கிறது."

ஜார்ஜ் படுக்கையில் அவன் இருந்த நிலையை மாற்றினான். அவள் பேச ஆரம்பித்ததிலிருந்து கண்களை அவளிடமிருந்து அவன் விலக்கவில்லை.

"நீ அழகாக எழிலார்ந்த தோற்றத்தில்தான் இருக்கிறாய்," என்றான்.

கண்ணாடியை அவள் ஒப்பனை மேஜை மேல் வைத்தாள்; ஜன்னல் அருகில் போய் வெளியே பார்த்தாள்; இருட்டாகிக் கொண்டிருந்தது.

"என்னுடைய தலைமுடியைப் பின்பக்கமாக, இறுக்கமாக, மிருதுவாக இழுத்துச் சீவ வேண்டும்; பின்பக்கத்தில் நான் உணரும்படி ஒரு பெரிய கொண்டை போட வேண்டும்," என்றாள். "எனக்கு ஒரு பூனைக்குட்டி வேண்டும், என் மடியில்

அது உட்கார வேண்டும்; நான் தட்டிக்கொடுக்கும் போது, மகிழ்ச்சியுடன் அது மென்மையாக ஒலி எழுப்ப வேண்டும்."

"அப்படியா?" படுக்கையில் இருந்த ஜார்ஜ் சொன்னான்.

"சாப்பாட்டு மேஜையில் எனக்கே சொந்தமான வெள்ளித் தட்டுகளில் நான் சாப்பிட வேண்டும்; மெழுகுவர்த்திகள் வேண்டும். வசந்த காலம் வர வேண்டும்.; ஒரு கண்ணாடிக்கு முன்னால் உட்கார்ந்து என் முடியை வெளியே இழுத்துச் சீவ வேண்டும்; எனக்கு ஒரு பூனைக்குட்டி வேண்டும், சில புதுத் துணிகள் வேண்டும்."

"ஓ, நிறுத்து; எதையாவது எடுத்து வாசி," என்றான் ஜார்ஜ். மீண்டும் அவன் வாசித்துக்கொண்டிருந்தான்.

அவன் மனைவி ஜன்னல் வழியாக வெளியே பார்த்துக் கொண்டிருந்தாள். இப்போது மிகவும் இருட்டிவிட்டது; இன்னமும் ஈச்ச மரத்தில் மழை பெய்துகொண்டிருந்தது.

"எப்படியானாலும், எனக்கு ஒரு பூனை வேண்டும்." என்றாள். "எனக்கு ஒரு பூனை வேண்டும். இப்போது எனக்கு ஒரு பூனை வேண்டும். என்னால் முடியை நீளமாக வளர்க்க முடியவில்லை என்றாலும், பொழுதுபோக்கு எதுவும் இல்லை என்றாலும், எனக்கு ஒரு பூனையாவது வேண்டும்."

அவள் பேசியதை ஜார்ஜ் காதுகொடுத்துக் கேட்கவில்லை. அவன் அவனுடைய புத்தகத்தை வாசித்துக்கொண்டிருந்தான். அவன் மனைவி ஜன்னல் வழியாக வெளியே சதுக்கத்தில் வெளிச்சம் வந்த இடத்தைப் பார்த்தாள்.

யாரோ ஒருவர் கதவைத் தட்டினார்.

"உள்ளே வரலாம்," என்றான் ஜார்ஜ். அவனுடைய புத்தகத் திலிருந்து நிமிர்ந்து பார்த்தான்.

வாசலில் அந்தப் பணிப்பெண் நின்றாள். மஞ்சள், செம் மஞ்சள், பழுப்பு நிறப் புள்ளிகளுடைய, பழக்கப்பட்ட ஒரு பெரிய பூனையை அவள் உடம்போடு சேர்த்து இறுக்கிப் பிடித்திருந்தாள்; பிடியைத் தளர்த்தி அதைக் கீழே விட்டாள்.

"மன்னிக்கவும்," என்றாள். "ஹோட்டல் உரிமையாளர் இதை அம்மையாருக்குக் கொடுக்கச் சொன்னார்."

7. ஒரு பொழுதும் நீ அப்படி இருக்கப்போவதில்லை

பிருந்தா நந்தகோபால்

ஆஸ்திரிய இராணுவம் வயல்வெளி வழியாக நடத்திய தாக்குதல், தாழ்வான சாலையிலிருந்தும் பண்ணை வீடுகளின் தொகுப்பிலிருந்தும் வந்த இயந்திரத் துப்பாக்கியின் தாக்குதலால் தடைப்பட்டது; ஆனால், அந்த நகரத்திலிருந்து எந்த எதிர்ப்பையும் சந்திக்காத நிலையில் அது ஆற்றின் கரையை அடைந்திருந்தது. நிகோலஸ் ஆடம்ஸ் சாலையின் வழியாக சைக்கிளில் வந்துகொண்டிருந்தான். சாலையின் மேற்பரப்பு மிகவும் பழுதடைந்திருந்ததால் சைக்கிளைத் தள்ளுவதற்காக அதிலிருந்து இறங்கினான், அங்கே நடந்தவற்றை நிகோலஸ் ஆடம்ஸ் இறந்து கிடந்தவர்களின் நிலையைப் பார்த்துத் தெரிந்து கொண்டான்.

அவர்கள், வயல்வெளியிலிருந்த உயரமான புற்கள் மீதும், சாலையின் ஓரமாகவும் தனியாகவோ கும்பலாகவோ இறந்து கிடந்தார்கள்; அவர்களுடைய பாக்கெட்டுகள் வெளியே இழுத்து விடப்பட்டிருந்தன; அவர்கள்மீது ஈக்கள் மொய்த்தன; ஒவ்வொரு உடலைச் சுற்றியும் அல்லது கும்பலாகக் கிடந்த உடல்களைச் சுற்றியும் காகிதங்கள் சிதறிக் கிடந்தன.

புற்கள்மீதும், தானிய பயிர்கள்மீதும், சாலையின் நெடுகிலும், இன்னும் சில இடங்களில் சாலையின் மீதும் நிறைய பொருட்கள் சிதறிக் கிடந்தன: ஒரு போர்முனைச் சமையலறை, அது இயல்பான சூழல் நிலவியபோது வந்திருக்க வேண்டும்; கன்றுத் தோல் உறைகளுடைய இராணுவ வீரர்களின் பல முதுகுப்பைகள்,

குச்சி வெடிகுண்டுகள், தலைக்கவசங்கள், துப்பாக்கிகள் - சில சமயங்களில் ஒரு துப்பாக்கியின் கீழ்முனை மேல்நோக்கியும், அதன் கத்திமுனை மண்ணில் புதைந்தும் இருந்தது, இறுதியில் அவை மிகவும் குறைவாகவே பள்ளங்கள் தோண்டியிருந்தன; கையெறிகுண்டுகள், தலைக்கவசங்கள், துப்பாக்கிகள், பதுங்கு குழிகள் தோண்டுவதற்கான கருவிகள், வெடிமருந்துப் பெட்டிகள், பேரொளிச் சிதறல்களை வெளிப்படுத்தும் கைத்துப்பாக்கிகள், சிதறடிக்கப்பட்ட அவற்றின் குண்டுகள், மருத்துவக் கருவிகள், வாயு முகக்கவசங்கள், காலியான வாயு முகக்கவச கேன்கள், ஒரு தாழ்வான இருக்கை, வெற்றுத் தோட்டாக்கூடுகளுக்கிடையே கிடந்த முக்காலிமீது பொருத்தப்பட்ட இயந்திரத் துப்பாக்கி, பெட்டிகளிலிருந்து வெளியே நீட்டிக்கொண்டிருந்த குண்டுகள் நிறைந்த வார்கள், தண்ணீர் குளிர்விக்கும் காலி கேன்கள், அவற்றின் பக்கவாட்டில் பின்பக்க அடைப்பை இழந்தவை போன்ற பொருட்கள் கிடந்தன; இராணுவ வீரர்கள் ஒரு சீரற்ற முறையில் இறந்துகிடந்தனர், அவர்களைச் சுற்றிலும் புல்லில் ஏராளமான காகிதங்கள் கிடந்தன; அவை ஒரே மாதிரியாக இருந்தன.

கூட்டு வழிபாட்டுப் புத்தகங்களும் கிடந்தன; இயந்திரத் துப்பாக்கிப் பிரிவினர், பதவிகளின் வரிசைப்படி, முரட்டுத் தனமான உற்சாகத்தோடு வரிசையாக நிற்கும் குழுவின் புகைப் படத்தைத் தாங்கிய அஞ்சல் அட்டைகளும் கிடந்தன; அந்தப் புகைப்படம், கல்லூரி ஆண்டுவிழா மலருக்காக எடுக்கப்பட்ட கால்பந்தாட்டக் குழுவின் புகைப்படத்தைப் போன்று இருந்தது. அவை இப்போது மேல்புறமாகக் குவிந்தும் உப்பியும் புல்லில் கிடந்தன; ஆஸ்திரிய சீருடை அணிந்த படைவீரன் ஒருவன் படுக்கையில் ஒரு பெண்ணைப் பின்புறமாகச் சாய்ப்பதைக் காட்டும் பிரச்சார அஞ்சல் அட்டைகள் கிடந்தன; அவற்றைப் பார்த்தவுடன் மனதில் பதியும்வண்ணம் உருவங்கள் தனித் தன்மையுடன் வரையப்பட்டிருந்தன; கவர்ச்சிகரமாகச் சித்தரிக்கப் பட்டிருந்தன; மூச்சு திணறும்படி ஒரு பெண்ணின் பாவாடையைத் தலைக்கு மேல் இழுத்து, சில சமயங்களில் அவளுடைய தலைமீது ஒரு சகதோழன் உட்கார்ந்தபடி நடக்கும் நிஜமான கற்பழிப்புக்கும் இந்த அட்டைப் படத்துக்கும் பொதுவானது

எதுவும் இல்லை. பார்ப்பவர்களின் உணர்ச்சிகளைத் தூண்டும் வகையிலான அட்டைகள், தாக்குதல் தொடங்குவதற்குச் சற்று முன்னால்தான் விநியோகிக்கப்பட்டிருந்தன என்பது வெளிப் படையாகத் தெரிந்தது. இப்போது அவை ஆபாசமான அஞ்சல் அட்டைகளுடனும் புகைப்படங்களுடனும் சிதறிக் கிடந்தன; கிராமப்புறப் புகைப்படக்காரர்களால் எடுக்கப்பட்ட கிராமப்புறப் பெண்களின் சிறிய புகைப்படங்களும், சில இடங்களில் குழந்தைகளின் படங்களும் கிடந்தன, அவற்றுடன் கடிதங்கள், கடிதங்கள், கடிதங்கள். எல்லா இடங்களிலும், இறந்தவர்களைப் பற்றிய காகிதங்கள் ஏராளமாகக் கிடந்தன. இந்தத் தாக்குதலினால் ஏற்பட்ட இடிபாடுகள் இதற்கு விதிவிலக்கு இல்லை.

இவர்கள் புதிதாக இறந்தவர்கள். அவர்களுடைய பாக்கெட்டுகளைத் தவிர வேறு எதைப் பற்றியும் ஒருவரும் கவலைப்படவில்லை. நம்மைச் சேர்ந்தவர்களில், அல்லது நம்மைச் சேர்ந்தவர்களாகக் கருதப்பட்டவர்களில் இறந்தவர்கள், ஆச்சரியமூட்டும் வகையில் குறைவாக இருந்ததை நிக் கவனித்தான். அவர்களுடைய கோட்டுகளும் திறக்கப்பட்டிருந்தன, பாக்கெட்டுகள் வெளியே இழுக்கப்பட்டிருந்தன. விழுந்து கிடந்த அவர்களின் நிலை, தாக்குதல் நடந்த விதத்தையும் அதன் திறமையையும் வெளிப் படுத்தின. வெப்பமான வானிலை, தேசிய இனப் பாகு பாடில்லாமல் அவர்கள் அனைவரையும் ஒன்றுபோல் உப்பச் செய்திருந்தது.

அந்த நகரம் தாக்குதலிலிருந்து பாதுகாக்கப்பட்டிருந்தது என்பது தெளிவாகத் தெரிந்தது; சாலையின் தாழ்வான பகுதியில் சண்டை நடந்தபோது, இறுதிக்கட்டத்தில், ஆஸ்திரியரின் உதவிக்கு வருவதற்கு ஒருவரும் இல்லை அல்லது ஒரு சிலரே இருந்தார்கள். அந்தத் தெருவில் மூன்று உடல்கள் மட்டுமே கிடந்தன; அவையும் ஓடும்போது கொல்லப்பட்டவர்களாக தோன்றின. குண்டுவீச்சால் அந்த நகரிலிருந்த வீடுகள் சேதமடைந்திருந்தன, தெருவெங்கும் இடிந்த காரையும் சுண்ணாம்புக் கலவையும் பல துண்டுகளாகச் சிதறிக் கிடந்தன; அங்கே விட்டங்களும், ஓடுகளும் உடைந்து கிடந்தன, பல குழிகளும் இருந்தன, ஆயுதமாகப் பயன்பட்டிருந்த இரசாயன வாயுவின் தாக்கத்தால் சில குழிகளின் முனையில் மஞ்சள் நிறம்

படிந்திருந்தது. அங்கே, குண்டுகளும் அதிலிருந்து தெறித்த தோட்டா உருண்டைகளும் இடிபாடுகளுக்குள் பரவலாகச் சிதறிக் கிடந்தன. நகரில் ஒருவர்கூட இல்லை.

நிக் ஆடம்ஸ் போர்நாசியிலிருந்து புறப்பட்டதிலிருந்து, வழியில் ஒருவரையும் பார்க்கவில்லை. ஆனால், பசுமை நிறைந்த நாட்டுப்புறச் சாலை வழியாக அவன் சைக்கிளில் வந்தபோது, சாலையின் இடதுபுறமும் மல்பெரிச் செடிகளின் இலைகளுக்கு அடியில் மறைத்து வைக்கப்பட்டிருந்த துப்பாக்கி களைப் பார்த்தான், சூரிய ஒளி அவற்றின் உலோகத்தில் பட்டபோது இலைகளுக்குமேல் நிலவிய வெப்ப அலைகளால் அவற்றைக் கண்டான். இப்போது அவன் நகரின் வழியாகத் தொடர்ந்து போனான், வெறிச்சோடிக் கிடந்த நகரைக் கண்டு வியப்படைந்தான், அங்கேயிருந்து வெளியேறி ஆற்றங்கரையின் அடிப்பகுதியில் தாழ்வாகச் சென்ற சாலையை அடைந்தான். அந்த நகரத்துக்கு வெளியே வெறுமையாக இருந்த ஒரு திறந்த வெளியில் சாலை கீழ்நோக்கிச் சரிவாகச் சென்றது; அங்கே இருந்து, அமைதியாக ஓடிய ஆற்றையும், மறுகரையின் தாழ்வான வளைவையும், ஆஸ்திரியர்கள் பதுங்குகுழி தோண்டிய இடத்தி லிருந்த, சூரிய வெப்பத்தால் வாட்டப்பட்ட, வெள்ளை நிறமாக்கப்பட்ட சகதியையும் அவனால் காண முடிந்தது. சென்ற முறை பார்த்ததைவிட அந்த இடம் மிகையான செழிப்புடன் பச்சைப்பசேல் என்றும் இருந்தது; அந்த ஆற்றின் கீழ்ப்பகுதியில் இருந்த அந்தப் பகுதி வரலாற்றுச் சிறப்பு அடைந்தும் அங்கே எந்தவொரு மாற்றத்தையும் ஏற்படுத்தவில்லை,

கரையின் ஓரமாக இடதுபுறத்தில் அந்தப் படைப்பிரிவு இருந்தது. கரை உச்சியில் தொடர்ச்சியாகப் பல பதுங்கு குழிகள் இருந்தன, அவற்றில் சில மனிதர்கள் இருந்தார்கள். இயந்திரத் துப்பாக்கிகள் வைக்கப்பட்டிருந்த இடத்தையும், தகவல் தொடர்பு ஏவுகணைகள் வைப்புச் சட்டகங்களில் இருந்ததையும் நிக் கவனித்தான். கரையின் ஒரு பக்கத்திலிருந்த பதுங்கு குழிகளில் இருந்தவர்கள் உறங்கிக்கொண்டிருந்தார்கள். ஒருவரும் அவனை நிறுத்திக் கேள்வி கேட்கவில்லை. அவன் தொடர்ந்து சென்றான்; சேறு நிறைந்த கரையின் ஒரு திருப்பத்தில் திரும்பினான்; அந்த வளைவில், குறுந்தாடி வைத்திருந்த,

செக்கச் சிவந்த கண்களுடைய இரண்டாம் நிலை லெஃப்டினன்ட் ஒருவன் அவனை நோக்கி கைத்துப்பாக்கியை நீட்டினான்.

"யார் நீ?"

நிக் சொன்னான்.

"இது எனக்கு எப்படித் தெரியும்?"

நிக் புகைப்படத்துடன் கூடிய அடையாள முத்திரையைக் காட்டினான்; அதில் அவனுடைய அங்க அடையாளமும் மூன்றாம் படைப்பிரிவின் முத்திரையும் இருந்தன.

அவன் அதைக் கையில் வாங்கினான்.

"இதை நான் வைத்துக்கொள்கிறேன்."

"அதை நீ வைத்துக்கொள்ள முடியாது," என்றான் நிக். "என் அட்டையைத் திருப்பிக் கொடு, உன் துப்பாக்கியை விலக்கு, துப்பாக்கி உறையில் அதை வை."

"நீ யார் என்று எனக்கு எப்படித் தெரியும்?"

"அடையாள முத்திரைதான் அதைச் சொல்கிறதே."

"அது பொய் முத்திரையாக இருந்தால்? அந்த அட்டையை என்னிடம் கொடு."

"முட்டாள்தனமாகப் பேசாதே," நிக் குதூகலத்துடன் சொன்னான். "உன் படைப்பிரிவின் தளபதியிடம் என்னைக் கூட்டிப் போ."

"உன்னை நான் படைப்பிரிவின் தலைமையிடத்துக்கு அனுப்ப வேண்டும்."

"அப்படியே செய்," என்றான் நிக். "கவனி, உனக்கு கேப்டன் பாராவிசினியைத் தெரியுமா? உயரமாக இருப்பவர், சிறிய மீசை, ஆங்கிலம் பேசுபவர். கட்டடக் கலைஞராக இருந்தவர்?"

"உனக்கு அவரைத் தெரியுமா?"

"கொஞ்சம்."

"அவர் எந்தப் பிரிவின் தளபதி?"

"இரண்டாவது."

"இந்தப் படைப்பிரிவுக்குத் அவர் தலைமை தாங்குகிறார்."

"நல்லது," என்றான் நிக். பாரா நன்றாக இருப்பதை அறிந்து அவன் நிம்மதி அடைந்தான். "நாம் படைப்பிரிவுக்குப் போகலாம்."

நிக் நகரின் முனையைக் கடந்தபோது, வெடிகுண்டுகளிலிருந்து வெளியேறிய மூன்று உலோகப் பந்துகள் வலதுபுறத்தில் சிதைந்து கிடந்த வீடுகளில் ஒன்றன் மேலாகப் பாய்ந்து உயரத்தில் வெடித்தன; அதற்குப் பிறகு அங்கே குண்டுவீச்சுத் தாக்குதல் இல்லை. ஆனால் அந்த அதிகாரியின் முகம் வெடிகுண்டுத் தாக்குதலின்போது இருக்கும் மனிதனின் முகத்தைப் போல் இருந்தது; அதே இறுக்கத்துடன் இருந்தது. குரல் இயல்பானதாக இல்லை. அவனுடைய துப்பாக்கி நிக்கைப் பதற்றமடையச் செய்தது.

"அதை வேறு எங்கேயாவது வை," என்றான். "அவர்களுக்கும் உனக்கும் இடையில் அந்த முழு ஆறு இருக்கிறது."

"நான் உன்னை ஒரு உளவாளி என்று நினைத்திருந்தால் இப்போதே உன்னைச் சுட்டிருப்பேன்," என்றான் அந்த இரண்டாம் லெஃப்டினன்ட்.

"புறப்படு," என்றான் நிக். "நாம் படைப்பிரிவுக்குப் போகலாம்." அந்த அதிகாரி அவனை மிகவும் பதற்றமடைய செய்தான்.

கேப்டன் பாராவிசினி, மேஜர்-பொறுப்பு, ஒல்லியாக இருந்தான், முன்பைவிட இப்போது ஆங்கிலேயர் தோற்றம் கொண்டவனாகத் தெரிந்தான். பதுங்கு குழியில் செயல்பட்ட படைப்பிரிவின் தலைமையகத்தில், ஒரு மேசைக்குப் பின்புறத்தில் நின்று நிக் சல்யூட் அடித்தபோது, அவன் எழுந்து நின்றான்.

"ஹலோ," என்றான். "உன்னை எனக்கு அடையாளம் தெரிய வில்லை. அந்தச் சீருடையில் நீ என்ன செய்துகொண்டிருக்கிறாய்?"

"அதை அவர்கள் என்னை அணிய சொன்னார்கள்."

"உன்னைப் பார்ப்பதில் நான் மகிழ்ச்சி அடைகிறேன், நிக்கோலோ."

"சரி. நீ நலமுடன் இருக்கிறாயா. சண்டை எப்படிப் போனது?"

“நாங்கள் ஒரு அற்புதமான தாக்குதலை நடத்தினோம். உண்மையில். ஒரு மிக நேர்த்தியான தாக்குதல். உனக்குக் காட்டுகிறேன். இங்கே பார்.”

தாக்குதல் எப்படி நடந்தது என்று வரைபடத்தில் காட்டினான்.

“நான் போர்நாசியிலிருந்து வந்தேன்,” என்றான் நிக். “அது எப்படி நடந்திருக்கும் என்று என்னால் உணர முடியும். அது மிகச் சிறப்பாக நடந்திருக்கிறது.”

“அது அசாதாரணமானதாக இருந்தது. மொத்தத்தில் அசாதாரணமானது. நீ அந்தப் படைப்பிரிவில் இருக்கிறாயா?”

“இல்லை. நான் எல்லா படைப்பிரிவுகளுக்கும் போய் அங்கே இருப்பவர்களுக்கு இந்தச் சீருடையைக் காட்ட வேண்டும்.”

“என்ன ஒரு முரண் இது.”

“அவர்கள் அமெரிக்கச் சீருடையில் இருக்கும் ஒருவரைப் பார்த்தால், மேலும் பலர் வந்துகொண்டிருக்கிறார்கள் என்று அவர்களை நம்பச் செய்யும் என்று எதிர்பார்க்கிறார்கள்.”

“ஆனால் அது அமெரிக்கச் சீருடை என்று அவர்களுக்கு எப்படித் தெரியும்?”

“நீதான் அவர்களுக்குச் சொல்ல வேண்டும்.” “ஓ. அப்படியே செய்யலாம். நான் பார்க்கிறேன். உனக்குச் சுற்றிக்காட்டுவதற்காக உன்னுடன் ஒரு இளநிலை அதிகாரியை அனுப்புகிறேன். நீ போர்முனையைச் சுற்றி வரலாம்.”

“ஒரு முட்டாள் அரசியல்வாதியைப் போல,” என்றான் நிக்.

“சாதாரண உடைகள் உன்னைத் தனித்துவமாகக் காட்டும். உண்மையில் அவைதான் தனித்துவமானவை.”

“ஒற்றைக் குழிவு இருக்கும் கம்பளித் தொப்பி அணிந்தபடி,” என்றான் நிக்.

“அல்லது அகன்ற விளிம்புடைய மிருதுவான ஒரு தொப்பியுடன்.”

“என்னுடைய பாக்கெட்டுகள் நிறைய சிகரெட்டுகளும், அஞ்சல் அட்டைகளும், இவை போன்ற இன்னும் பல

பொருட்களையும் கொண்டுவந்திருக்க வேண்டும்," என்றான் நிக். "நான் ஒரு பை நிறைய சாக்லேட்டுகள் கொண்டுவந்திருக்க வேண்டும். அன்பாகப் பேசி முதுகில் தட்டிகொடுத்து அவற்றை அனைவருக்கும் விநியோகிக்க வேண்டும். ஆனால் என்னிடம் சிகரெட்டுகளும் இல்லை; அஞ்சல் அட்டைகளும் இல்லை; சாக்லேட்டுகளும் இல்லை. இருந்தாலும் அவர்கள் என்னைச் சுற்றி வரச் சொன்னார்கள்."

"உன்னைப் பார்ப்பது இராணுவ வீரர்களுக்கு மிகுந்த உற்சாகத்தை அளிக்கும் என்று நிச்சயமாக நம்புகிறேன்."

"நீ அப்படி நினைக்க வேண்டாம் என்று கருதுகிறேன்," என்றான் நிக். "இப்போதைய நிலையில் நான் ஆழ்ந்த வருத்தத்தில் இருக்கிறேன். கொள்கையளவில், உனக்கு நான் ஒரு பிராந்தி பாட்டில் கொண்டுவந்திருக்க வேண்டும்."

"கொள்கையளவில்," என்றான் பாரா; முதன் முறையாக, அவனுடைய மஞ்சள் நிறப் பற்களைக் காட்டிச் சிரித்தான். "எவ்வளவு அற்புதமான வெளிப்படுத்தும் முறை அது. நீ கொஞ்சம் பிராந்தி குடிக்கிறாயா?"

"வேண்டாம். நன்றி," என்றான் நிக்.

"அதில் ஈதர் எதுவும் இல்லை."

"இருந்தபோதும் அதை நான் சுவைத்துப் பார்க்கிறேன்," நிக் திடீரென்றும் முழுமையாகவும் நினைத்துப் பார்த்தான்.

"லாரிகளில் நாம் திரும்பி வரும்போது, நீ பேசத் தொடங்கும் வரை நீ குடித்திருந்தாய் என்று எனக்குத் தெரியாது."

"ஒவ்வொரு தாக்குதலின் போதும் நான் குடித்திருந்தேன்," சொன்னான் நிக்.

"என்னால் அப்படிச் செய்ய முடியாது," என்றான் பாரா. "முதல் தாக்குதலின்போது குடித்தேன், முதல் முறை தாக்கிய போது; அது என்னைத் தடுமாறச் செய்தது; மிகவும் வேதனைப் படுத்தியது. பயப்படும் அளவுக்கு எனக்குத் தாகத்தை ஏற்படுத்தியது."

"உனக்கு அது தேவையில்லை."

"தாக்குதலின்போது என்னைவிட நீ அதிக தைரியமாக இருக்கிறாய்."

"இல்லை," என்றான் நிக். "என்னைப் பற்றி எனக்குத் தெரியும்; நான் போதையில் இருப்பதை விரும்புகிறேன். அது பற்றி நான் வெட்கப்படவில்லை."

"நீ போதையில் இருந்ததை ஒருபோதும் நான் பார்த்ததில்லை."

"இல்லையா?" என்றான் நிக். "ஒருபோதும் இல்லையா? நாம் மெஸ்த்ரேவிலிருந்து போர்டோகிராண்ட் வரை பயணம் செய்த அந்த இரவில்கூட இல்லையா? நான் தூங்க விரும்பினேன். அதனால் மிதிவண்டியைப் போர்வையாகப் பயன்படுத்தினேன்; அதை மேலே என் முகவாய்க்கட்டைவரை இழுத்தேன்?"

"போர்முனைகளில் அப்படி நடக்கவில்லை."

"நான் எப்படி இருக்கிறேன் என்பதைப் பற்றி நாம் பேச வேண்டாம்," என்றான் நிக். "இதற்கு மேலும் அது பற்றி நான் நினைக்க விரும்பாத அளவு அந்தப் பொருள் பற்றி எனக்கு அளவுக்கு அதிகமாகத் தெரியும்."

"நீ இன்னும் கொஞ்ச நேரம் இங்கேயே இருக்கலாம்," பாராவிசினி சொன்னான்." நீ விரும்பினால் ஒரு சிறு தூக்கம் போடலாம். தொடர் குண்டுவீச்சுத் தாக்குதல் நடந்தபோதுகூட இந்த இடம் அதிக பாதிப்பு அடையவில்லை. வெளியே போக முடியாத அளவு இன்னும் சூடாக இருக்கிறது."

"அவசரம் இல்லை என்று நினைக்கிறேன்."

"உண்மையில் நீ எப்படி இருக்கிறாய்?"

"நான் நன்றாக இருக்கிறேன். முற்றிலும் நன்றாக இருக்கிறேன்."

"இல்லை. உண்மையிலேயே எப்படி இருக்கிறாய் என்று கேட்கிறேன்."

"நான் நன்றாக இருக்கிறேன். என்னால் ஏதாவது ஒரு வெளிச்சம் இல்லாமல் உறங்க முடியாது. அது மட்டும்தான் எனக்குப் பிரச்சினை."

"மண்டை ஓட்டில் துவாரம் போட்டு சிகிச்சை அளித்திருக்க வேண்டும் என்று சொன்னேன். நான் டாக்டர் இல்லை. ஆனால் அது எனக்குத் தெரியும்."

"நல்லது, அது அப்படியே உறிஞ்சப்பட வேண்டும் என்று அவர்கள் நினைத்தார்கள், எனக்கு அப்படியேதான் நடந்தது. என்ன விஷயம்? உனக்கு நான் பைத்தியம் பிடித்தவனைப் போல் தெரியவில்லை தானே, தெரிகிறேனா?"

"நீ அதி அற்புதமாக இருக்கிறாய்."

"மனநிலை சரியில்லாதவன் என்று அவர்கள் உனக்குச் சான்று அளித்துவிட்டால் அது பெருந்தொல்லையாக இருக்கும்," என்றான் நிக். "அதன் பிறகு யாரும் ஒருபோதும் உன் மேல் நம்பிக்கை வைக்க மாட்டார்கள்."

"நான் கொஞ்ச நேரம் தூங்குகிறேன், நிக்கோலோ," என்றான் பாராவிசினி. "நாம் வழக்கமாகச் சொல்வதுபோல் இந்த இடம் படைப்பிரிவின் தலைமையிடம் இல்லை. இங்கிருந்து வெளியே அனுப்பப்படுவதற்காகத்தான் இங்கே காத்திருக்கிறோம். இப்போது நீ இந்த வெயிலில் வெளியே போகக் கூடாது, அது முட்டாள்தனம். அந்த அடுக்குப் படுக்கைகளில் ஒன்றைப் பயன்படுத்து."

"சும்மா படுத்திருக்கிறேன்," என்றான் நிக்.

நிக் அந்தப் படுக்கையில் படுத்தான். அவனுக்கு இப்படி ஒரு நிலைமை ஏற்பட்டதற்காக மிகவும் ஏமாற்றம் அடைந்தான்; அதுவும் கேப்டன் பாராவிசினிக்கு வெளிப்படையாகத் தெரியும் அளவு அது இருக்கிறதே என்பதில் இன்னும் கூடுதலாக ஏமாற்றம் அடைந்தான். 1988ஆம் ஆண்டு பயிற்சி முடித்த படைவீரர்கள் அடங்கிய சிறு படைப்பிரிவு அப்போதுதான் போர்முனைக்கு வந்திருந்தபோது தங்கியிருந்த பதுங்கு குழியைவிட இந்தப் பதுங்கு குழி பெரியதாக இல்லை; தாக்குதல் தொடங்குவதற்கு முன்னால் தொடர்ச்சியாக நடத்தப்பட்ட குண்டுவீச்சுகளின் போது அவர்கள் பெரும் பதற்றம் அடைந்தார்கள்; எதுவும் நடக்காது என்று அவர்களுக்குக் காட்டுவதற்காக, ஒவ்வொரு முறையும் இரண்டு நபர்களாக அவர்களை வெளியில் நடக்க வைக்குமாறு பாரா அவனுக்கு உத்தரவிட்டான். அவனுடைய உதடுகள் அமைதியாக இருக்க செய்வதற்காக அவற்றின்மீது முகவாய்க்கட்டை பட்டையை இறுக்கமாகக் கட்டினான். அவர்கள் கைப்பற்றிய இடத்தை அவர்களால் தக்கவைக்க

முடியாது என்று அவர்களுக்குத் தெரியும். இவை எல்லாம் கொடூரமானது என்று தெரியும் - அவனால் அழுகையை நிறுத்த முடியவில்லை என்றால், அவனது மூக்கை உடை, வேறு ஏதாவதைப் பற்றி நினைக்கச் செய். என்னால் ஒருவனைச் சுட முடியும், ஆனால் இப்போது காலம் கடந்துவிட்டது. அவர்கள் அனைவரும் மிகவும் மோசமானவர்களாக இருப்பார்கள். அவன் மூக்கை உடை. தாக்குதலை ஐந்து இருபது மணிக்குத் தள்ளி வைத்திருந்தார்கள். இன்னும் நான்கு நிமிடங்களே இருக்கின்றன. அந்த மற்றொரு முட்டாளின் மூக்கை உடைத்து அவனை உதைத்து இங்கிருந்து வெளியேற்று. அவர்கள் இங்கேயிருந்து போய்விடுவார்கள் என்று நினைக்கிறாயா? அவர்கள் போக வில்லை என்றால், இரண்டு பேரைச் சுடு, மற்றவர்களை எப்படியாவது இங்கேயிருந்து கும்பலாக வெளியே தள்ள முயற்சி செய். அவர்களுக்குப் பின்னால் இரு; சார்ஜெண்ட். பின்னால் ஒருவரும் தொடர்ந்து வரவில்லை என்றால் நீ முன்னால் நடந்து போவதில் எந்தப் பயனும் இல்லை. போகும்போதே அவர்களை வெளியே தள்ளு. என்ன கொடுமை இது. நல்லது. அது சரிதான். பிறகு, கைக்கடிகாரத்தைப் பார்த்தான், அந்த அமைதியான குரலில், அந்த மதிப்புமிக்க அமைதியான குரலில், “சாவோயா,” என்றான். நிலச்சரிவுக்குப் பிறகு அந்த இடம் குளிர்ச்சி அடைந்தது, அந்தக் கைக்கடிகாரத்தைப் பெற நேரம் இல்லை; அவனுக்குச் சொந்தமானதையும் கண்டுபிடிக்க முடியவில்லை, அந்த இடத்தின் ஒரு முனை முழுமையாகச் சரிந்துவிட்டது; அதுதான் அவர்களைப் புறப்படச் செய்தது; சரிவின் மேல் ஏறும்போது குளிராக இருந்தது; இந்த முறை மட்டும்தான் அவன் குடிக்காமலிருந்தான். அவர்கள் திரும்பி வந்தபோது கம்பிவட இழுவை வண்டி நிலையம் எரிந்ததுபோலத் தெரிந்தது. காயமடைந்தவர்களில் சிலர் நான்கு நாட்களுக்குப் பிறகு கீழே இறங்கினார்கள் சிலர் கீழே இறங்கவில்லை. ஆனால் நாங்கள் மேலே போனோம்; திரும்பிப் போனோம்; கீழே வந்தோம் - நாங்கள் எப்போதும் கீழே வந்தோம். எதிர்பாராத வகையில் அங்கே பிரான்ஸ் நாட்டு நடிகையும் பாடகியுமான கேபி டிலைஸ் இருந்தாள்; தொப்பியில் இறகுகள் வைத்திருந்தாள். ஓர் ஆண்டுக்கு முன்னால் என்னை நீ குழந்தை பொம்மைப்

படைவீரன் என்று அழைத்தாய்; இறகுகள் வைத்த தொப்பி யுடனும் அந்தத் தொப்பி இல்லாமலும் இருந்த பொம்மைப் படைவீரன் என்னை அறிந்ததில் மகிழ்ச்சி என்றாய்; பெருமை மிக்க கேபியே, என் பெயர் ஹாரி பில்சர்; குன்றின் மீது செங்குத்தாக ஏறும்போது டாக்ஸிகளில் மற்றொரு புறம் இருந்த கதவு வழியாக இறங்குவோம். ஒவ்வொரு இரவும் சோப்பு நுரைபோல வெள்ளை நிறத்திலிருந்த பெரிதாகத் தெரிந்த சாக்ரே கோர் பேராலயத்தைக் கனவு கண்டபோது, அவனால் அந்தக் குன்றைப் பார்க்க முடிந்தது. சில சமயம் அவனுடைய காதலி அங்கே இருந்தாள்; சில சமயம் வேறு யாருடனாவது இருந்தாள்; அவனால் அதைப் புரிந்துகொள்ள முடியவில்லை; அந்த ஆறு எப்படி இருக்க வேண்டுமோ அதைவிடப் பல மடங்கு அகலமாகவும் அமைதியாகவும் இருந்த இரவுகள் அவை; போசால்ட்டா நகருக்கு வெளியே ஒரு தாழ்வான வீடு இருந்தது, அது மஞ்சள் வண்ணம் பூசப்பட்டிருந்தது, சுற்றிலும் வில்லோ மரங்கள் நின்றன; ஒரு தாழ்ந்த குதிரை லாயம் இருந்தது; அங்கே ஒரு கால்வாய் இருந்தது; அங்கே அவன் ஆயிரம் முறை சென்றிருக்கிறான், ஆனால் ஒருபோதும் அவன் அதைப் பார்க்கவில்லை; ஆனால் ஒவ்வொரு இரவும் அது அங்கேதான் இருந்தது, ஒரு குன்றைப் போல தெளிவாகப் பார்க்கக்கூடிய நிலையில் இருந்தது; அது செய்யததெல்லாம் அவனை மிரள வைத்ததுதான். வேறு எதையும்விட அவனுக்கு அது முக்கியமானதாக இருந்தது. அது அவனுக்குத் தேவைப் பட்டது, ஆனால் அது அவனைப் பயமுறுத்தியது, குறிப்பாக, அந்தக் கால்வாயின் கரைகளில் நின்ற படகு வில்லோ மரங்களுக்கு இடையே அமைதியாகக் கிடந்தபோது; அந்தக் கரைகள் இந்த ஆற்றின் கரைகளைப்போல இல்லை. போர்டோகிராண்டே நகரில் இருந்ததைப்போல எல்லாமே தாழ்வாக இருந்தன; அவர்கள் தண்ணீருக்குள் விழும்வரை; அங்கே, வெள்ளம் நிறைந்த தரையின் குறுக்கே துப்பாக்கிகளை உயர்த்திப் பிடித்தபடி தண்ணீரில் படுத்து உருண்டு வந்ததை அவர்கள் பார்த்திருக்கிறார்கள். அப்படிச் செய்யச் சொல்லி உத்தரவிட்டது யார்? இப்படி ஒன்றுடன் ஒன்று கலந்து குழப்பம் ஏற்படாதிருந்தால் அவன் தெளிவாகப் புரிந்திருப்பான்.

அவற்றைச் சரியாகப் புரிந்துகொள்வதற்காகத்தான் அவன் அனைத்தையும் அவ்வளவு நுணுக்கமாகக் கவனித்தான், அது அவன் நிலைமையை அவன் உணர்வதற்குப் பயன்பட்டது; ஆனால் காரணமே இல்லாமல் இந்த நொடியில் அது குழப்பத்தை ஏற்படுத்தியது; அப்போது அவன் படைப்பிரிவின் தலைமையிடத்தில் அடுக்குப் படுக்கையில் படுத்திருந்தான், அந்தப் படைப்பிரிவுக்கு பாரா தலைமை தாங்கினான், அவன் அமெரிக்க இராணுவச் சீருடை அணிந்திருந்தான். அவன் எழுந்து உட்கார்ந்தான்; சுற்றுமுற்றும் பார்த்தான்; எல்லோரும் அவனைப் பார்த்துக்கொண்டிருந்தார்கள். பாரா வெளியே போய்விட்டான். அவன் திரும்பவும் படுத்தான்.

இதற்கு முன்னால் பாரிஸ் நகரைப் பற்றிய கனவு வந்தது; அது அவனைப் பயமுறுத்தவில்லை, ஆனால், அவள் வேறு யாருடனோ போயிருந்ததும், அவர்கள் அதே டிரைவரை இரண்டு முறை பயன்படுத்துவார்கள் என்பதும்தான் அவனைப் பயமுறுத்தின. ஒருபோதும் அவன் போர்முனையை நினைத்துப் பயப்படவில்லை. இப்போது இதற்கு மேலும் அவன் ஒருபோதும் போர்முனையைப்பற்றி கனவு காணவில்லை. விடுபட முடியாத அளவு அவனைப் பயமுறுத்தியது அந்த நீளமான மஞ்சள் நிற வீடும், அந்த ஆற்றின் வேறுபட்ட அகலமும்தான். இப்போது மீண்டும் அவன் அந்த ஆற்றில் இருந்தான், அதே நகரத்தின் வழியாகத்தான் வந்திருந்தான்; ஆனால் அங்கே வீடு எதுவும் இல்லை. அந்த ஆறும் அதே நிலையில் இல்லை. அப்படியானால், ஒவ்வொரு இரவும் அவன் எங்கே போனான்? அவனுக்கு இருந்த ஆபத்து என்ன? எதற்காக வியர்வையில் ஊறி நனைந்தது போல எழுந்தான்? குண்டுத் தாக்குதலின்போது பயப்பட்டதைவிட இப்போது அவனை அதிகமாகப் பயமுறுத்தியது என்ன? ஒரு வீடும், ஒரு நீளமான லாயமும், ஒரு கால்வாயும்தான் காரணமா?

அவன் எழுந்து உட்கார்ந்தான்; கால்களைச் சுழற்றி எச்சரிக்கையாகக் கீழே வைத்தான்; கால்களை நீண்ட நேரம் நேராக நீட்டி வைத்தபோதெல்லாம் அவை விறைப்படைந்தன. கதவுக்கு அருகிலிருந்த உதவியாளர்களும் தகவல்தொடர்புப் படைப்பிரிவினர்களும், செய்திப் பிரிவினர் இரண்டுபேரும் அவனைக் கூர்ந்து பார்த்தார்கள், பதிலுக்கு, அவர்களை அவன்

கூர்ந்து பார்த்தான். துணியால் மூடப்பட்ட அவனுடைய பதுங்கு குழி தலைக்கவசத்தை அணிந்தான்.

"சாக்லேட்டுகள், அஞ்சல் அட்டைகள், சிகரெட்டுகள் கொண்டு வரவில்லை என்று வருத்தப்படுகிறேன்," என்றான். "இருந்தாலும், நான் சீருடை அணிந்திருக்கிறேன்."

"மேஜர் இப்போது விரைவாகத் திரும்பி வந்து கொண்டிருக்கிறார்," என்றான் உதவியாளன். அந்த இராணுவத்தில் உதவியாளன் ஒரு நியமனம் பெற்ற அதிகாரி இல்லை.

"இந்தச் சீருடை மிகச் சரியானதாக இல்லை," நிக் அவர்களிடம் சொன்னான். "ஆனால் உங்களுக்கு அது ஒரு கருத்தைச் சொல்லும். கூடிய சீக்கிரத்தில் பல மில்லியன் அமெரிக்கர்கள் இங்கே இருப்பார்கள்."

"அவர்கள் அமெரிக்கர்களை இங்கே அனுப்புவார்கள் என்று நினைக்கிறாயா?" என்று ஒரு உதவியாளன் கேட்டான்.

"ஓ, நிச்சயமாக. என்னை விட இரண்டு மடங்கு பெரிய அமெரிக்கர்கள், ஆரோக்கியமானவர்கள், தூய்மையான மனம் படைத்தவர்கள், இரவில் தூங்குபவர்கள், ஒருபோதும் காயம் அடையாதவர்கள், ஒருபோதும் குண்டுகளால் தாக்கப்படாதவர்கள், ஒருபோதும் நிலச்சரிவில் மாட்டாதவர்கள், ஒருபோதும் பயப்படாதவர்கள், மது குடிக்காதவர்கள், வீட்டில் விட்டுவந்த பெண்களுக்கு உண்மையாக இருப்பவர்கள், ஒருபோதும் நண்டு சாப்பிடாத பலர், அருமையான ஆட்கள். நீ பார்க்கப் போகிறாய்."

"நீ இத்தாலியனா?" உதவியாளன் கேட்டான்.

"இல்லை. அமெரிக்கன். சீருடையைப் பார். அதை ஸ்பாக்னோலினி வடிவமைத்தார். ஆனால் அவ்வளவு சரியாக இல்லை."

"வட அமெரிக்கனா? தென் அமெரிக்கனா?"

"வடக்கு," என்றான் நிக். இப்போது அது வருவதை உணர்ந்தான். அமைதியாகி விடுவான்.

"ஆனால் நீ இத்தாலிய மொழியில் பேசுகிறாய்?"

“பேசக் கூடாதா? நான் இத்தாலிய மொழியில் பேசுவது உனக்குப் பிடிக்கவில்லையா? இத்தாலிய மொழயில் பேச எனக்கு உரிமை இல்லையா?”

“உன்னிடம் இத்தாலிய பதக்கங்கள் இருக்கின்றன.”

“பாராட்டுப் பட்டைகளும் ஆவணங்களும்தான். பதக்கங்கள் பிறகு வரும்.” அல்லது நீ அவற்றைப் பாதுகாப்பாக வைத்திருப்பதற்காக மற்றவர்களிடம் கொடுப்பாய்; அங்கிருந்து அவர்கள் போய்விடுவார்கள்; அல்லது அவை உன் பயண உடமைகளுடன் தொலைந்துவிடும். அவை போன்றவற்றை நீ மிலனில் வாங்கலாம். ஆவணங்கள்தான் முக்கியமானவை. அது பற்றி நீ வருத்தப்படக் கூடாது. நீ நீண்ட காலம் போர்முனையில் இருந்தால், கூடிய விரைவில் அவை உனக்குக் கிடைக்கும்.”

“எரித்ரியாவின் சுதந்திரப் போரில் நீண்ட காலம் பங்கெடுத்தவன் நான்,” அந்த உதவியாளன் விறைப்பாகக் கூறினான். “நான் திரிபோலியில் போரிட்டேன்.”

“உன்னைச் சந்தித்தது சிறப்பானது,” நிக் கையை நீட்டினான். “அவை சோதனையான நாட்களாக இருந்திருக்கும். நான் பாராட்டுப் பட்டைகளைக் கவனித்தேன். தற்செயலாக, நீ கார்சோவில் இருப்பதற்கு வாய்ப்பு இருந்ததா?”

“நான் இந்தப் போருக்காக மட்டுமே அழைக்கப்பட்டிருக் கிறேன். என் பிரிவு தொன்மையானது.”

“ஒரு சமயத்தில் நான் வயது வரம்பிற்குக் கீழே இருந்தேன்,” என்றான் நிக். “ஆனால் இப்போது நான் போரிலிருந்து விடுவிக்கப்பட்டிருக்கிறேன்.”

“ அப்படியானால் இப்போது எதற்காக இங்கே இருக்கிறாய்?”

“நான் அமெரிக்கச் சீருடைக்கு செயல்விளக்கம் அளிக் கிறேன்,” என்றான் நிக். “அது முக்கியத்துவம் வாய்ந்தது என்று நீ நினைக்கவில்லையா? கழுத்துப் பட்டை கொஞ்சம் இறுக்கமாக இருக்கிறது. ஆனால் விரைவில், இந்தச் சீருடையை அணிந்து வெட்டுக்கிளிகளைப்போல் பெருந்திரளாக வரும் எண்ணில் அடங்காத பல மில்லியன் வீரர்களை நீ பார்ப்பாய். வெட்டுக்கிளிகள் பற்றி உனக்குத் தெரியுமா, அமெரிக்காவில்

வெட்டுக்கிளி என்று நாம் அழைக்கும் வெட்டுக்கிளி உண்மையில் ஒரு பெரிய வகை வெட்டுக்கிளி. உண்மையான வெட்டுக்கிளி சிறிதாகவும், பச்சை நிறத்திலும், ஒப்பீட்டளவில் வலிமையற்றதாகவும் இருக்கும். இருந்தபோதும், அதை நீ ஏழு-வருட பெரிய வகை வெட்டுக்கிளிகளோடு அல்லது தனித்துவமான தொடர்ச்சியான ஒலி எழுப்பும் சிள்வண்டோடு குழப்பக் கூடாது. அந்த ஒலியை என்னால் இந்த நொடியில் நினைவுக்குக் கொண்டுவர முடியவில்லை. நான் நினைவு கூர முயற்சிக்கிறேன், ஆனால் என்னால் முடியவில்லை. கிட்டத்தட்ட என்னால் அதைக் கேட்க முடிகிறது. அதன் பிறகு அது போய்விடுகிறது. நமது உரையாடலை நான் நிறுத்திக் கொண்டால் என்னை மன்னிப்பாயா?"

"மேஜர் இருக்கும் இடத்தை உன்னால் கண்டுபிடிக்க முடியுமா பார்," இரண்டு தகவலாளர்களில் ஒருவனிடம் சொன்னான் உதவியாளன். "நீ காயமடைந்திருப்பதை என்னால் காண முடிகிறது," அவன் நிக்கிடம் சொன்னான்.

"பல இடங்களில்," என்றான் நிக். "உனக்குத் தழும்புகளைப் பார்க்க ஆர்வம் இருந்தால் மிகவும் சுவாரசியமான சிலவற்றைக் காட்டுகிறேன். ஆனால் மாறாக நான் வெட்டுக்கிளிகளைப் பற்றிப் பேசவே விரும்புகிறேன். நாம் வெட்டுக்கிளிகள் என்று அழைப்பவை, உண்மையில் பெரிய வகை வெட்டுக்கிளிகள். இந்த வகைப் பூச்சிகள் ஒரு சமயம் என் வாழ்வில் முக்கியமான பங்கு வகித்தன. அதில் உனக்கு ஆர்வம் இருக்கலாம். நான் பேசும்போது நீ சீருடையைப் பார்."

உதவியாளன், இரண்டாவது தகவலாளனுக்குக் கையால் ஒரு சைகை காட்டினான், அவன் வெளியே போனான். "சீருடையைக் கூர்ந்து பார். உனக்குத் தெரியுமா, ஸ்பாக்னோலினி அதை வடிவமைத்தார். நீங்களும் அதைப் பார்க்கலாம்," என்று நிக் தகவல்தொடர்பு படைவீரர்களிடம் சொன்னான். "உண்மையில் இராணுவத்தில் எனக்குப் பதவி எதுவும் கிடையாது. நாங்கள் அமெரிக்க தூதரகத்தின் கீழ் வேலை செய்கிறோம். நீங்கள் அதைப் பார்ப்பதில் தவறே இல்லை. நீங்கள் விரும்பினால் அதை வெறித்துப் பார்க்கலாம். நான் உங்களுக்கு அமெரிக்கப்

பெரிய வகை வெட்டுக்கிளியைப் பற்றிச் சொல்கிறேன். நாங்கள் நடுத்தர பழுப்பு நிறம் என்று அழைக்கும் வெட்டுக்கிளிக்குத்தான் எப்போதும் முன்னுரிமை கொடுக்கிறோம். அவை சிறந்த வகையில் நீண்ட நேரம் தண்ணீரில் இருக்கும்; மீன்கள் அவற்றை விரும்புகின்றன. அமெரிக்க நச்சுப் பாம்பு அதன் வால் நுனியை ஆட்டி மிகவும் வறண்ட கிலுகிலுப்பைச் சத்தத்தை உண்டாக்கும்; அதுபோல் ஒலி எழுப்பும் பெரிய வகை வெட்டுக்கிளிகளுக்கு அடர்ந்த நிறங்களுடைய இறகுகள் இருக்கும், சில இறகுகள் அடர் சிவப்பு நிறத்தில் இருக்கும், சில இறகுகள் கறுப்பு கோடுகளுடைய மஞ்சள் நிறத்தில் இருக்கும்; ஆனால், தண்ணீரில் அந்த இறக்குகள் உதிர்ந்துவிடும், மீன்களுக்குக் கொழுத்த இரையாக இருக்கும்; நடுத்தர-பழுப்பு நிறமுடைய, கொழுத்த, கெட்டியான, சதைப்பற்றான வெட்டுக்கிளியை நான் பரிந்துரைப்பேன்; ஒருவேளை நீங்கள் எப்போதும் பார்க்க முடியாத ஏதோ ஒன்றை உங்களுக்கு ஒருவர் துணிந்து பரிந்துரைக்கலாம். ஆனால் உங்களுக்கு ஒன்றை நான் உறுதியாகச் சொல்வேன்: ஒரு நாள் முழுக்க மீன்பிடிக்கத் தேவையான வெட்டுக்கிளிகளை, நீங்கள் அவற்றைத் துரத்திப் போய் கைகளால் பிடித்தோ, ஒரு மட்டையால் அடித்தோ கொண்டுவர முடியாது. அது ஒரு வடித்தெடுத்த முட்டாள்தனம்; ஒரு பயனற்ற நேர விரயம். திரும்பவும் சொல்கிறேன், நண்பர்களே, ஒருபோதும் அந்த இலக்கை நீங்கள் நெருங்க முடியாது. அதுபற்றி நான் ஏதாவது சொல்ல வேண்டியிருந்தால், நான் சொல்வது இதுதான்: உங்களைப் போன்ற எல்லா இளம் அதிகாரிகளுக்கும் சிறுவகை ஆயுதங்கள் பற்றிய பயிற்சித் திட்டத்தில் தொடக்கத்திலேயே கற்றுக்கொடுக்க வேண்டும்; அதுதான் சரியான முறை. நான் மீன்பிடி இழுவை வலையை அல்லது கொசுதடுப்புப் பின்னல் களிலான வலையைப் பயன்படுத்துகிறேன் என்று ஒருவருக்கும் தெரியாது. இரண்டு அதிகாரிகள், நீளமான வலையின் மாற்று முனைகளைப் பிடித்தபடி அல்லது ஒரு வலையின் இரு முனைகளையும் ஒவ்வொருவர் பிடித்தபடி குனிந்து, ஒரு கையால் கீழ் முனையையும் மறுகையால் மேல் முனையையும் பிடித்தபடி காற்று வீசும் திசைக்கு எதிராக ஓட வேண்டும். காற்றோடு பறந்துவரும் வெட்டுக்கிளிகள் வலையின் நீளத்துக்கு எதிராக

வரும், வலையின் மடிப்புகளில் சிக்கிக்கொள்ளும். உண்மையில், பெருமளவு வெட்டுக்கிளிகள் பிடிப்பதில் தந்திரம் எதுவும் இல்லை. தேவைக்கு ஏற்ப மாற்றி அமைத்துக்கொள்ள ஏதுவான மீன்வலைகளுக்கான நீண்ட வலைப் பின்னல்கள் இல்லாமல் ஒரு அதிகாரியும் இருக்கக் கூடாது என்பது என்னுடைய கருத்து. நண்பர்களே, நான் அறிந்தவற்றை உங்களுக்குத் தெளிவாகச் சொல்லிவிட்டேன் என்று நம்புகிறேன். புகழ்பெற்ற வீரரும் சிறந்த பண்பாளருமான சர் ஹென்றி வில்சன் சொன்னார்: நண்பர்களே, ஒன்று நீங்கள் உங்களை ஆள வேண்டும் அல்லது நீங்கள் ஆளப்பட வேண்டும். நண்பர்களே, நீங்கள் நினைவில் வைத்துகொள்ள வேண்டும் என்று நான் விரும்புவது ஒன்று இருக்கிறது. நீங்கள் இந்த அறையிலிருந்து வெளியே போகும்போது உங்களோடு நீங்கள் எடுத்துப் போக வேண்டும் என்று நான் விரும்புவது ஒன்று இருக்கிறது. நண்பர்களே, ஒன்று நீங்கள் உங்களை ஆள வேண்டும் அல்லது நீங்கள் ஆளப்பட வேண்டும். அவ்வளவுதான், நண்பர்களே. நல்ல நாளாகட்டும்."

துணியால் மூடப்பட்ட அவனுடைய தலைக்கவசத்தை நீக்கினான், மீண்டும் அணிந்தான்; குனிந்தபடியே பதுங்கு குழியின் தாழ்வான நுழைவாயில் வழியாக வெளியே போனான். இரண்டு தகவலாளர்களுடன் பள்ளம் விழுந்த சாலை வழியாக பாரா வந்துகொண்டிருந்தான். வெயிலில் வெக்கை அதிகமாக இருந்தது; நிக் தலைக்கவசத்தை நீக்கினான். "இவற்றை ஈரமாக்கு வதற்கு ஒரு வழிமுறை ஏற்படுத்த வேண்டும்," என்றான். "இதை நான் ஆற்றில் நனைக்கிறேன்."

அவன் கரையில் ஏறத் தொடங்கினான்.

"நிக்கோலோ," பாராவிசினி கூப்பிட்டான். "நிக்கோலோ, எங்கே போகிறாய்?"

"நான் உண்மையிலேயே போக வேண்டியதில்லை." நிக் சரிவில் இறங்கி கீழே வந்தான்; தலைக்கவசத்தை அவனுடைய கைகளில் வைத்திருந்தான். "ஈரமாக இருந்தாலும் வறட்சியாக இருந்தாலும் அவை பெருந்தொல்லையாக இருக்கின்றன. உன்னுடையதை எல்லா நேரமும் அணிந்திருப்பாயா?"

“எல்லா நேரமும்,” என்றான் பாரா. “அது எனக்கு வழுக்கை உண்டாக்குகிறது. உள்ளே வா.” பாரா அவனை உள்ளே உட்காரச் சொன்னான்.

“நிச்சயமாக அவை வசதியாக இல்லை,” என்றான் நிக். “முதல் முறையாக நாம் அவற்றை அணிந்தபோது அவை மிகவும் வசதியாக இருந்தது நினைவிருக்கிறது, ஆனால் அவை மூளைகளால் நிரம்பி இருந்ததை பல முறை பார்த்திருக்கிறேன்.”

“நிக்கோலோ,” என்றான் பாரா. “நீ திரும்பிப் போக வேண்டும் என்று நினைக்கிறேன். அந்தப் பொருட்கள் கிடைக்கும்வரை போர்முனைக்கு நீ வராமல் இருப்பது நல்லது என்று நினைக்கிறேன். இங்கே நீ செய்வதற்கு எதுவும் இல்லை. அவர்களுக்குக் கொடுப்பதற்குத் தகுதியான பொருட்கள் உன்னிடம் ஏதாவது இருந்தாலும், நீ இங்கே சுற்றித் திரிந்தால், அங்கே கூட்டம் கூடிவிடும்; அது குண்டுத் தாக்குதலுக்கு வழி வகுத்துவிடும். அதை நான் ஏற்க மாட்டேன்.”

“அது முட்டாள்தனம் என்று எனக்குத் தெரியும்,” நிக் சொன்னான். “இது என்னுடைய திட்டம் இல்லை. இந்தப் படைப்பிரிவு இங்கே இருக்கிறது என்று கேள்விப்பட்டேன். உங்களை அல்லது எனக்கு தெரிந்தவர் யாரையாவது பார்க்கலாம் என்று நினைத்தேன். நான் சென்சோன் அல்லது சான் டோனா பகுதிக்குப் போயிருக்கலாம். நான் சான் டோனாவுக்குப் போய் மீண்டும் அந்தப் பாலத்தைப் பார்க்க ஆசைப்படுகிறேன்.”

“காரணம் இல்லாமல் நீ சுற்றுவதை நான் ஏற்றுக்கொள்ள மாட்டேன்,” என்றான் கேப்டன் பாராவிசினி.

“அப்படியே,” என்றான் நிக். அது மீண்டும் வருவதை உணர்ந்தான்.

“உனக்குப் புரிகிறாதா?”

“நிச்சாயமாக,” நிக் சொன்னான். அவன் அதைக் கட்டுப் படுத்த முயன்றான்.

“அந்த மாதிரி வேலைகள் எதுவானாலும் இரவு நேரத்தில் செய்ய வேண்டும்.”

“அது சரிதான்,” என்றான் நிக். இப்போது அதை அவனால் தடுத்து நிறுத்த முடியாது என்று அவனுக்குத் தெரியும்.

“கவனி, நான் அந்தப் படைப்பிரிவுக்குத் தலைமை தாங்குகிறேன்.”

“நீ ஏன் தலைமை தாங்கக் கூடாது?” என்றான் நிக். இப்போது அது அவனைத் தாக்கியது. “உனக்கு எழுதப் படிக்கத் தெரியும், அப்படித்தானே?”

“ஆமாம்,” என்று பாரா சொன்னான்.

“பிரச்சினை என்னவென்றால், நீ தலைமை தாங்குவது ஒரு மிகச் சிறிய படைப்பிரிவு. அதன் எண்ணிக்கை அதிகரித்தால் உன்னை உன் பிரிவுக்கு அனுப்பிவிடுவார்கள். அவர்கள் ஏன் இறந்தவர்களைப் புதைக்கக் கூடாது? இப்போது அவற்றைப் பார்த்தேன். மீண்டும் அவற்றை நான் பார்ப்பது பற்றி எனக்குப் பிரச்சினை இல்லை. என்னைப் பொறுத்தவரை அவர்கள் எப்போது வேண்டுமானாலும் புதைக்கட்டும்; அது உங்களுக்கு மிகவும் நல்லது. நீங்கள் எல்லோரும் நோய்வாய்ப்படுவீர்கள்."

“உன்னுடைய சைக்கிளை நீ எங்கே விட்டு வந்தாய்?”

“கடைசி வீட்டுக்குள்.”

“நீ சைக்கிளில் போவதில் உனக்குப் பிரச்சினை இல்லை என்று நினைக்கிறாயா?”

“கவலைப்பட வேண்டாம்,” என்றான் நிக். “இன்னும் சற்று நேரத்தில் நான் போகிறேன்.”

“கொஞ்ச நேரம் படுத்திரு, நிக்கோலோ.”

“அப்படியே செய்கிறேன்.”

அவன் கண்களை மூடினான்; போர்முனையில் ஒரு தாடி வைத்த மனிதன், துப்பாக்கியின் விசையை அழுத்துவதற்கு முன்னால் மிகவும் அமைதியாக தொலைக்நோக்கு கண்ணாடி வழியாக அவனைப் பார்த்தான்; நிக் வெள்ளை நிற ஒளிவீச்சைப் பார்த்தான்; அவனுடைய முழங்கால்களில் உருட்டுக்கட்டையால் தாக்கப்பட்டதுபோல் உணர்ந்தான்; தோட்டாக்கள் அவனைக் கடந்து போனபோது, எரிச்சலுடன் கூடிய இனிப்புச் சுவையுடைய

சளியால் மூச்சுத்திணறினான், சளியைப் பாறையில் துப்பினான்; தாடி வைத்த அந்த மனிதன் இருந்த இடத்தில் இப்போது ஒரு தாழ்வான லாயத்துடன்கூடிய ஒரு நீளமான, மஞ்சள் நிற வீட்டையும், முன்பு இருந்ததைவிட அதிக அகலமாகவும் அமைதியாகவும் ஓடிய ஆற்றையும் பார்த்தான். "இயேசுவே," என்றான், "நான் இங்கேயிருந்து போவது நல்லது."

அவன் எழுந்து நின்றான்.

"நான் போகிறேன், பாரா," என்றான். "பிற்பகல் நேரத்தில் நான் சைக்கிளில் திரும்பிப் போகிறேன். பொருட்கள் வந்திருந்தால் இன்று இரவு அவற்றைக் கொண்டுவருகிறேன். வரவில்லை என்றால், கொண்டுவருவதற்கு ஏதாவது கிடைக்கும் போது அதை இரவில் கொண்டுவருகிறேன்."

"சைக்கிளில் போகமுடியாத அளவு இன்னமும் அதிக வெப்பமாக இருக்கிறது," என்று கேப்டன் பாராவிசினி சொன்னான்.

"நீ கவலைப்படத் தேவை இல்லை," என்றான் நிக். "இப்போது கொஞ்ச நேரமாக நான் நன்றாக இருக்கிறேன். அப்போது அது என்னைத் தாக்கியது, ஆனால், எளிதாக இருந்தது. அதிலிருந்து நான் தேறிவருகிறேன். நான் அதிகமாகப் பேசுவதால், அது எனக்கு எப்போது வருகிறது என்று என்னால் சொல்ல முடியும்."

"உன்னுடன் ஒரு தகவலாளனை அனுப்புகிறேன்."

"வேண்டாம் என்று நினைக்கிறேன். எனக்கு வழி தெரியும்."

"சீக்கிரமாகப் போய்விடுவாயா?"

"நிச்சயமாக."

"நான் அனுப்ப..."

"வேண்டாம்," என்றான் நிக்.

தன்னம்பிக்கையின் அடையாளமாக.

"நல்லது. அப்படியானால், குட்-பை."

"குட்-பை," நிக் சொன்னான். சைக்கிளை எங்கே விட்டிருந்தானோ அங்கே பள்ளமாக இருந்த சாலை வழியாகத்

திரும்பிப் போகத் தொடங்கினான். பிற்பகல் நேரத்தில் கால்வாயைத் தாண்டியபிறகு சாலையில் நிழல்கள் இருக்கும். அதற்கு அப்பால் சாலையின் இருபுறமும் மரங்கள் இருக்கும்; அங்கே குண்டுவெடித் தாக்குதல் நடத்தப்படவே இல்லை. அவர்கள் நடந்து போனபோது, அந்தப் பகுதியில்தான் பனியில் குத்தீட்டிகளுடன் சவாரி செய்த டெர்ஸா சாவோயா குதிரைப்படைப் பிரிவு வீரர்களை ஒரு முறை கடந்து போனார்கள். குதிரைகளின் மூச்சு, குளிர்ந்த காற்றில் ஆவித்திரளாக மாறியது. இல்லை, அது வேறு ஏதோ ஓர் இடத்தில். அது எங்கே?

"நான் அந்தக் கேடுகெட்ட சைக்கிளை எடுப்பது நல்லது," என்று நிக் தனக்குத் தானே சொல்லிக்கொண்டான். "போர் நாசிக்குப் போகும் பாதையை நான் தவறவிட விரும்பவில்லை."

8. பழங்குடி இந்தியர்கள் முகாம்

ஆயிரம். நடராஜன்

அந்த ஏரியின் கரையில் மற்றொரு துடுப்புப் படகு இழுத்து நிறுத்தப்பட்டிருந்தது. அங்கே இரண்டு இந்தியர்கள் நின்றபடி காத்திருந்தார்கள்.

நிக்கும் அவனுடைய அப்பாவும் படகின் பின்பகுதியில் ஏறினார்கள்; அந்த இந்தியர்கள் படகை ஏரிக்குள் தள்ளினார்கள்; படகை வலிக்க அவர்களில் ஒருவன் உள்ளே ஏறினான். அங்கிள் ஜார்ஜ் குடியிருப்பிலிருந்து வந்திருந்த துடுப்புப்படகில் உட்கார்ந்தார். இளம் இந்தியன் அதை ஏரிக்குள் தள்ளினான்; அங்கிள் ஜார்ஜ்-க்கு படகு வலிப்பதற்காக உள்ளே ஏறினான்.

இரண்டு படகுகளும் இருட்டில் புறப்பட்டன. அவர்களுக்கு முன்னால் மூடுபனியில் வெகுதூரத்தில் போய்க்கொண்டிருந்த அந்த மற்றொரு படகில் இணைக்கப்பட்டிருந்த துடுப்புப் பகுதி எழுப்பிய சத்தத்தை நிக் கேட்டான். இந்தியர்கள் சிற்றலைகளுக் கிடையே துடுப்புகளை விரைவாக இழுத்து வலித்தார்கள். அவனுடைய அப்பாவின் கை அவனைச் சுற்றிப் பிடித்திருந்த நிலையில் நிக் பின்னால் சாய்ந்து படுத்தான். தண்ணீர் குளிர்ச்சியாக இருந்தது. அவர்களுக்காக படகு வலித்த இந்தியன் கடுமையாக வலித்துக்கொண்டிருந்தான்; இருந்தபோதும், அந்த மற்றொரு படகு மூடுபனியில் எல்லா நேரத்திலும் இன்னும் முன்னால் போய்க்கொண்டிருந்தது.

"இப்போது நாம் எங்கே போய்க்கொண்டிருக்கிறோம், டாடி?" என்று நிக் கேட்டான்.

"இந்தியக் குடியிருப்புக்குப் போகிறோம். அங்கே ஒரு இந்தியப் பெண் நோய்வாய்ப்பட்டு மோசமான நிலையில் இருக்கிறாள்."

"ஓ," என்றான் நிக்.

விரிகுடாவின் ஓரத்தில் அந்த மற்றொரு படகு இழுத்து நிறுத்தப்பட்டிருந்தது. அங்கிள் ஜார்ஜ் இருட்டில் சுருட்டைப் புகைத்துக்கொண்டிருந்தார். இளம் இந்தியன் படகை ஏரிக் கரையில் மேலே தள்ளி இழுத்து நிறுத்தினான். அங்கிள் ஜார்ஜ் இரண்டு இந்தியர்களுக்கும் சுருட்டைக் கொடுத்தார்.

ஏரிக்கரையிலிருந்து பனியில் ஈரம் தோய்ந்திருந்த புல்வெளி வழியாக அவர்கள் நடந்தார்கள்; விளக்கைச் சுமந்து சென்ற இளம் இந்தியனைப் பின்தொடர்ந்தார்கள். அதன் பிறகு அவர்கள் வனப் பகுதிக்குள் நுழைந்தார்கள்; ஒரு தடத்தைப் பின்தொடர்ந்து நடந்தார்கள்; அந்தத் தடம், மரத்தடிகள் கொண்டுபோவதற்கு ஏதுவாக வடிவமைக்கப்பட்டிருந்த ஒரு சாலையை அடைந்தது. அந்தச் சாலை திரும்பி மலைக்குன்றுகளை நோக்கிச் சென்றது. மரத்தடிகளைக் கொண்டுபோவதற்காக அமைக்கப்பட்டிருந்த சாலையின் இரண்டு பக்கங்களிலும் இருந்த மரங்கள் வெட்டி எடுக்கப்பட்டிருந்ததால் அந்தச் சாலையில் நடப்பது எளிதாக இருந்தது. இளம் இந்தியன் நின்றான், அவனுடைய விளக்கை ஊதி அணைத்தான்; அவர்கள் அனைவரும் சாலை வழியாக நடந்தார்கள்.

அவர்கள் வளைவாக இருந்த பகுதியைச் சுற்றிப் போனார்கள்; ஒரு நாய் குரைத்தபடி வெளிய வந்தது. அவர்களுக்கு முன்னால் இருந்த குடிசை வீடுகளில் வெளிச்சம் இருந்தது; மரப்பட்டை உரிக்கும் இந்தியர்கள் அங்கே வாழ்ந்தார்கள். அந்தக் குடிசை வீடுகளிலிருந்து இன்னும் அதிகமான நாய்கள் பாய்ந்து வந்தன. அந்த இரண்டு இந்தியர்களும் அவற்றை குடிசை வீடுகளை நோக்கி விரட்டினார்கள். சாலைக்கு மிகப் பக்கமாக இருந்த குடிசை வீட்டின் ஜன்னலில் வெளிச்சம் இருந்தது. அந்த வீட்டின் வாசலில் ஒரு வயதான பெண் விளக்கைப் பிடித்தபடி நின்றாள்.

உள்ளே, மரத்திலான ஒரு அடுக்குக் கட்டிலில் ஒரு இளம் இந்தியப் பெண் படுத்திருந்தாள். அவள் இரண்டு நாட்களாக அவளுடைய குழந்தையைப் பெற்றெடுக்க முயற்சி செய்து கொண்டிருந்தாள். அந்தக் குடியிருப்பில் இருந்த வயதான பெண்கள் அனைவரும் அந்தப் பெண்ணுக்கு உதவி செய்து

கொண்டிருந்தார்கள். ஆண்கள் அனைவரும் சாலையின் மேல் பகுதிக்குப் போய்விட்டார்கள்; இருட்டில் உட்கார்ந்திருந்தார்கள்; அந்தப் பெண் எழுப்பிய சத்தம் கேட்காத தூரத்தில் உட்கார்ந்தபடி புகைபிடித்தார்கள். அவனுடைய அப்பாவையும் அங்கிள் ஜார்ஜையும் பின்தொடர்ந்து நிக்கும் இரண்டு இந்தியர்களும் குடிசை வீட்டுக்குள் போனபோது அந்தப் பெண் அலறினாள். அவள் கீழ்ப்படுக்கையில் படுத்திருந்தாள்; போர்வைக்கு அடியில் அவள் உடம்பு பெரிதாக இருந்தது. அவள் தலை ஒரு பக்கமாகத் திரும்பியிருந்தது. மேல்படுக்கையில் அவள் கணவன் படுத்திருந்தான். மூன்று நாட்களுக்கு முன்னால் கோடாரியால் அவன் பாதத்தை மிகவும் மோசமாக வெட்டியிருந்தான். அவன் ஒரு குழாயில் புகைபிடித்துக்கொண்டிருந்தான். அந்த அறையில் அதிக துர்நாற்றம் வீசியது.

நிக்கின் அப்பா அடுப்பில் கொஞ்சம் தண்ணீர் சுடவைக்கச் சொன்னார்; தண்ணீர் சூடாகிக்கொண்டிருந்தபோது அவர் நிக்கிடம் பேசினார்.

“இந்தப் பெண் ஒரு குழந்தையைப் பெற்றெடுக்கப் போகிறாள், நிக்,” என்றார்.

“எனக்குத் தெரியும்,” நிக் சொன்னான்.

“உனக்குத் தெரியாது,” என்றார் அவன் அப்பா. “நான் சொல்வதைக் கவனமாகக் கேள். இப்போது அவள் அனுபவித்துக் கொண்டிருக்கும் வலியை பிரசவவலி என்பார்கள். அந்தக் குழந்தை பிறந்து வர விரும்புகிறது; அவளும் அது பிறக்க வேண்டும் என்று விரும்புகிறாள்; அவள் சதைகள் எல்லாம் குழந்தை பிறப்பதற்கு முயற்சிசெய்துகொண்டிருக்கின்றன. அவள் அலறும்போது இதுதான் நடந்துகொண்டிருக்கிறது.”

“அப்படியா,” என்றான் நிக்.

அதே நொடியில் அந்தப் பெண் மிகவும் சத்தமாகக் கதறினாள்.

“ஐயோ டாடி, அந்தப் பெண் அலறுவதை நிறுத்த நீங்கள் ஏதாவது கொடுக்கக் கூடாதா?” நிக் கேட்டான்.

“முடியாது. என்னிடம் மயக்க மருந்து எதுவும் இல்லை,” என்றார் அவன் அப்பா. “ஆனால் அவளுடைய அலறல்கள்

ஒன்றும் முக்கியமானவை இல்லை. அவை எனக்குக் கேட்க வில்லை, ஏனென்றால் அவை முக்கியமானவை இல்லை."

மேல்படுக்கையிலிருந்த அவள் கணவன் சுவர் பக்கமாகத் திரும்பிப் படுத்தான்.

தண்ணீர் சூடாக இருக்கிறது என்று சமையல் அறையில் இருந்த பெண், டாக்டருக்குச் சைகை காட்டினாள். நிக்கின் அப்பா சமையல் அறைக்குள் போனார், பாத்திரத்திலிருந்து கிட்டதட்ட பாதி அளவு தண்ணீரை ஒரு கிண்ணத்தில் ஊற்றினார். ஒரு கைக்குட்டையிலிருந்து அவிழ்த்து எடுக்கப்பட்ட பல பொருட்களைப் பாத்திரத்தில் மீதமிருந்த தண்ணீருக்குள் போட்டார்.

"அவை அதிகச் சூடாக வேண்டும்," என்றார். அவர் முகாமிலிருந்து கொண்டுவந்திருந்த சோப்புக் கட்டியால் கிண்ணத்தில் இருந்த சூடான தண்ணீரில் கைகளைத் தேய்த்துக் கழுவத் தொடங்கினார். அவன் அப்பாவின் கைகள் சோப்பால் ஒன்றை ஒன்று தேய்த்துக்கொண்டிருப்பதை நிக் கவனித்தான். கைகளைக் கவனமாக, துப்புரவாகக் கழுவியபடியே அவனுடைய அப்பா பேசினார்.

"நிக், கவனி, குழந்தைகள் பிறக்கும்போது தலைதான் முதலில் வர வேண்டும் என்று எதிர்பார்க்கப்படுகிறது, ஆனால், சில சமயங்களில் அப்படி நடப்பதில்லை. அப்படிப் நடக்காதபோது அவர்களுக்கு ஏகப்பட்ட பிரச்சினைகள் ஏற்படுகின்றன. அந்தப் பெண்ணுக்கு நான் அறுவைச் சிகிச்சை செய்ய வேண்டி யிருக்கலாம். இன்னும் கொஞ்ச நேரத்தில் அது நமக்குத் தெரிந்து விடும்."

அவருடைய கைகளைப் பார்த்து மனநிறைவு அடைந்த பிறகு அவர் உள்ளே போனார்; வேலையைத் தொடங்கினார்.

"ஜார்ஜ், அந்தப் போர்வையைப் பின்னால் இழு, இழுப்பாயா?" என்றார். "நான் அதைத் தொட வேண்டாம் என்று நினைக்கிறேன்."

அதன் பிறகு, அவர் அறுவைச் சிகிச்சை செய்யத் தொடங்கிய போது, அங்கிள் ஜார்ஜும் மூன்று இந்திய ஆண்களும் அந்தப்

பெண் அசையாமல் இருக்கும்படி அவளைப் பிடித்தார்கள். அந்தப் பெண் அங்கிள் ஜார்ஜின் கையைக் கடித்தாள். "சபிக்கப் பட்ட இந்திய வேசியே," என்றார் அங்கிள் ஜார்ஜ்; அங்கிள் ஜார்ஜைப் படகில் அழைத்து வந்த இளம் இந்தியன் அவரைப் பார்த்துச் சிரித்தான். நிக், அவன் அப்பாவுக்கு உதவியாகக் கிண்ணத்தைப் பிடித்திருந்தான். அது நீண்ட நேரம் எடுத்தது.

அவனுடைய அப்பா குழந்தையை மேலே தூக்கினார்; சுவாசிப்பதற்கு ஏதுவாக குழந்தையைக் கையால் மெதுவாக அறைந்தார்; பிறகு வயதான பெண்ணிடம் கொடுத்தார்.

"நிக், இங்கே பார், அது ஒரு பையன்," என்றார். "பயிற்சியாளராக இருப்பது பற்றி நீ என்ன நினைக்கிறாய்?"

"சரிதான்," என்றான் நிக். அவன் அப்பா என்ன செய்து கொண்டிருக்கிறார் என்று பார்ப்பதைத் தவிர்க்க அவன் வேறு பக்கமாகப் பார்த்துக்கொண்டிருந்தான்.

"அங்கே. அதைப் பார்த்துவிட்டேன்," என்று சொன்னார் அவன் அப்பா; ஏதோ ஒன்றைக் கிண்ணத்துக்குள் போட்டார்.

நிக் அதைப் பார்க்கவில்லை.

"இப்போது சில தையல்கள் போட வேண்டியிருக்கிறது. நிக், அதை நீ பார்க்கலாம் அல்லது பார்க்காமல் இருக்கலாம், உன் விருப்பப்படி செய். நான் ஏற்படுத்திய கீறலில் தையல்போடப் போகிறேன்."

நிக் அதைப் பார்க்கவில்லை. அவனுடைய ஆர்வமெல்லாம் வெகு நேரத்துக்கு முன்னமே எங்கேயோ போய்விட்டது.

அவன் அப்பா வேலையை முடித்து எழுந்து நின்றார். அங்கிள் ஜார்ஜும் மூன்று இந்தியர்களும் எழுந்து நின்றார்கள். நிக் கிண்ணத்தை சமையல் அறையில் வைத்தான்.

அங்கிள் ஜார்ஜ் அவருடைய கையைப் பார்த்தார். இளம் இந்தியன் ஏதோ பழைய நினைவு வந்தவனாகப் புன்னகைத்தான்.

"ஜார்ஜ், அதில் கொஞ்சம் பெராக்சைட் தடவுகிறேன்," டாக்டர் சொன்னார்.

அவர் இந்தியப் பெண்ணைக் குனிந்து பார்த்தார். அவள் இப்போது அமைதியாக இருந்தாள்; அவளுடைய கண்கள் மூடியிருந்தன. அவள் வெளிறிய தோற்றத்தில் இருந்தாள். அந்தக் குழந்தைக்கு என்ன ஆயிற்று என்றோ வேறு என்ன நடக்கிறது என்றோ அவளுக்கு எதுவும் தெரியாது.

டாக்டர் எழுந்து நின்றார். "மீண்டும் காலையில் வருகிறேன்," என்றார்.

"செயின்ட் இக்னேசிலிருந்து மதிய வேளையில் செவிலி வருவாள்; நமக்குத் தேவையானவை அனைத்தையும் கொண்டு வருவாள்."

ஓர் ஆட்டம் முடிந்த பிறகு ஓய்வு அறையில் கால்பந்தாட்ட வீரர்கள் இருப்பதுபோல், அவர் பெருமை மிக்கவராக உணர்ந்தார், அதிகமாகப் பேசும் மனநிலையில் இருந்தார்.

"ஜார்ஜ், இது மருத்துவ இதழில் வெளியிடத்தக்கது," என்றார் அவர். "ஒரு மடக்குக் கத்தியைப் பயன்படுத்தி அறுவைச் சிகிச்சை செய்வது, ஒரு மிருகத்தின் குடல் பகுதியின் சவ்விலிருந்து தயாரிக்கப்பட்ட ஒன்பது அடி நூலால் தையல் போடுவது எல்லாம்."

அங்கிள் ஜார்ஜ் முதுகைச் சுவரில் சாய்த்தபடி அவருடைய கையைப் பார்த்துக்கொண்டிருந்தார்.

"நீ பெரிய ஆள்தான், ஒப்புக்கொள்கிறேன்," என்றார் அவர்.

"அந்தப் பெருமைபடத்தக்க அப்பாவைப் பார்க்க வேண்டும். வழக்கமாக அவர்கள்தான் இப்படியான சிறிய நிகழ்வுகளால் அதிகமாகத் துயரம் அடைபவர்கள்," என்றார் டாக்டர். "இவை அனைத்தையும் அவர் அற்புதமாக அமைதியாக ஏற்றுக்கொண்டார் என்று சொல்வேன்."

அந்த இந்தியன் தலையிலிருந்து போர்வையைப் பின்பக்கமாக இழுத்தார். கையை எடுக்கும்போது அதில் ஈரம் இருந்தது. ஒரு கையில் விளக்கைப் பிடித்தபடியே கீழ்ப்படுக்கையின் ஓரத்தில் மிதித்து ஏறி உள்ளே பார்த்தார். அந்த இந்தியன் அவனுடைய முகத்தைச் சுவர் பக்கமாக வைத்தபடி படுத்திருந்தான். ஒரு காதிலிருந்து மறு காதுவரை அவன் தொண்டை அறுக்கப்

பட்டிருந்தது. இரத்தம் கீழே வழிந்து படுக்கையில் அவன் உடல் ஏற்படுத்தியிருந்த தொய்வான பகுதியில் ஒரு சிறு குட்டையாகத் தேங்கியிருந்தது. அவனுடைய இடது கைமேல் அவன் தலை சாய்ந்திருந்தது. போர்வைகளில் ஒரு சவரக்கத்தி திறந்த நிலையில் கிடந்தது; அதன் கூர்முனை மேல்நோக்கி இருந்தது.

"ஜார்ஜ், நிக்கை குடிசையிலிருந்து வெளியே கூட்டிப் போ," என்று டாக்டர் சொன்னார்.

அதற்குத் தேவையில்லாமல் போய்விட்டது. நிக்கின் அப்பா ஒரு கையில் விளக்குடன் இந்தியனின் தலையைத் திருப்பிய போது, சமையல் அறை வாசலில் நின்ற நிக் மேல்படுக்கையை நன்றாகப் பார்த்துவிட்டான்.

அவர்கள் மரத் தண்டுகள் கொண்டுபோகும் சாலை வழியாக ஏரியை நோக்கித் திரும்பி நடந்தபோது, பகல் வெளிச்சம் அப்போதுதான் வரத் தொடங்கியிருந்தது.

"உன்னை அழைத்து வந்ததற்காக நான் ரொம்பவும் வருத்தப் படுகிறேன், நிக்," என்றார் அவனுடைய அப்பா, அறுவைச் சிகிச்சை செய்த பிறகு அவர் அடைந்த உற்சாக மனநிலையெல்லாம் காணாமல் போயிருந்தது. "துயரமான சூழ்நிலைகளை நீ பார்க்கும்படி செய்துவிட்டேன்."

"குழந்தை பிறப்பதற்குப் பெண்கள் எப்போதும் இவ்வளவு சிரமப்படுவார்களா?" என்று நிக் கேட்டான்.

"இல்லை, அது மிகவும் வழக்கத்துக்கு மாறானது."

"அவன் ஏன் தற்கொலைசெய்துகொண்டான், டாடி?"

"எனக்குத் தெரியாது, நிக். அவனால் இந்தத் துயரங்களைத் தாங்க முடியவில்லை என்று நினைக்கிறேன்."

"ஆண்கள் தற்கொலை செய்துகொள்வார்களா, டாடி?"

"மிகவும் அதிகம் இல்லை, நிக்."

"பெண்கள் அதிக அளவில் தற்கொலை செய்துகொள் கிறார்களா?"

"மிக அரிதாக."

தடாகம் / 101

"அவர்கள் ஒருபோதும் தற்கொலை செய்துகொள்வதில்லையா?"

"ஓ, செய்வார்கள். சில சமயங்களில் செய்துகொள்வார்கள்."

"டாடி?"

"சொல்."

"அங்கிள் ஜார்ஜ் எங்கே போனார்?"

"அவர் நல்லபடியாக வந்துசேர்வார்."

"இறப்பது கடினமானதா, டாடி?"

"இல்லை. அது மிகவும் எளிதானது என்று நினைக்கிறேன், நிக். எல்லாம் சூழ்நிலையைப் பொறுத்தது."

அவர்கள் இருவரும் படகில் உட்கார்ந்திருந்தார்கள். நிக் படகின் பின்பகுதியில் இருந்தான், அவன் அப்பா துடுப்பு வலித்தார். சூரியன் குன்றுகளுக்கு மேலே வந்துகொண்டிருந்தது. தண்ணீரில் வட்டம் உண்டாக்கியபடி ஒரு சிறுமீன் கூட்டம் துள்ளியது; நிக் தண்ணீரில் கையை வைத்தபடி சென்றான். கடும் காலைக் குளிரில் அது வெதுவெதுப்பாக இருந்தது.

அதிகாலை நேரத்தில் ஏரியில் அவனுடைய அப்பா துடுப்பு வலித்தார்; அவன் படகின் பின்பகுதியில் உட்கார்ந்திருந்தான்; அவன் ஒருபோதும் சாகப்போவதில்லை என்று நிச்சயமாக உணர்ந்தான்.

9. மீனும் மன்னிப்பும் நிறைந்த ஓர் ஆறு
பகுதி ஒன்று

ஆயிரம். நடராஜன்

காட்டுத் தீயால் எரிந்து சாம்பலாகிய வனப்பகுதியிலிருந்த குன்றுகளில் ஒன்றைச் சுற்றி இரயில் அதன் தடத்தில் மேல் நோக்கிச் சென்றது, பார்வையிலிருந்து மறைந்தது. அந்த இரயிலின் சரக்குப் பெட்டியின் வாசல் வழியாக அதன் பொறுப்பாளன் அவனுடைய கித்தான் மூட்டையையும் படுக்கையையும் வெளியே எறிந்திருந்தான்; அதன் மேல் நிக் உட்கார்ந்தான். அந்த நாட்டுப் புறத்தில் ஊர் எதுவும் இல்லை; தண்டவாளங்களையும், எரிந்து அழிந்த நிலப்பரப்பையும் தவிர்த்து வேறு எதுவும் இல்லை. செனி நகரத்தின் ஒரு தெருவில் வரிசையாகச் செயல்பட்ட பதிமூன்று மதுவிடுதிகளின் அடையாளம் எதுவும் இல்லை. மான்சன் ஹவுஸ் ஹோட்டலின் அடித்தளங்கள் தரைக்குமேல் நீட்டிக்கொண்டிருந்தன. அதிலிருந்த ஒரு கல் தீயினால் ஒரு சிறு பாளமாக வெட்டப்பட்டு பிளக்கப்பட்டிருந்தது. செனி நகரத்தில் மீதம் இருந்தவை அவ்வளவுதான். தரையின் மேற்பரப்பும்கூட முற்றிலும் எரிக்கப்பட்டிருந்தது.

அந்த நகரில் அங்கொன்றும்இங்கொன்றுமாகப் பரவலாக வீடுகள் இருப்பதைப் பார்க்கலாம் என்று எதிர்பார்த்த நிக், அங்கே எரிந்து அழிந்துபோன அந்தக் குன்றின் பகுதியைப் பார்த்தான்; அதன் பிறகு, கீழ்நோக்கிச் சென்ற இரயில் தடத்தில், ஆற்றின் மேல் கட்டப்பட்டிருந்த பாலத்தை நோக்கி நடந்தான். ஆறு அங்கே இருந்தது. பாலத்தின் அடியில் பீப்பாய்களைத் தடுத்து நிறுத்துவதற்காகப் போடப்பட்டிருந்த மரத்தடிகளில் அது சுழன்று சென்றது. நிக் கீழே குனிந்து தெளிவான பழுப்பு

நிறத்திலிருந்த தண்ணீரைப் பார்த்தான்; ஆற்றின் அடித்தளத்தில் கிடந்த சரளைக் கற்களால் தண்ணீர் அந்த நிறத்தில் தெரிந்தது. நீரோட்டத்தில் நன்னீர் மீன்கள் அவற்றின் துடுப்புகளை அசைத்தபடி அசையாமல் நிற்பதைப் பார்த்தான். அவன் பார்த்துக் கொண்டிருந்தபோதே, அவை சட்டெனத் திரும்பி அவற்றின் நிலையை மாற்றின; வேகமாகப் பாய்ந்த தண்ணீரில் நிலையாக நிற்பதற்காகவே அவை அப்படிச் செய்தன. நிக் அவற்றை நீண்ட நேரம் கவனித்தான்.

ஓடிக்கொண்டிருந்த தண்ணீருக்கு எதிராக அவை மூக்குகளை நீட்டியபடி அவற்றை நிலைநிறுத்திக்கொண்டிருந்ததைக் கண்டான்; வேகமாக ஓடிய ஆழமான தண்ணீரில் பல மீன்கள் கண்ணாடியின் தன்மை கொண்ட குவி ஆடி போலிருந்த மேற்பரப்பில் சற்றுத் திரிந்து தெரிந்தன; அதன் மேற்பரப்பு, பாலத்தில் தேங்கியிருந்த மரத்தடிகளின் தடுப்புக்கு எதிராகத் தட்டையாக நகர்ந்தது, மேலே உயர்ந்தது. அங்கே தேங்கி நின்ற தண்ணீரின் அடிப்பகுதியில் பெரிய மீன்கள் இருந்தன. நிக் முதலில் அவற்றைக் கவனிக்கவில்லை. அதன் பிறகு, தண்ணீர் தேக்கத்தின் அடிப்பகுதியில் அவற்றைக் கண்டான்; அவை அங்கேயிருந்த சரளைக் கற்களின் மேல் நிலைத்து நிற்க முயன்றன; தண்ணீரின் வேகத்தால் சரளைக் கற்களிலிருந்தும், மணலிலிருந்தும் பீறிட்டு மேலே எழும்பிய வேறுபட்ட சகதிப் படலத்தில் அவை தெரிந்தன.

நிக், பாலத்திலிருந்து கீழே தண்ணீர் தேக்கத்தை உற்றுப் பார்த்தான். அது ஒரு வெப்பமான நாள். நீரோட்டத்துக்கு மேலே ஒரு மீன்கொத்திப் பறவை பறந்தது. ஒரு நீரோட்டத்தையும் நன்னீர் மீன்களையும் நிக் பார்த்து நீண்ட காலமாயிற்று. அவை அவனுக்கு மனநிறைவைத் தந்தன. மீன்கொத்திப் பறவையின் நிழல் நீரோடையின் மேல்பக்கமாக நகர்ந்தபோது, நீரோட்டம் வந்த திசையில் நீண்ட வளைவான கோணத்தில் அந்தப் பெரிய மீன் மேலே துள்ளியது; அதன் நிழல் மட்டுமே அதன் வளைவான வடிவமாகத் தெரிந்தது; தண்ணீரின் மேற்பரப்பில் மீன் நீந்தி வந்தபோது, வெயில் அதன் மேல் பட்டது, அது அதன் நிழலை இழந்தது; மீண்டும் அது தண்ணீரின் மேற்பரப்புக்கு

அடியில் நீரோட்டத்துக்குள் போனபோது அதன் நிழல், தண்ணீர் ஓடிய திசையில் கீழ்நோக்கி மிதந்து போனதாகத் தோன்றியது; நீரோட்டம் அதைத் தடுக்காத நிலையில், அது பாலத்துக்கு அடியில் அதன் இருப்பிடத்தை அடைந்தது; அங்கே தண்ணீர் ஓட்டத்துக்குள் விறைப்பாக மேல்நோக்கி நின்றது.

அந்த மீன் நகர்ந்தபோது, நிக்கின் இதயம் இறுக்கமடைந்தது. பழைய உணர்வுகள் அனைத்தையும் அவன் உணர்ந்தான்.

அவன் திரும்பினான், கீழே நீரோடையைப் பார்த்தான். அது நீண்டு சென்றது, அடியில் கூழாங்கற்கள் கிடந்தன, ஆழம் குறைந்த இடங்களும் இருந்தன, பெரும் பாறைகளும் கிடந்தன; ஒரு செங்குத்தான பறையின் அடிப்பகுதியில் வளைந்து சென்ற போது அது ஆழமான தண்ணீர் தேக்கமாக மாறியது.

இரயில் தண்டவாளங்களின் குறுக்கே இருந்த உலோகத் தகடுகளைக் கடந்து, இரயில் தடத்தின் அருகில் எரிந்த நிலையிலிருந்த பகுதியில் அவனுடைய பொருட்கள் அடங்கிய மூட்டைகள் கிடந்த இடத்துக்குத் திரும்பி நடந்தான். அவன் மகிழ்ச்சியாக இருந்தான். மூட்டையைச் சுற்றியிருந்த வார்களை இழுத்து இறுக்கிச் சரி செய்தான்; மூட்டையைத் தோளில் தொங்க விட்டான்; அவனுடைய கைகளைத் தோள்களில் மாட்டும் வார்களுக்குள் நுழைத்தான்; அந்த மூட்டையின் சுமையைத் தாங்கும் கயிற்றின் அகலப் பகுதியை முன்நெற்றியில் மாட்டி, தோள்களைக் கீழ்நோக்கி இழுத்த சுமையைக் குறைத்தான். இருந்த போதும், அது அதிக கனமாக இருந்தது; அளவுக்கு அதிகமான கனம். அவனுடைய தோல்பையைக் கையில் வைத்திருந்தான்; முன்பக்கமாகச் சாய்ந்து நடந்தான்; சுமையைத் தோள்களின் மேல்பகுதியில் நிறுத்தினான். இரயில் பாதைக்கு இணையாகச் சென்ற சாலை வழியாக நடந்தான்; அதன் இருபுறமும் உயரமான, தீயில் வெந்த தடயங்கள் கொண்ட குன்றுகள் இருந்தன; அதில் ஒரு குன்றைச் சுற்றி திரும்பினான்; ஒரு சாலையை அடைந்தான்; அது திரும்பி நாட்டுப்புறத்தின் வழியாகச் சென்றது. கனமான மூட்டையின் இழுவையால் ஏற்பட்ட வலியை உணர்ந்தபடியே அந்தச் சாலை வழியாக நடந்தான். சாலை தொடர்ச்சியாக மேல் நோக்கிச் சென்றது. குன்றில் மேல்நோக்கி நடப்பது கடினமாக

இருந்தது. அவனுடைய தசைகள் வலித்தன; அது வெக்கையான நாளாக இருந்தது; ஆனால், நிக் மகிழ்ச்சியாக இருந்தான். அவன் அனைத்தையும் பின்தள்ளிக் கடந்து வந்துவிட்டதாக உணர்ந்தான் - சிந்திப்பதற்கான தேவை, எழுதுவதற்கான தேவை, மற்ற தேவைகள். அது எல்லாமே கடந்தகாலத்தில் இருந்தன.

அவன் இரயில் வண்டியிலிருந்து இறங்கிய நேரத்திலிருந்து, அவனுடைய மூட்டை முடிச்சுகளைத் திறந்த சரக்குப் பெட்டியின் வாசல் வழியாக அந்தப் பெட்டியின் பொறுப்பாளன் வெளியே எறிந்த நேரத்திலிருந்து, எல்லாமே மாறியிருந்தன. தீயினால் செனி நகரம் எரிந்துபோயிற்று, நாட்டுப்புறமும் முற்றிலும் எரிந்து உருமாறியிருந்தது. ஆனால் அதை அவன் பொருட்படுத்தவில்லை. ஏனென்றால் அதை முழுமையாக அழிக்க முடியாது. அது அவனுக்குத் தெரியும். சாலை வழியாக நீண்ட நேரம் நடந்தான்; வெயிலில் அவனுக்கு வியர்த்துக் கொட்டியது; பைன் மரங்கள் நிறைந்த சமவெளியிலிருந்து இரயில் தடத்தைப் பிரித்த தொடர் குன்றுகளில் மேல்நோக்கி நடந்தான்.

அந்தச் சாலை தொடர்ந்து சென்றது, எப்போதாவது கீழ் நோக்கிச் சென்றது, ஆனால், பெரும்பாலும் மேல்நோக்கியே சென்றது. அவன் தொடர்ந்து மேலே போய்க்கொண்டிருந்தான். இறுதியில், அந்தச் சாலை எரிந்துபோன குன்றுப் பகுதிக்கு இணையாகச் சென்று அதன் உச்சியை அடைந்தது. நிக் ஒரு மரத்தண்டின் அடிக்கட்டை மேல் சாய்ந்தான்; மூட்டையின் வார்களைத் தோள்களிலிருந்து தள்ளினான். அவனுக்கு முன்னால் கண்ணுக்கு எட்டிய தூரம் வரை பைன் மரங்கள் நிறைந்த சமவெளி இருந்தது. எரிந்து அழிந்த நாட்டுப்புறப் பகுதி குன்றுத்தொடரின் இடது பக்கத்துடன் முடிவடைந்தது. முன்பக்கத்தில் சம வெளியில் அங்கங்கே கறுப்பு பைன் மரக் கூட்டங்கள் தெரிந்தன. இடதுபுறத்தில் வெகு தூரத்தில் ஒரு நீளமான ஆறு ஓடிக்கொண்டிருந்தது. நிக் அந்த நீளமான ஆற்றைப் பார்த்தான்; சூரிய ஒளியில் தண்ணீர் பளிச்சென்று மின்னியதைக் கண்டான்.

அவனுக்கு முன்பக்கத்தில், பைன் மரங்கள் நிறைந்த சம வெளியைத் தவிர வேறு எதுவும் இல்லை; அது லேக் சுப்பீரியரின்

வடிநிலத்தைப் பிரித்த தூரத்து நீல நிறக் குன்றுகள்வரை நீண்டிருந்தது. தொலைவில், சமவெளிப்பரப்பில் நிலவிய வெப்ப வெளிச்சத்தில், அவனால் கிட்டத்தட்ட பார்க்க முடியாத அளவு அந்தக் குன்றுகள் மங்கலாகத் தெரிந்தன. அவற்றை அவன் அளவுக்கு அதிகமாகத் தொடர்ந்து கூர்ந்து பார்த்தபோது அவை காணாமல் போயின; ஆனால் அரைகுறையாகக் கண்களைத் திறந்து பார்த்தபோது மட்டுமே அவை அங்கேயே இருப்பது தெரிந்தது, அந்தத் தூரத்து வடிநிலக் குன்றுகள்.

நிக் தீயில் கருகிப்போன ஒரு மரத்தண்டில் சாய்ந்து உட்கார்ந்தான்; ஒரு சிகரெட் புகைத்தான். அவனுடைய பை, அந்த மரத்தண்டின் உச்சியில் சமநிலையில் இருந்தது; தோலாலான வார்பட்டை அதை ஆயத்த நிலையில் வைத்திருந்தது; அவன் முதுகின் அழுத்தத்தால் பையில் ஒரு பள்ளம் ஏற்பட்டிருந்தது. நிக், புகை பிடித்தபடி உட்கார்ந்திருந்தான், வெளியே நாட்டுப் புறத்தைப் பார்த்துக்கொண்டிருந்தான். அவனுடைய வரை படத்தை வெளியே எடுக்கவேண்டிய தேவை ஏற்படவில்லை. ஆறு இருந்த பகுதியிலிருந்து அவன் எங்கே இருந்தான் என்ற விவரம் அவனுக்குத் தெரியும்.

அவனுடைய கால்களை முன்பக்கமாக நீட்டியபடி அவன் புகை பிடித்தபோது, ஒரு வெட்டுக்கிளி தரையில் நடந்து வந்து அவனுடைய கம்பளிக் காலுறைமேல் ஏறியதைக் கவனித்தான். அந்த வெட்டுக்கிளி கறுப்பாக இருந்தது. அது சாலை வழியாக மேலே நடந்து வந்துகொண்டிருந்தபோது, அது இருந்த இடத்திலிருந்து தூசியுடனிருந்த பல வெட்டுக்கிளிகள் புறப்பட்டிருந்தன. அவை அனைத்தும் கறுப்பாக இருந்தன. அவை, மஞ்சள் கறுப்பு அல்லது சிவப்பு கறுப்பு நிற இறகுகளை அவற்றின் கறுப்பு உறைகளிலிருந்து விடுவித்து 'ஸ்விஷ்' என்ற ஒலி எழுப்பியபடி மேல்நோக்கி பறக்கும் பெரிய வெட்டுக்கிளி இனத்தைச் சேர்ந்தவை அல்ல. அவை சாதாரண வகை வெட்டுக் கிளிகள்தாம், ஆனால் எல்லாமே மெல்லிய ஊதா கறுப்பு நிறத்தில் இருந்தன. நிக் நடந்து போனபோது, அவற்றைக் கண்டு வியப்படைந்திருக்கிறான், ஆனால் உண்மையில் அவற்றைப் பற்றிச் சிந்திக்கவில்லை. இப்போது, அவனுடைய கம்பளிக் காலுறையை அதன் நான்கு பிளவுகளுடைய வாயால் மெல்ல

கொறித்துத் தின்றுகொண்டிருந்த வெட்டிக்கிளியை பார்த்துக் கொண்டிருந்தான்; எரிந்து சாம்பலான நிலத்தில் வாழ்ந்ததால் அவை கறுப்பாகப் மாறிவிட்டன என்பதை உணர்ந்தான். சென்ற ஆண்டுக்கு முந்தைய ஆண்டில்தான் நெருப்பு பரவியிருக்க வேண்டும் என்பதை உணர்ந்தான், ஆனால் இப்போதும் எல்லா வெட்டுக்கிளிகளும் கறுப்பாக இருந்தன. இன்னும் எவ்வளவு காலம் அவை அப்படி இருக்கும் என்று நினைத்தான்.

எச்சரிக்கையுடன் அவனுடைய கையைக் கீழே நீட்டினான்; அதன் இறக்கைகளைப் பிடித்து வெட்டுக்கிளியைத் தூக்கினான். அதை மேல்பக்கமாகத் திருப்பினான், அதன் எல்லா கால்களும் காற்றில் நடந்தன; பல இணைப்புகளுடைய அதன் வயிற்றைப் பார்த்தான். ஆமாம், அதுவும் கறுப்பாகத்தான் இருந்தது. முதுகும் தலையும் தூசியாக இருந்த இடம் பல நிறங்களில் பளிச்சிட்டது.

“சென்று வா, வெட்டுக்கிளியே,” என்றான் நிக்; முதல் முறையாகச் சத்தமாகப் பேசினான். “எங்கேயாவது பறந்து தூரமாகப் போ.”

வெட்டுக்கிளியைச் சுழற்றி மேல்நோக்கி காற்றில் எறிந்தான்; சாலைக்கு அப்பாலிருந்த ஒரு மரக்கரித் தண்டை நோக்கி அது பறந்து போனதைப் பார்த்தான்.

நிக் எழுந்து நின்றான். ஒரு மரத்தண்டின் மேல் நேராக நின்ற அவனுடைய பையின் சுமைக்கு எதிராகப் பின்பக்கமாகச் சாய்ந்தான்; பையின் தோள்வளையங்களுக்குள் கைகளை நுழைத்தான். பையை முதுகில் சுமந்தபடி, நாட்டுப்புறத்தை நோக்கி நீட்டிக்கொண்டிருந்த குன்றின் உச்சியில் நின்றான்; குன்று தூரமாக இருந்த ஆற்றின் திசையில் நீண்டது; அதன் பிறகு, சாலையிலிருந்து வெகுதொலைவில் அதன் ஒரு பகுதி சரிந்து தரையில் இறங்கியது. அதன் சரிவில் இருநூறு கஜ தூரத்தில் காட்டுத்தீயின் பரவல் நிறைவுற்றிருந்தது. கால்களுக்கு அடியில் தரை நடப்பதற்கு மிகவும் உகந்ததாக இருந்தது. அடுத்து வந்தவை: நறுமணம் கொண்ட இலைகளுடைய செடிகள், முழங்காலளவு வளர்ந்தவை; அவற்றின் ஊடாக நடந்தான்; என்றும் பசுமை மாறா பைன் மரக் கூட்டங்கள்; மேடு பள்ளங்கள் நிறைந்த, அடிக்கடி மேலே எழுந்தும் கீழே இறங்கியும் சென்ற நீண்ட நாட்டுப்புறப் பகுதி; கால்களுக்கு அடியில் மணலாக இருந்த பகுதி; மீண்டும் உயிர்ப்புடன் இருந்த நாட்டுப் பகுதி.

சூரியனின் நிலையைக் கொண்டு அவன் போகும் திசையைத் தீர்மானித்தான். எந்த இடத்தில் ஆற்றோடு இணைய வேண்டும் என்று அவனுக்குத் தெரியும்; பைன் மரச் சமவெளியில் தொடர்ந்து நடந்தான்; கொஞ்சம் உயரமாக இருந்த பகுதியை அடைந்தான்; அங்கேயிருந்து இன்னும் கடக்கவேண்டிய உயரமான இடங்களைப் பார்த்தான்; சிலசமயங்களில் உயரமான இடத்திலிருந்து, அவனுக்கு வலதுபுறம் அல்லது இடதுபுறம் தீவுகள்போல் தனித்திருந்த அடர்த்தியான பைன் மரக்கூட்டங்களையும் கண்டான். இலைகளில் நறுமணம் கொண்ட தளைகளின் இளங்கிளைகளை ஒடித்தான்; பையின் வார்களுக்கு அடியில் நுழைத்தான். அவை கசங்கியதால் எழுந்த நறுமணம் கலந்த காற்றைச் சுவாசித்தபடி தொடர்ந்து நடந்தான்.

அவன் சோர்வடைந்திருந்தான்; மிகையான வெப்பத்தால் தவித்தான்; மேடு பள்ளம் நிறைந்த, நிழல்கள் இல்லாத பைன் மரச் சமவெளியில் நடந்தான். எப்போது வேண்டுமானாலும் இடது பக்கமாத் திரும்பி நடந்து ஆற்றை அடைய முடியும் என்று அவனுக்குத் தெரியும். அது ஒரு மைல் தூரத்துக்கு மேல் இருக்காது. ஆனால் அவன் வடக்கு திசையில் தொடர்ந்து நடந்தான்; ஒரு நாள் முழுவதும் நடந்து எவ்வளவு தூரம் ஆற்றின் மேல்பகுதிக்குப் போக முடியுமோ அங்கே போய் ஆற்றை அடையலாம் என்று நினைத்தான்.

கொஞ்ச நேரம் நடந்த பிறகு, அவன் கடந்து போய்க் கொண்டிருந்த சரிவான மேட்டுத் திடலுக்கு மேல் உயர்ந்து தீவுகள்போல் நின்ற பைன் மரக்கூட்டங்களில் ஒன்றைக் கண்டான். திடீரென சரிவாகச் சென்ற இடத்தில் நடந்தான், அதன் பிறகு மெதுவாக மேல்நோக்கி நடந்து ஒரு பாலத்தின் உச்சியை அடைந்தான்; திரும்பி, பைன் மரங்களை நோக்கி நடந்தான். ஒரு தீவு போல் கூட்டமாகப் பைன் மரங்கள் இருந்த இடத்தில் தரையில் செடிகொடிகள் எதுவும் இல்லை. அந்த மரங்களின் தண்டுகள் நேராக மேல்நோக்கிச் சென்றன அல்லது ஒன்றை நோக்கி ஒன்று வளைந்து சென்றன. தண்டுகள், கிளைகள் இல்லாமல் நேராக, பழுப்பு நிறத்தில் இருந்தன. கிளைகள் உயரமான பகுதியில் இருந்தன. சில கிளைகள் ஒன்றுடன் ஒன்று பின்னிப்பிணைந்து பழுப்பு நிற வனத்தின்

தரையில் அடர்த்தியான நிழலை ஏற்படுத்தின. அந்த மரத் தோப்பைச் சுற்றி ஒரு வெற்றிடம் இருந்தது. அது பழுப்பு நிறத்தில் இருந்தது. நிக் நடந்தபோது கால்களுக்கு அடியில் மென்மையாக இருந்தது. உயரத்தில் இருந்த கிளைகளின் அகலத்துக்கு அப்பால் ஒன்றன் மேல் ஒன்றாகக் கீழே தரையில் விழுந்திருந்த ஊசி போன்ற இலைகளினால் ஏற்பட்டது அது. மரங்கள் உயரமாக வளர்ந்திருந்தன; கிளைகள் உயரத்தில் இருந்தன; முன்னாட்களில் நிழல்கள் மறைத்த இடம் இப்போது சூரிய ஒளி விழும் வெற்றிடமாக மாறியிருந்தது. வனத்தில் தரைப்பகுதியின் விரிவாக்கத்தின் விளிம்பிலேயே இலைகளில் நறுமணம் கொண்ட செடிகளிலிருந்த பகுதி தொடங்கியது.

நிக் அவனுடைய பையைக் கீழே இறக்கி வைத்தான்; நிழலில் படுத்தான். முதுகை தரையில் சாய்த்துக் கிடந்தான்; உயரே பைன் மரங்களைப் பார்த்தான். அவன் உடம்பை நீட்டிப் படுத்ததும் அவனுடைய கழுத்தும் முதுகும், முதுகின் கீழ்ப்பகுதியும் தரையை ஒட்டிக் கிடந்தன. தரையின் மேற்பரப்பு அவன் முதுகுக்கு இதமாக இருந்தது. கிளைகளின் ஊடாக அவன் வானத்தைப் பார்த்தான், பிறகு கண்களை மூடினான். கண்களைத் திறந்தான்; மீண்டும் மேலே பார்த்தான். கிளைகளில் மேலே உயரத்தில் காற்று வீசியது. மீண்டும் கண்களை மூடினான்; தூக்கத்தில் ஆழ்ந்தான்.

விறைப்புடனும் மரமரப்புடனும் நிக் விழித்து எழுந்தான். சூரியன் கிட்டத்தட்ட கீழே இறங்கியிருந்தது. அவனுடைய பை கனமாக இருந்தது; அவன் அதை மேலே தூக்கியபோது, அதன் வார்கள் அவனுக்கு வலியை ஏற்படுத்தின. பையைச் சுமந்தபடியே குனிந்து தோல்வார் கொண்ட பையை எடுத்தான்; நறுமணச் செடிகள் நிறைந்த தாழ்வான நீண்ட ஈர நிலத்தின் வழியாக நடந்து பைன் மரக் காட்டிலிருந்து புறப்பட்டான்; ஆற்றை நோக்கி நடந்தான். அது ஒரு மைல் தூரத்துக்கும் கூடுதலாக இருக்காது என்று அவனுக்குத் தெரியும்.

மரத்தண்டுகள் நிறைந்த குன்று வழியாகக் கீழே இறங்கி ஒரு புல்வெளிப் பகுதிக்குள் நுழைந்தான். அந்தப் புல்வெளியின் ஓரத்தில் ஆறு ஓடியது. ஆற்றை அடைந்ததில் நிக் மகிழ்ச்சி

அடைந்தான். புல்வெளியின் வழியாக ஆற்றின் மேல் பகுதியை நோக்கி நடந்தான். நடந்தபோது அவனுடைய கால்சட்டைகள் பனியில் நனைந்தன. ஒரு சூடான நாளின் முடிவில், பனி விரைந்தும் கனத்தும் பொழிந்தது. ஆறு ஒலி எதுவும் எழுப்பவில்லை. அது மிகவும் விரைவாகச் சென்றது, அமைதியாகச் சென்றது. முகாம் அமைப்பதற்காக மேட்டுத் திடலில் ஒரு சிறிய பகுதியை நோக்கி மேலே போவதற்கு முன்னால், புல்வெளியின் ஓரத்திலிருந்து கீழே குனிந்து ஆற்றில் நன்னீர் மீன்கள் மேலே எழுந்து வருவதைப் பார்த்தான். சூரியன் கீழே இறங்கியபோது, நீரோடையின் அக்கரையிலிருந்த தாழ்வான சதுப்புநிலத்திலிருந்து வந்த பூச்சிகளைப் பிடிப்பதற்காக அவை மேலே வந்தன. அவற்றைப் பிடிப்பதற்காக அந்த மீன்கள் தண்ணீரிருக்கு மேலே துள்ளின. நீரோட்டத்தை ஒட்டியிருந்த சிறிய நீண்ட புல்வெளியில் நிக் நடந்து போனபோது, அந்த மீன்கள் தண்ணீரிலிருந்து வெளியே உயரமாகத் துள்ளின. இப்போது அவன் ஆற்றின் கீழ்ப்பகுதியைப் பார்த்தான்; தண்ணீரின் மேற்பரப்பில் பூச்சிகள் விழுந்திருக்க வேண்டும்; நீரோட்டத்தின் கடைசிவரை தொடர்ச்சியாக மீன்கள் அவற்றை உணவாக்கிக் கொண்டிருந்தன. அவனுடைய கண்ணுக்கு எட்டிய தூரம்வரை நீர்ப்பகுதியில், நன்னீர் மீன்கள் மேலே வந்துகொண்டிருந்தன, ஓடிக்கொண்டிருந்த தண்ணீரின் மேற்பரப்பில் வட்டமடித்துகொண்டிருந்தன, அது மழை பெய்யத் தொடங்கியதுபோல் இருந்தது.

தரைத்தளம் உயர்வாகச் சென்றது, மரங்களும் மணலும் நிறைந்திருந்தது, அங்கேயிருந்து, கீழே தெரிந்த புல்வெளியையும், ஆற்றையும், சதுப்புநிலத்தின் நீண்ட பரப்பையும் பார்க்க முடிந்தது. அவனுடைய பையையும், தோல்வார் கொண்ட பையையும் கீழே வைத்தான்; சமதளமாயிருந்த ஒரு பகுதியைத் தேடினான். அவன் மிகுந்த பசியில் இருந்தான்; சமைப்பதற்கு முன்னால் அவனுடைய கூடாரத்தைக் கட்டமைக்க விரும்பினான். இரண்டு பைன் மரங்களுக்கு இடையில் தரை சமதளமாக இருந்தது. அவனுடைய பையிலிருந்த கோடாரியை எடுத்தான்; நீட்டிக்கொண்டிருந்த இரண்டு வேர்களை வெட்டினான். அது, அவன் படுக்கத் தேவையான அளவு நிலத்தைச் சமமாக்கியது. அதில் மணலாயிருந்த நிலத்தைக் கையால்

பரப்பி மென்மையாக்கினான்; நறுமணம் நிறைந்த செடிகளை வேர்களோடு பிடுங்கி எறிந்தான். அந்தச் செடிகளிலிருந்த நறுமணம் அவன் கைகளில் மணத்தது. வேர்கள் பிடுங்கப்பட்ட தரையை மெதுமெதுப்பாக மாற்றினான். துணி விரிப்புக்கு அடியில் கட்டிகள் இருப்பதை அவன் விரும்பவில்லை. தரை மென்மையான பிறகு அவனுடைய மூன்று படுக்கை விரிப்புகளை விரித்தான். அவற்றில் ஒன்றை இரண்டாக மடித்து தரையில் விரித்தான். மற்ற இரண்டையும் மேலே விரித்தான்.

பைன் மரத்தண்டுகளில் ஒன்றைக் கோடாரியால் பிளந்து பளிச்சென்றிருந்த ஒரு பலகையை எடுத்தான்; கூடாரத்துக்குத் தேவையான ஆப்புகளாக அதைப் பிளந்தான். தரையில் ஊன்றி நிற்கும் வகையில் அவை நீளமாகவும் உறுதியாகவும் இருக்க வேண்டும் என்று விரும்பினான். கூடாரத் துணியை அவிழ்த்துத் தரையில் பரப்பப்பட்ட நிலையில், பைன் மரத்தில் சாய்த்து வைக்கப்பட்டிருந்த பை மிகவும் சிறியதாகத் தோன்றியது. கூடாரத்தின் கிடைமட்ட முகட்டுக் கம்பாகப் பயன்படுத்தப்பட்ட கயிற்றை ஒரு பைன் மரத் தண்டில் கட்டினான்; அந்தக் கயிற்றின் மற்றொரு முனையை இழுத்து கூடாரத்தைத் தரையிலிருந்து மேலே தூக்கி நிறுத்தி, கயிற்றை மற்றொரு பைன் மரத்தில் கட்டினான். துணிகள் உலர்த்தும் கயிற்றில் தொங்கும் கித்தான் போர்வைபோல் அந்தக் கயிற்றின் மீது கூடாரத் துணி தொங்கியது. அவன் வெட்டி எடுத்திருந்த கம்பை கித்தான் துணியின் பின் உச்சிக்கு அடியில் ஊன்றினான்; அதன் பிறகு அதன் பக்கங்களை இழுத்து ஆப்புகள் அடித்து கூடாரமாக மாற்றினான். அதன் பக்கங்களை இழுத்து விறைப்பாக்கி ஆப்புகளைக் கோடாரியின் சமமாக இருந்த பின்பக்கத்தால் அடித்து, அவற்றில் கட்டியிருந்த கயிற்றின் முடிச்சுகள் மண்ணுக்குள் மறையும்வரை ஆழமாகத் தரையில் இறக்கினான். இப்போது கித்தான் மேலதிக இறுக்கத் துடன் இருந்தது.

உள்ளே கொசு வருவதைத் தடுக்க கூடாரத்தின் திறந்திருந்த நுழைவுப் பக்கத்தின் குறுக்கே தளர்வாக நெய்யப்பட்ட துணியைக் கட்டினான். பையிலிருந்து எடுத்த பல பொருட்களுடன், கொசு தடுப்பானுக்குள் நுழைந்து ஊர்ந்து போனான்; அந்தப் பொருட்களைப் படுக்கையின் தலைப் பகுதியில் சரிவாக

இருந்த கித்தானுக்கு அடியில் வைத்தான். பழுப்பு நிறக் கித்தான் வழியாகக் கூடாரத்தின் உள்ளே வெளிச்சம் வந்தது. அதில் கித்தானின் இனிய மணம் இருந்தது. ஏற்கனவே மர்மமான, வீட்டில் இருப்பது போன்ற ஏதோ ஒன்று அங்கே இருந்தது. நிக் கூடாரத்தின் உள்ளே ஊர்ந்து போனபோது அவன் மகிழ்ச்சியாக இருந்தான். நாள் முழுவதும் அவன் வருத்தம் அடையவில்லை. இருந்தபோதும் இது வித்தியாசமாக இருந்தது. இப்போது வேலைகள் எல்லாம் முடிந்துவிட்டன. ஒரு வேலை மட்டும் செய்யவேண்டியிருந்தது. இப்போது அதுவும் முடிந்துவிட்டது. அது ஒரு கடினமான பயணமாக இருந்தது. அவன் மிகவும் சோர்வாக இருந்தான். அதுவும் இப்போது முடிந்தது. அவன் இந்த முகாமை அமைத்துவிட்டான். அவன் ஓரிடத்தில் தங்கிவிட்டான். எதுவும் அவனைத் தொந்தரவு செய்ய முடியாது. இது தங்குவதற்கு ஒரு சிறந்த இடம். அவன் அங்கே இருந்தான், ஒரு சிறந்த இடத்தில். அவன் அவனுடைய வீட்டில் இருந்தான், எங்கே அதை அமைத்திருந்தானோ அங்கே. இப்போது அவனுக்குப் பசித்தது.

தளர்வாக நெய்யப்பட்ட துணிக்கு அடியில் ஊர்ந்து அவன் வெளியே வந்தான். வெளியே மிகவும் இருட்டாக இருந்தது. கூடாரத்துக்குள் வெளிச்சமாக இருந்தது.

நிக் அவனுடைய பை இருந்த இடத்தை அடைந்தான்; விரல்களால் தடவி பையின் அடிப்பகுதியில், ஆணிகள் நிறைந்த ஒரு காகிதப் பையில் இருந்த ஒரு நீள ஆணியைக் கண்டெடுத்தான். அதை நெருக்கமாகப் பிடித்தான், கோடாரியின் சமமான பகுதியால் மெதுவாக அடித்து அதை ஒரு பைன் மரத்துக்குள் இறக்கினான். அவனுடைய பையை உயரத்தில் ஆணியில் தொங்கவிட்டான். அவனுக்கு வேண்டிய பொருட்கள் அனைத்தும் அந்தப் பையில் இருந்தன. இப்போது அவை தரையிலிருந்து உயரத்தில் பாதுகாப்பாக இருந்தன.

நிக் பசியில் இருந்தான். அவன் ஒருபோதும் இதைவிட அதிக பசியில் இருந்திருப்பான் என்று அவன் நினைக்கவில்லை. பன்றி இறைச்சித் துண்டுகளும் பீன்ஸும் இருந்த ஒரு டப்பாவைத் திறந்தான்; ஸ்பகெட்டி என்ற பாஸ்தா வகை உணவு இருந்த

டப்பாவையும் திறந்தான்; டப்பாக்களில் இருந்தவற்றை ஒரு வாணலியில் கொட்டினான்.

“இந்த வகையான உணவைச் சுமந்து கொண்டுவர நான் தயாராக இருந்தால், அதைச் சாப்பிடுவதற்கும் எனக்கு உரிமை இருக்கிறது,” என்றான் நிக். இருண்டுகொண்டிருந்த வனத்தில் அவனுடைய குரல் வினோதமாக ஒலித்தது. அதன் பிறகு அவன் பேசவில்லை.

பைன் மரத்தண்டிலிருந்து கோடாரியால் வெட்டி எடுத்த சிறு மரத் துண்டுகளால் நெருப்பு மூட்டினான். நெருப்புக்கு மேல் ஒரு கம்பி வலையை வைத்தான், அதன் நான்கு கால்களையும் அவனுடைய பூட்ஸால் மிதித்து தரைக்குள் இறக்கினான். தீப் பிழம்புகள் மேலெழுந்த கம்பிவலையின் மேல் வாணலியை வைத்தான். அவன் இன்னும் அதிகப் பசியில் இருந்தான். பீன்ஸும் ஸ்பகெட்டியும் சூடாயின. அவற்றை அவன் கிளறினான்; ஒன்றாகச் சேர்த்துக் கலந்தான். அவை குமிழிகளை வெளியே தள்ளின; அந்தக் குமிழிகள் சிரமத்துடன் மேற்பரப்புக்கு வந்தன. அது இனிய மணத்துடன் இருந்தது. கெட்டியான தக்காளிச் சாறு இருந்த பாட்டிலை நிக் வெளியே எடுத்தான்; நான்கு ரொட்டித் துண்டுகளை வெட்டினான். இப்போது குமிழிகள் வேகமாக வந்துகொண்டிருந்தன. நிக் நெருப்பு பக்கத்தில் உட்கார்ந்தான்; வாணலியை மேலே தூக்கினான். அதில் இருந்ததில் பாதியைத் தகரத் தட்டில் ஊற்றினான். அந்தத் தட்டில் அது மெதுவாகப் பரவியது. அது அதிகச் சூடாக இருந்தது என்று அவனுக்குத் தெரியும். கொஞ்சம் தக்காளிச் சாறை ஊற்றினான். பீன்ஸும் ஸ்பகெட்டியும் இன்னமும் சூடாக இருந்தன என்று அவனுக்குத் தெரியும். அவன் நெருப்பைப் பார்த்தான், அதன் பிறகு கூடாரத்தைப் பார்த்தான்; அவனுடைய நாக்கைச் சுட்டுக்கொண்டு அந்த மகிழ்ச்சியான சூழலை அவன் கெடுக்க விரும்பவில்லை. பல ஆண்டுகளாக, ஒருபோதும் அவன் பொறித்த வாழைக்காய் துண்டுகளைச் சாப்பிட்டு மகிழ்ந்ததில்லை, காரணம், அவை குளிர்ச்சி அடையும்வரை ஒருபோதும் அவனால் காத்திருக்க முடிந்ததில்லை. அவனுடைய நாக்கு கூருணர்வுடையது. அவன் மிகுந்த பசியில் இருந்தான். ஆற்றுக்கு அப்பாலிருந்த சதுப்பு நிலத்தில் இப்போது கிட்டத்தட்ட இருட்டாக இருந்தது; அங்கே

ஒரு பனிமூட்டம் மேலே எழுந்து வருவதைப் பார்த்தான். மீண்டும் ஒருமுறை கூடாரத்தைப் பார்த்தான். சரி, சாப்பிடலாம். தட்டிலிருந்து ஒரு முழு தேக்கரண்டி அளவு எடுத்து சாப்பிட்டான்.

"கிறிஸ்," என்றான் நிக். "ஜீசஸ் கிறிஸ்," என்று சொன்னான், மகிழ்ச்சியுடன்.

ரொட்டி இருப்பது நினைவுக்கு வருமுன்னால், தட்டில் இருந்ததை முழுவதுமாகச் சாப்பிட்டான். இரண்டாவதாகத் தட்டில் கொட்டியதை ரொட்டியுடன் சேர்த்து சாப்பிட்டான்; ரொட்டித் துண்டால் துடைத்துச் சாப்பிட்டு தட்டைப் பளபளப்பாக்கினான். செயிண்ட் இக்னேஸ் இரயில் நிலைய உணவகத்தில் ஒரு கப் காபியும் ஒரு பன்றி இறைச்சி சாண்ட்விச்சும் சாப்பிட்ட பிறகு வேறு எதுவும் அவன் சாப்பிடவில்லை. அது ஒரு அற்புதமான அனுபவமாக இருந்தது. இதற்கு முன்னால் அவனுக்கு அப்படி ஒரு பசி ஏற்பட்டதில்லை; ஆனாலும், அதை அவனால் நிறைவு செய்ய முடியவில்லை. அவன் விரும்பியிருந்தால், பல மணி நேரத்துக்கு முன்னமே அவனால் முகாம் அமைத்திருக்க முடியும். ஆற்றங்கரை ஓரமாக முகாம் அமைத்துத் தங்க நிறைய நல்ல இடங்கள் இருந்தன. ஆனால், இந்த இடம்தான் சிறப்பானது.

நிக் பைன் மரத்தின் இரண்டு பெரிய துண்டுகளையும் கம்பி வலைக்கு அடியில் திணித்தான். நெருப்பு குப் என்று பற்றி மேலே எழுந்தது. காபி தயாரிப்பதற்குத் தண்ணீர் கொண்டுவர மறந்துவிட்டான். மடித்து வைக்கக்கூடிய கித்தான் வாளியை பையிலிருந்து எடுத்தான். குன்றின் சரிவில் புல்வெளியின் ஓரமாக ஆற்றை நோக்கி நடந்தான். அதன் மறுகரை வெண்ணிற பனிமூட்டத்துக்குள் இருந்தது. கரையில் முட்டிபோட்டுக் குனிந்து நீரோட்டத்துக்குள் கித்தான் வாளியை ஆழ்த்தியபோது புல் ஈரமாகவும் குளிர்ச்சியாகவும் இருந்தது. அது முழுவதும் நிரம்பி உப்பியது, தண்ணீரின் வேகத்தில் கனமாக இழுத்தது. தண்ணீர் பனிபோல் குளிர்ச்சியாக இருந்தது. நிக் வாளியைக் கழுவினான்; தண்ணீர் நிறைந்த வாளியை மேலே முகாமுக்குக் கொண்டு வந்தான். நீரோட்டத்துக்கு மேலே தூரத்தில் அந்த அளவு குளிர்ச்சி இல்லை.

நிக் மற்றொரு பெரிய ஆணி அடித்தான்; தண்ணீர் நிறைந்த வாளியை அதில் தொங்கவிட்டான். காபிப் பாத்திரத்தில் பாதி அளவு தண்ணீர் எடுத்தான்; கம்பி வலைக்கு அடியில் நெருப்பில் இன்னும் கொஞ்சம் மரத் துண்டுகளைப் போட்டான்; அதன் மேல் காபிப் பாத்திரத்தை வைத்தான். அவன் எந்த முறையில் காபி தயாரித்தான் என்று அவனுக்கு நினைவில் இல்லை. அது பற்றி ஹாப்கின்ஸ்ஸினுடன் நடந்த வாக்குவாதம் நினைவிருந்தது; ஆனால், எந்த முறையை அவன் ஆதாரித்தான் என்பது நினைவில்லை. அதை கொதிக்க வைக்க வேண்டும் என்ற முடிவுக்கு வந்தான்; அது ஹாப்கின்ஸ் முறை என்பது இப்போது நினைவுக்கு வந்தது. ஒரு முறை எல்லாவற்றைப் பற்றியும் அவன் ஹாப்கின்ஸ்ஸுடன் வாக்குவாதம் செய்திருந்தான். காபி சூடாவதற்காகக் காத்திருந்த நேரத்தில், பாதாமிப் பழங்கள் இருந்த சின்ன டப்பாவைத் திறந்தான். டின்களைத் திறப்பது அவனுக்குப் பிடித்திருந்தது. தகர பாத்திரத்தில் மொத்த பாதாமிப் பழங்களையும் கொட்டினான். நெருப்புமேல் இருந்த காபி குடுவையைப் பார்த்துக்கொண்டிருந்தபோது, பாதாமிப் பழச் சாறை உறிஞ்சிக் குடித்தான்; தொடக்கத்தில், அது சிந்தாமலிருக்க எச்சரிக்கையாகக் குடித்தான், அதன் பிறகு, ஆழ்ந்த சிந்தனையுடன் அதை உறிஞ்சிக் குடித்தான். புதிதாகப் பறித்த பழங்களைவிட அது சுவையாக இருந்தது.

அவன் பார்த்துக்கொண்டிருக்கும்போது காபி கொதித்தது. அதன் மூடி திறந்தது; அதன் பக்கமாகக் காபியும் அதன் சிறு துகள்களும் பொங்கி வழிந்தன. நிக் அதைக் கம்பி வலையி லிருந்து எடுத்தான். ஹாப்கின்ஸ்ஸுக்குக் கிடைத்த வெற்றி அது. வெறுமையாக இருந்த பாதாமிப் பழக் கப்பில் சர்க்கரையைப் போட்டான்; கொஞ்சம் காபியை அதில் ஊற்றி ஆற வைத்தான். பிடித்து ஊற்றுவதற்கு அது மிகவும் சூடாக இருந்தது; காபி குடுவையின் கைப்பிடியை அவனுடைய தொப்பியால் பிடித்தான். காபி குடுவைக்குள் செங்குத்தாக இறங்க அவன் அனுமதிக்கவே மாட்டான். நிச்சயமாக முதல் கப்பில் இல்லை. ஹாப்கின்ஸ் முறைப்படி அது முற்றிலும் நேராக இருக்க வேண்டும். ஹாப்கின்சனுக்கு அதற்கான தகுதி இருந்தது. அவன் மிகவும் அதிகமாகக் காபி குடித்தான். நிக்

அறிந்தவரை அவன்தான் மிகவும் கடுமையான மனிதனாக இருந்தான். மிகவும் அதிகமாக இல்லை, கடுமையானாவன். அது நீண்ட காலத்துக்கு முன்னால். ஹாப்கின்ஸ் உதட்டை அசைக்காமல் பேசினான். அவன் போலோ விளையாடினான். டெக்சாஸில் அவன் பல மில்லியன் டாலர் சம்பாதித்தான். சிகாகோ போவதற்காக எதைப்பற்றியும் கவலைப்படாமல் கடன் வாங்கினான்; அப்போதுதான் அவனுக்கு முதல் பெரிய வெற்றி கிடைத்தது என்று தந்தி வந்திருந்தது. பணத்தைக் கேட்டு அவன் தந்தி கொடுத்திருக்கலாம். அது மிகவும் மெதுவாகச் சென்றிருக்கும். ஹாப்பினுடைய காதலியை அவர்கள் பொன்னிற முடியுடைய வீனஸ் என்று அழைத்தார்கள். அவன் அதைப் பொருட்படுத்தவில்லை, காரணம் அவனுடைய உண்மையான காதலி அவள் இல்லை. அவனுடைய உண்மையான காதலியை ஒருவரும் கிண்டல் செய்ய முடியாது என்று அவன் மிகவும் உறுதியாகச் சொன்னான். அவன் சரியாகத்தான் சொன்னான். தந்தி வந்தபோது ஹாப்கின்ஸ் வெளியூர் போனான். அப்போது அவன் பிளாக் ரிவரில் இருந்தான். அந்தத் தந்தி அவனுக்குப் போய்சேர எட்டு நாட்கள் எடுத்தது. அவனுடைய 0.22 விட்டம் துளையுடைய கோல்ட் தானியங்கிக் கைத்துப்பாக்கியை நிக்குக்குக் கொடுத்தான். அவனுடைய புகைப்பட கருவியைப் பில்லுக்குக் கொடுத்தான். அவற்றைப் பயன்படுத்தும் ஒவ்வொரு முறையும் அவனை நினைவில் கொள்வதற்காகக் கொடுக்கப்பட்டவை அவை. அடுத்த கோடைக்காலத்தில் அவர்கள் அனைவரும் மீண்டும் மீன்பிடிக்கப் போவதாக இருந்தது. அந்த பீர் பிரியன் பெரும் பணக்காரன். அவன் ஒரு துடுப்பு படகு வாங்குவான்; அவர்கள் அனைவரும் லேக் சுப்பீரியரின் வடக்கு கரையோரமாகப் பயணம் செய்யலாம் என்றிருந்தார்கள். அவன் உற்சாகமடைந்தான், ஆனால் இறுக்கமாக இருந்தான். அவர்கள் குட்-பை சொன்னார்கள்; அனைவரும் வருத்தப்பட்டார்கள். அதனால் பயணம் முறிவுற்றது. மீண்டும் அவர்கள் ஒருபோதும் காப்கின்ஸ்ஸைப் பார்க்கவில்லை. பிளாக் ரிவரில் அது நடந்து நீண்ட காலமாயிற்று.

நிக் காபியைக் குடித்தான், காப்கின்ஸ் முறைப்படி தயாரிக்கப் பட்ட காபி அது. காபி கசப்பாக இருந்தது. நிக் சிரித்தான். அந்தக் கதைக்கு அது ஒரு நல்ல முடிவு கொடுத்தது. அவன்

மனம் வேலை செய்யத் தொடங்கியது. அவன் அதிகமாகச் சோர்வடைந்திருந்ததால் அவனால் அதைக் கட்டுப்படுத்த முடியும் என்று அவனுக்குத் தெரியும். குடுவையிலிருந்த காபியை வெளியே கொட்டினான்; காபித் துகள்களை உலுக்கித் தளர்த்தி நெருப்பில் தட்டினான். ஒரு சிகரெட் பற்ற வைத்தான்; கூடாரத்துக்குள் போனான். போர்வை மீது உட்கார்ந்தபடி ஷூக்களையும் கால்சட்டையும் களைந்தன், கால்சட்டைக்குள் ஷூக்களை மேல்நோக்கி வைத்துச் சுருட்டினான், அதைத் தலையணையாக்கினான்; போர்வைகளுக்கு இடையே போனான்.

நெருப்பின் மீது இரவுக் காற்று வீசியதால் வெளியே ஏற்பட்ட வெளிச்சத்தை கூடாரத்தின் திறந்த முன்பகுதி வழியாகப் பார்த்தான். அது ஒரு அமைதியான இரவு. சதுப்புநிலம் முற்றிலும் அமைதியாக இருந்தது. போர்வைக்கு அடியில் நிக் வசதியாக கால்களையும் கைகளையும் நீட்டினான். அவனுடைய காதுக்கு நெருக்கமாக ஒரு கொசு ரீங்காரம் செய்தது. நிக் எழுந்து உட்கார்ந்து ஒரு தீக்குச்சியைப் பற்றவைத்தான். அவன் தலைக்கு மேலிருந்த கித்தானில் அந்த கொசு இருந்தது. நிக் தீக்குச்சியை விரைவாக கொசுவின் பக்கத்தில் கொண்டுபோனான். அதன் சுடரில் கொசு மனநிறைவான ஒரு இஸ்ஸ் என்ற ஒலி எழுப்பியது. தீக்குச்சி அணைந்தது. நிக் மீண்டும் போர்வைக்கு அடியில் படுத்தான். ஒரு பக்கமாகத் திரும்பினான், கண்களை மூடினான். அவன் தூக்கக் கலகத்தில் இருந்தான். தூக்கம் வருவதை உணர்ந்தான். போர்வைக்குள் உடம்பைக் குறுக்கினான், தூங்கினான்.

10. மீனும் மன்னிப்பும் நிறைந்த ஓர் ஆறு
பகுதி இரண்டு

ஆயிரம். நடராஜன்

காலையில் சூரியன் உதித்து மேலே வந்திருந்தது; கூடாரம் சூடாகத் தொடங்கியது. காலை நேரத்தைக் பார்ப்பதற்காக நிக் கூடாரத்தின் முகப்பில் குறுக்காக இழுத்துக் கட்டப்பட்டிருந்த கொசுவலைக்கு அடியில் ஊர்ந்து வெளியே வந்தான். அவன் வெளியே வந்தபோது புற்களிலிருந்த ஈரம் அவன் கைகளில் பரவியிருந்தது. அவனுடைய கால்சட்டையையும் ஷூக்களையும் கையில் வைத்திருந்தான். சூரியன் குன்றில் சற்று உயரத்தில் இருந்தது. அங்கே ஒரு புல்வெளி இருந்தது; ஆறும், சதுப்பு நிலமும் இருந்தன. ஆற்றின் மறு பக்கத்திலிருந்த சதுப்பு நிலத்தில் பசுமையாக இருந்த இடத்தில் பூர்ச்ச மரங்கள் இருந்தன.

அதிகாலை வேளையில் அந்த ஆறு தெளிவாக, அமைதியாக, வேகமாக ஓடிக்கொண்டிருந்தது. கீழே சுமார் இருநூறு கெஜ தூரத்தில் ஆற்றின் குறுக்கே முழுவதுமாக மூன்று மரக் கட்டைகள் கிடந்தன. அவை அவற்றின் மேலே ஓடிய தண்ணீரை அமைதியானதாகவும் ஆழமானதாகவும் ஆக்கியது. நிக் பார்த்துக் கொண்டிருந்தபோது, கீரி இனத்தைச் சேர்ந்த மென்மையான மயிருடைய விலங்கு ஒன்று மரக்கட்டையின் வழியாக ஆற்றைக் கடந்து சதுப்பு நிலத்துக்குச் சென்றது. நிக் உற்சாகமடைந்தான். காலை நேரமும் ஆறும் அவனுக்கு உற்சாகமூட்டின. அதனால் காலை உணவைத் துறக்கும் அளவு மேலதிக அவசரம் காட்டினான்; ஆனால் காலை உணவு கட்டாயம் சாப்பிட வேண்டும் என்பது அவனுக்குத் தெரியும். ஒரு சிறிய நெருப்பு மூட்டி காபி குடுவையை அதன்மேல் வைத்தான்.

குடுவையில் இருந்த தண்ணீர் சூடாகிக்கொண்டிருந்தபோது, அவன் ஒரு வெற்றுப் பாட்டிலை எடுத்தான்; மேட்டுத்திடலின் விளிம்பில் நடந்து கீழே இறங்கி புல்வெளிக்குப் போனான். புல்வெளி பனியால் ஈரமாக இருந்தது. சூரியன் புற்களை உலர்த்துவதற்கு முன்னால், தூண்டில்இரையாகத் தேவைப்பட்ட வெட்டுக்கிளிகளைப் பிடிக்க நிக் விரும்பினான். ஏராளமான நல்ல வெட்டுக்கிளிகளைக் கண்டான். அவை புற்தண்டுகளின் அடிப்பகுதியில் ஒட்டிக்கொண்டிருந்தன; சில சமயங்களில் புற்தண்டுகளில் ஒட்டிக்கொண்டிருந்தன. பனியினால் அவை குளிர்ச்சியாகவும் ஈரமாகவும் இருந்தன. வெயில் அவற்றை வெதுவெதுப்பாக்குவதற்கு முன்னால் அவற்றால் துள்ளிக் குதிக்க முடியாது. நிக் அவற்றைப் பொறுக்கி எடுத்தான், நடுத்தர அளவு உடைய பழுப்பு நிற வெட்டுக்கிளிகளை மட்டுமே எடுத்தான், அவற்றைப் பாட்டிலில் போட்டான். ஒரு மரக்கட்டைஐத் திருப்பினான்; கட்டையின் விளிம்பில் மறைவிடத்தில் பல நூற்றுக்கணக்கான வெட்டுக்கிளிகள் இருந்தன. அது வெட்டுக் கிளிகளின் உறைவிடமாக இருந்தது. அவற்றிலிருந்து நடுத்தர அளவில் பழுப்பு நிறுத்திலிருந்த சுமார் ஐம்பது வெட்டுக் கிளிகளைப் பிடித்து பாட்டிலில் போட்டான். இந்த வெட்டுக்கிளிகளை அவன் பொறுக்கிக்கொண்டிருந்தபோது, மற்ற வெட்டுக்கிளிகள் சூரிய வெப்பத்தில் வெதுவெதுப்பு அடைந்தன, துள்ளிக் குதித்து தூரமாகப் போகத் தொடங்கின. அவை எம்பிக் குதித்தபோதே பறந்தன. தொடக்கத்தில் ஒரு முறை பறந்தன; தரையில் இறங்கியவுடன் செத்துப்போனது போல அங்கேயே விறைப்பாய்க் கிடந்தன.

அவன் காலை உணவு சாப்பிட்டு முடிக்கும்போது அவை எப்போதும்போல் உயிர்ப்புடன் இருக்கும் என்பது நிக்குக்குத் தெரியும். புற்களில் பனி இல்லாதிருந்தால், ஒரு பாட்டில் நிறைய நல்ல வெட்டுக்கிளிகள் பிடிப்பதற்கு ஒரு நாள் ஆகியிருக்கும்; பலவற்றை அவனுடைய தொப்பியால் பலமாக அடித்து நசுக்க வேண்டியிருந்திருக்கும். நீரோடையில் கைகளைக் கழுவினான். அதன் அருகில் இருந்ததில் உணர்ச்சிவயப்பட்டான். அதன் பிறகு கூடாரத்துக்கு நடந்தான். ஏற்கனவே வெட்டுக்கிளிகள் புற்களில் விறைப்பாகத் துள்ளிக்கொண்டிருந்தன. பாட்டிலில் இருந்த

வெட்டுக்கிளிகள் சூரிய வெப்பத்தில் வெதுவெதுப்படைந்து கூட்டமாகத் துள்ளிக்கொண்டிருந்தன. நிக் ஒரு பைன் மர குச்சியைப் பாட்டிலின் வாயில் சொருகினான். அது பாட்டிலின் வாயை நன்றாக அடைத்தது, பாட்டிலிலிருந்து வெட்டுக்கிளிகள் வெளியேற முடியவில்லை; காற்று போக நிறைய இடம் இருந்தது.

அவன் அந்த மரக்கட்டையை மீண்டும் திருப்பி உருட்டினான்; ஒவ்வொரு நாள் காலையிலும் அங்கே வெட்டுக்கிளிகள் கிடைக்கும் என்று அவனுக்குத் தெரியும்.

துள்ளிக்கொண்டிருந்த வெட்டுக்கிளிகள் நிரம்பிய பாட்டிலை நிக் ஒரு பைன் மரத்தண்டில் சாய்த்து வைத்தான். ஒரு கப் மாவு ஒரு கப் தண்ணீர் என்ற அளவில், மரக்கோதுமை மாவைத் தண்ணீரில் விரைவாகக் கலந்தான்; அது மென்மையாகும்வரை கிளறினான். அந்தக் குடுவையில் கையளவு காபித்தூளைப் போட்டான்; டப்பாவிலிருந்து, மசிக்கப்பட்ட ஒரு கட்டி கொழுப்பைத் தோண்டி எடுத்தான்; சூடாக இருந்த வாணலியில் போட்டான், சூட்டில் அது தெறித்தது. எரிமலைக் குழம்பு போல் அது வேகமாக வெளியே தள்ளியது. கோதுமைமாவு அதன் விளிம்பில் கெட்டியாகியது, அதன் பிறகு பழுப்பு நிறமாகி முறுகலானது. அதன் மேற்பரப்பு குமிழிகளானது, மெதுவாக நுண்துவாரங்களானது. பழுப்பு நிறத்திலிருந்த கெட்டியான மாவின் அடியில் புதிதாக ஒடித்த ஒரு மரப்பட்டையை நுழைத்தான். வாணலியை பக்கவாட்டாகக் குலுக்கினான். மாவுக் கட்டி அதன் மேற்பரப்பில் தளர்வாக இருந்தது. அதை மேலும் கீழுமாகக் குலுக்க முயற்சிக்கக் கூடாது என்று நிக் நினைத்தான். தூய்மையான ஒரு மரப்பட்டையை முழுவதுமாக அந்தக் கட்டியின் அடிப்பகுதியில் நுழைத்து அதை தலைகீழாகத் திருப்பினான். வாணலியில் அது தெறித்தது.

அது நன்றாக வெந்த பிறகு, நிக் திரும்பவும் வாணலியில் கொழுப்பைச் சேர்த்தான். பிசைந்த மாவு முழுவதையும் சேர்த்தான். மேலும் ஒரு பெரிய கட்டி கிடைத்தது; ஒரு சின்ன கட்டியும் கிடைத்தது.

நிக், பெரிய கட்டி மீதும் சின்னக் கட்டி மீதும் ஆப்பிள்பழ மசியலைத் தடவினான், இரண்டையும் சாப்பிட்டான். மூன்றாவது கட்டி மீது ஆப்பிள் மசியலைத் தடவினான், இரண்டு முறை மடித்தான், அதன்மீது எண்ணெய்க் காகிதத்தைச் சுற்றினான், அவனுடைய சட்டைப் பையில் வைத்தான். ஆப்பிள் மசியல் இருந்த ஜாடியை மீண்டும் பையில் வைத்தான்; இரண்டு சாண்ட்விச்சுகளுக்காக ரொட்டி வெட்டினான்.

அவனது பையில் ஒரு பெரிய வெங்காயம் இருந்ததைக் கண்டான். அதை இரண்டு துண்டுகளாக வெட்டினான்; பட்டு போலிருந்த வெளிப்புறத் தோலை உரித்தான். அவற்றில் ஒரு துண்டை சின்னச்சின்ன துண்டுகளாக வெட்டினான்; சாண்ட்விச்சுகளாக்கினான். எண்ணெய்க் காகிதத்தில் அவற்றைச் சுற்றினான்; காக்கிச் சட்டையின் மற்றொரு பையில் வைத்து பட்டனை மாட்டினான். இரும்பு வலையில் வாணலியைத் தலைகீழாகக் கவிழ்த்தான்; டப்பாவிலிருந்த பாலால் இனிப் பூட்டப்பட்டு, மஞ்சள் பழுப்பு நிறத்திலிருந்த காபியைக் குடித்தான்; முகாமை சுத்தம் செய்தான். அது ஒரு சிறந்த முகாம்.

மீன்பிடிக் கம்பு இருந்த தோல் உறையிலிருந்து வளையும் தன்மையுடைய தூண்டில் வீசும் கம்பை நிக் வெளியே எடுத்தான், அதை இணைத்தான்; உறையை மீண்டும் கூடாரத்துக்குள் தள்ளினான். சுழல்வட்டை மாட்டினான்; கம்பிலிருந்த வளையங்கள் வழியாகக் கயிற்றை நுழைத்தான். அதை இரண்டு கைகளிலும் மாற்றிமாற்றிப் பிடிக்கவேண்டியிருந்தது; இல்லை யானால் அதன் எடையால் கயிறு நழுவி விழுந்துவிடும். அது கனமாக இருந்தது, இரண்டு முறை அடித்துக் குறுக்கப்பட்ட தூண்டில் கம்பு அது. நீண்ட காலத்துக்கு முன்னால் எட்டு டாலர் பணம் கொடுத்து நிக் அதை வாங்கியிருந்தான். தூண்டிலை வீசிய பிறகு காற்றில் மீண்டும் நிமிர்ந்து மேலே உயர்ந்து முன்பக்கமாக நேராகத் தட்டையாக வரும் வகையில் கனமாகச் செய்யப்பட்டது அது; எடை இல்லாத செயற்கை இரையைத் தூரமாக வீச ஏதுவாக அப்படிக் கனமாகச் செய்யப்பட்டிருந்தது. தூண்டில் கயிறு இருந்த அலுமினிய பெட்டியை நிக் திறந்தான். ஈரமாயிருந்த மென்மையான கம்பளிப் பட்டைகளுக்கு இடையில் தூண்டில் கயிறுகள் சுற்றி வைக்கப்பட்டிருந்தன. செயிண்ட்

இக்னேஸ் வரை வந்த இரயிலின் பெட்டியில் இருந்த தண்ணீர் குளிரூட்டியில் அவற்றை நிக் ஈரமாக்கியிருந்தான். ஈரப் பட்டைகளுக்குள் இருந்த குடல் கொழுப்பிலான கயிறுகள் மென்மையாகியிருந்தன; சுற்றிவைக்கப்பட்டிருந்த அவற்றில் ஒன்றை எடுத்து கனமான மீன்பிடிக் கம்பின் நுனியில் ஒரு வளையத்தைப் பயன்படுத்தி இணைத்தான். இரையை இணைக்கும் கயிற்றின் நுனியில் ஒரு வளையத்தை மாட்டினான். தூண்டில் கயிற்றின் முனையில் ஒரு கொக்கியைக் கட்டினான். அந்தக் கொக்கி சிறியது, ஒல்லியானது, நெகிழும் தன்மை கொண்டது.

உட்கார்ந்த நிலையில் தூண்டில் கம்பை மடியில் குறுக்கே வைத்துப் பிடித்தபடி கொக்கிகளுக்கான உறையிலிருந்து நிக் அதை எடுத்தான். தூண்டில் கயிற்றைத் தொய்வில்லாமல் இழுத்து, கம்பில் இணைக்கப்பட்ட நெகிழ் வில்வளையத்தையும் முடிச்சையும் பரிசோதித்தான். அவனுக்கு மனநிறைவு ஏற்பட்டது. கொக்கி அவனுடைய விரலைக் குத்திவிடாதபடி எச்சரிக்கையாகச் செயல்பட்டான்.

நீரோட்டத்துக்குப் போக கீழ்நோக்கி நடக்கத் தொடங்கினான்; தூண்டில் கம்பைக் கையில் வைத்திருந்தான், வெட்டுக்கிளிகள் இருந்த பாட்டில் அவனுடைய கழுத்தில் மாட்டப்பட்டிருந்த தோல் வாரில் தொங்கியது; அந்தப் பாட்டிலின் கழுத்துப் பகுதியைச் சுற்றி தோல் வாரால் அரை முடிச்சு போடப் பட்டிருந்தது. அவனுடைய தோளில் ஒரு நீளமான மாவு சாக்குப்பை இருந்தது, அதன் ஒவ்வொரு மூலையும் கட்டப்பட்டு காது போல் தோற்றமளித்தது. தூண்டில் கயிறு அவன் தோளின் மேலாகப் போனது. சாக்குப்பை அவனுடைய கால்களில் தட்டியது.

நிக், ஒரு இக்கட்டான நிலையில் இருப்பதாக உணர்ந்தான்; ஆனால் அவன் மீது அந்தக் கருவிகள் தொங்கிக்கொண்டிருந்தது தொழில்முறை ரீதியாக அவனுக்கு மகிழ்ச்சியை அளித்தது. வெட்டுக்கிளிகள் இருந்த பாட்டில் அவன் நெஞ்சுக்கு எதிராக ஆடியது. அவனுடைய சட்டையின் மார்புப் பகுதியிலிருந்த பைகள் புடைத்திருந்தன; மதிய உணவும் செயற்கை இரைகள் இருந்த உறையும் அவற்றில் இருந்தன.

அவன் நீரோடைக்குள் இறங்கினான். அது அதிர்ச்சியாக இருந்தது. அவனுடைய கால்சட்டை இறுக்கமாக அவனது கால்களோடு ஒட்டிக்கொண்டது. அவனுடைய ஷூக்களில் சரளை மண் இருந்த உணர்வு ஏற்பட்டது. தண்ணீரின் அளவு உயர்ந்துகொண்டிருந்தது, அதன் குளிர்ச்சி அதிர்ச்சி அளித்தது.

வேகமாக ஓடிய தண்ணீர் அவன் கால்களுக்கு எதிராகத் தண்ணீரை உறிஞ்சியது. அவன் இறங்கிய இடத்தில் தண்ணீர் அவனுடைய முழங்கால்களுக்கு மேல் இருந்தது. தண்ணீரின் ஓட்டத்தோடு சிரமப்பட்டு நடந்தான். அவனுடைய ஷூக்களுக்கு அடியில் இருந்த சரளை மண் சறுக்கியது. ஒவ்வொரு காலுக்கு அடியிலும் ஏற்பட்ட நீர்சுழற்சியைக் குனிந்து பார்த்தான்; ஒரு வெட்டுக்கிளியை எடுப்பதற்காக பாட்டிலைத் தலைகீழாகத் திருப்பினான்.

முதல் வெட்டுக்கிளி பாட்டிலின் கழுத்திலிருந்து துள்ளிப் பறந்தது; வெளியே தண்ணீரில் விழுந்தது. நிக்கின் வலது காலுக்கு அடியில் இருந்த நீர்ச்சுழற்சி அதைத் தண்ணீருக்குள் இழுத்தது; அது நீரோட்டத்தின் கீழ்ப்பகுதியில் கொஞ்ச தூரம் தள்ளி மேற்பரப்புக்கு வந்தது; தண்ணீரை உதைத்தபடியே விரைவாக மிதந்து சென்றது. நீரோட்டத்தில் அமைதியான மேற்பரப்பைக் கலைத்த வேகமான சுழற்சிக்குள் அது மறைந்தது. ஒரு நன்னீர் மீன் அதை விழுங்கிவிட்டது.

மற்றொரு வெட்டுக்கிளி பாட்டிலுக்கு வெளியே முகத்தை நீட்டியது. அதன் உணர்கொம்புகள் நிலையில்லாமல் அசைந்தன. துள்ளிக் குதிப்பதற்காக அதன் முன்னங்கால்களை பாட்டிலுக்கு வெளியே நீட்டியது. நிக் அதன் தலையைப் பிடித்தான்; அதை கையில் பிடித்தபடியே, மெல்லிய கொக்கியை அதன் தாடையிலிருந்து உடம்பின் நடுப்பகுதி வழியாக வயிற்றின் கடைசிப் பகுதிவரை நுழைத்தான். வெட்டுக்கிளி அதன் முன்னங்கால்களால் கொக்கியை இறுக்கிப் பிடித்தது, புகையிலை சுவையிலிருந்த அதன் சாற்றை கொக்கியின் மேல் துப்பியது. நிக் அதை தண்ணீரில் போட்டான்.

வலது கையால் அவன் தூண்டில் கம்பைப் பிடித்தபடி, தண்ணீரில் வெட்டுக்கிளியின் இழுவைக்குத்தக்க கயிற்றைத்

தளரவிட்டான். இடது கையால் சுழல் வட்டிலிருந்து தூண்டில் கயிற்றை இழுத்தான்; அதை தங்குதடையின்றி போகவிட்டான். நீரோட்டத்தின் சிறிய அலைகளில் வெட்டுக்கிளியை அவனால் பார்க்க முடிந்தது. அதன் பிறகு அது கண் பார்வையிலிருந்து மறைந்தது.

தூண்டில் கயிற்றில் ஒரு வலுவான இழுப்பு தெரிந்தது. விறைப்படைந்த கயிற்றை நிக் இழுத்தான். இரையை மீன் கடித்தது அது முதல் முறை. நீரோட்டத்தில் இப்போது உயிர்ப்புடன் இருந்த மீன்பிடிக் கம்பைப் பிடித்தபடி, இடது கையால் தூண்டில் கயிற்றை உள்ளே இழுத்தான். தண்ணீரின் வேகத்துக்கு எதிராக மீன் உந்தியது; ஒவ்வொரு தடவை வெட்டி இழுக்கும்போதும் கம்பு வளைந்து கொடுத்தது. அது ஒரு சின்ன மீன் என்று நிக்குக்குத் தெரியும். கயிற்றை அவன் நேராக மேலே உயர்த்தினான்; அதை அந்தரத்தில் நிறுத்தினான். இழுத்தபோது அது வளைந்தது.

ஓடும் தண்ணீரில் நிலை மாறிக்கொண்டிருந்த கயிற்றின் நேர் கோட்டுக்கு எதிராக, அதன் தலையையும் உடம்பையும் தண்ணீரில் வெட்டிவெட்டி இழுத்துக்கொண்டிருந்த மீனைப் பார்த்தான்.

நிக் இடது கையால் தூண்டில் கயிற்றைப் பிடித்தான்; தண்ணீரின் வேகத்துக்கு எதிராகச் சோர்ந்து பலமாக அடித்துக்கொண்டிருந்த மீனை மேற்பரப்புக்கு இழுத்தான். அதன் முதுகில் சீரற்ற முறையில் பல நிறங்களில் பல வடிவங்கள் இருந்தன; அவை சரளை மண் மீது ஓடிய தண்ணீரின் சாம்பல் நிறத்தில் தெளிவாகத் தெரிந்தன; மீனின் ஒரு பக்கம் சூரிய ஒளியில் ஒளிர்ந்தது. கம்பு அவனுடைய வலது புஜத்துக்கு அடியில் இருந்த நிலையில், நிக் குனிந்தான், வலது கையைத் தண்ணீரில் நுழைத்தான். ஒருபோதும் அசையாமல் நிற்காத அந்த மீனை ஈரமான வலது கையால் கெட்டியாகப் பிடித்தான், கொக்கியின் வளைவான நுனியை அதன் வாயிலிருந்து எடுத்தான், மீண்டும் அதை நீரோட்டத்தில் போட்டான்.

வேகமாக ஓடிய தண்ணீரில் அது நிலைதடுமாறித் தொங்கியது, அதன் பிறகு அதன் அடிப்பகுதியில் ஒரு கல்லுக்கு அருகில்

அமைதியாகக் கிடந்தது. அதைத் தொடுவதற்காக நிக் கையை நீட்டினான், அவன் முழங்கைவரை தண்ணீருக்கு அடியில் இருந்தது. ஓடிக்கொண்டிருந்த தண்ணீரில் ஒரு கல்லுக்கு அருகில் சரளை மண்மீது அது அசையாமல் கிடந்தது. அதன் தண்ணீருக்கு அடியில் இருந்த அதன் மென்மையான குளிர்ச்சியான உணர்வை நிக்கின் விரல்கள் தொட்டபோது, அது அங்கேயிருந்து போயிற்று, நீரோட்டத்தில் அடிப்பகுதியின் குறுக்கே ஒரு நிழலுக்குள் போயிற்று.

அது நன்றாகத்தான் இருந்தது, நிக் நினைத்தான். அது சோர்வாக இருந்தது, அவ்வளவுதான்.

அந்த மீனை அவன் தொடுவதற்கு முன்னால் அவனுடைய கைகளை நனைத்தான்; அதனால், மீனைச் சுற்றியிருந்த மென்மையான வழுவழுப்பான கூழ்மத்தை அவன் கலைக்க வில்லை. உலர்ந்த கையால் மீனைத் தொட்டால் பாதுகாப்பற்ற பகுதியில் வெள்ளைப் பூஞ்சை தாக்கும். பல ஆண்டுகளுக்கு முன்னால், அவனுக்கு முன்னும்பின்னும் செயற்கை மீன்பிடி இரைகளுடன் மீன்பிடித்த மீனவர்கள் கூட்டம் நிறைந்த நீரோட்டத்தில் நிக் மீன்பிடித்தான்; மீண்டும்மீண்டும் இறந்த மீன்கள் அவன் குறுக்கே வந்தன; அவற்றின் மீது வெள்ளைப் பூஞ்சையின் மெல்லிய மயிர்கள் இருந்தன; அவை ஒரு பாறையைச் சுற்றி மிதந்து சென்றன, அல்லது அவற்றின் வயிற்றுப் பகுதி மேலே தெரியும்படி ஒரு குட்டையில் மிதந்தன. அவன் அந்த ஆற்றில் மற்ற மீனைவர்களுடன் சேர்ந்து மீன்பிடிக்க விரும்பவில்லை. உன்னைச் சேர்ந்தவர்களாக இருந்தால் ஒழிய, அவர்கள் உன் மீன்பிடிப்பைக் கெடுத்தார்கள்.

நீர்ப்போக்கின் திசையில் அவன் மெல்ல நடந்தான், அவனுடைய முழங்கால் அளவு ஓடிய தண்ணீரில், ஆற்றின் குறுக்கே கிடந்த மரக்குவியலின் மேல்பகுதியில் ஆழம் அதிகம் இல்லாத தண்ணீரில் ஐம்பது கெஜ தூரம் நடந்தான். தூண்டில் கொக்கியில் மீண்டும் அவன் இரையைக் குத்தவில்லை; தண்ணீரில் சிரமப்பட்டு நடந்தபோது, அதை அவன் கையில் பிடித்திருந்தான். ஆழமில்லாத தண்ணீரில் அவனால் சின்ன மீன்கள் பிடிக்க முடியும் என்று அவனுக்கு உறுதியாகத் தெரியும்,

ஆனால் அவன் அவற்றை விரும்பவில்லை. ஆழமில்லாத பகுதியில் பெரிய மீன்கள் இருக்காது.

தொடைவரை தண்ணீர் ஆழமானது, திடீரென்று உயர்ந்தது, குளிர்ச்சியாக இருந்தது. அணைக்கட்டில் வெள்ளம் அமைதியாக இருந்ததுபோல் மரக் குவியலுக்கு மேலே தண்ணீர் தேங்கி நின்றது. தண்ணீர் அமைதியாகவும் கருமையாகவும் இருந்தது; இடது புறத்தில் புல்வெளியின் தாழ்வான பகுதியின் முனையும், வலது புறத்தில் சதுப்புநிலமும் இருந்தன.

தண்ணீரின் ஓட்டத்துக்கு எதிராக நிக் பின்புறமாகச் சாய்ந்து நின்றான்; பாட்டிலிலிருந்து ஒரு வெட்டுக்கிளியை வெளியே எடுத்தான். அந்த வெட்டுக்கிளியைக் கொக்கியில் செருகினான்; அதிர்ஷ்டம்வேண்டி அதன்மேல் துப்பினான். அதன் பிறகு சுருள் வட்டிலிருந்து பல கெஜ நீளக் கயிற்றை வெளியே இழுத்தான், அவனுக்கு முன்னால் வேகமாக ஓடிய கருமையான தண்ணீரில் வெட்டுக்கிளியைத் தூரமாக வீசி எறிந்தான். அது மரத்தடிகளை நோக்கி தண்ணீரில் மிதந்து சென்றது; அதன் பிறகு கயிற்றின் எடை, இரையைத் தண்ணீரின் மேற்பரப்பிலிருந்து கீழே இழுத்தது. நிக் மீன்பிடிக் கம்பை வலது கையால் பிடித்தான்; விரல்களுக்கு இடையே கயிற்றைப் போகவிட்டான்.

கயிற்றில் ஒரு நீண்ட இழுவைத் தெரிந்தது. நிக் கயிற்றைச் சுண்டினான்; கம்பு உயிர்ப்படைந்தது, ஆபத்தான முறையில் அதன் நடுப்பகுதி கீழ்நோக்கி வளைந்தது, கயிறு விறைப் படைந்தது; விறைப்படைந்தபடியே அது தண்ணீரிலிருந்து வெளியே வந்தது, ஒரு பலமான ஆபத்தான சீரான இழுவையை எதிர்கொண்டது. அதற்கு மேலும் அழுத்தம் கூடினால் கொக்கிக் கயிறு அறுந்துவிடலாம் என்ற நொடியை உணர்ந்த நிக் கயிற்றைத் தளரவிட்டான்.

கயிறு வேகமாக வெளியேறியபோது, இயந்திரத்தின் ஒரு பக்கமாகச் சுழலும் பல்சக்கரத்திலிருந்து வரும் சத்தத்தைபோல் சுருள் வட்டு கிரீச் என்று ஒலி எழுப்பியது. கயிறு அதிவேகமாக வெளியேறியது. நிக்கால் கட்டுப்படுத்த முடியவில்லை, கயிறு வேகமாகப் பாய்ந்து சென்றது; கயிறு வெளியே ஓடியபோது, சுருள் வட்டிலிருந்து எழுந்த சத்தத்தின் அளவு கூடிக்கொண்டிருந்தது.

சுருள் வட்டின் மையப் பகுதி வெளிப்பட்டது, மனக் கிளர்ச்சியில் அவன் இதயத் துடிப்பு நின்றது போன்ற உணர்வு உண்டானது, அவன் தொடைவரை பனிக்கட்டிபோல் குளிர்ச்சி யுடன் நீரோட்டம் உயர்ந்தது; நீரோட்டத்துக்கு எதிராக நிக் பின்புறமாகச் சாய்ந்தான், இடதுகை பெருவிரலால் சுருள் வட்டை வலுவாக அழுத்தினான். சுருள் வட்டின் அமைப்பின் உட்பக்கம் பெருவிரலை நுழைத்தது ஒரு இக்கட்டான தருணமாக இருந்தது.

கயிற்றுக்கு அவன் அழுத்தம் கொடுத்தபோது கயிறு விறைப் படைந்து திடீர் கடினத்தன்மை பெற்றது; மரக் குவியலுக்கு அப்பால் ஒரு மாபெரும் மீன் தண்ணீரிலிருந்து வெளியேறி உயரமாகப் போனது. அது துள்ளியபோது, நிக் தூண்டில் கம்பின் நுனிப்பகுதியைத் தாழ்த்தினான். அந்த அழுத்தத்தைக் குறைப்பதற்காக அவன் தூண்டில் கம்பின் நுனிப்பகுதியைத் தாழ்த்தியபோது, அழுத்தம் மிகப் பெரிய அளவில் இருந்த நொடியை நிக் உணர்ந்தான்; அதன் கடினத்தன்மை மிகவும் இறுக்கமானது. உண்மையில், கொக்கிக் கயிறு அறுந்துவிட்டது. கயிற்றிலிருந்து சுருள்வில் பிரிந்து போனபோது ஏற்பட்ட உணர்வில் தவறு எதுவும் இல்லை என்பது உறுதியானது; அது வறட்சி அடைந்தது, கடினமானது. அதன் பிறகு அது தளர்ச்சி அடைந்தது.

அவன் வாய் வறட்சி அடைந்தது, இதயம் உடைந்தது. நிக் கயிற்றை உள்பக்கமாகச் சுழற்றி இழுத்தான். இவ்வளவு ஒரு பெரிய மீனை அவன் இதுவரை ஒருபோதும் கண்டதில்லை. அங்கே ஒரு பெரும் பாரம் இருந்தது - பிடித்து நிறுத்த முடியாத வலிமை இருந்தது, அதை அடுத்து அது துள்ளியபோது அதன் பெரிய உருவம் தெரிந்தது. அது காலா மீன் போன்று அகலமாகத் தெரிந்தது.

நிக்கின் கை நடுங்கியது. கயிற்றை அவன் மெதுவாக உள்பக்கமாகச் சுற்றினான். அவன் அடைந்த கிளர்ச்சி அளவு கடந்தது. கொஞ்சம் நோயுற்றது போன்ற தெளிவற்ற உணர்வு ஏற்பட்டது; உட்கார்ந்தால் நல்லது என்று தோன்றும் அளவு இருந்தது அது.

கொக்கி இணைக்கப்பட்டிருந்த இடத்தில் கயிறு அறுந்திருந்தது. நிக் அதைக் கையில் எடுத்தான். கொக்கியை அதன் தாடைக்குள் வைத்துக்கொண்டு சரளைக் கல்லை உறுதியாகப் பிடித்துக்கொண்டு, எங்கோ ஓர் ஆழமான, வெளிச்சம் படாத இடத்தில், மரக்குவியலுக்கு அடியில் அந்த மீன் இருப்பதாக நினைத்தான். கொக்கிக் கயிற்றை அந்த மீனின் பற்கள் கடித்து வெட்டும் என்று நிக்குக்குத் தெரியும். அந்தக் கொக்கி அதுவாகவே அதன் தாடைக்குள் ஆழமாகப் பதிந்திருக்கும். அந்த மீன் கோபமாக இருக்கும் என்று அவன் நிச்சயமாகச் சொல்வான். அந்த அளவு பெரிய உருவத்தில் இருக்கும் எதுவும் கோபமாகத்தான் இருக்கும். அது ஒரு நன்னீர் மீன். அந்தக் கொக்கியில் கெட்டியாக மாட்டியிருந்தது. பாறைபோல் கெட்டியாக. புறப்படுவதற்கு முன்னால் அவனும் பாறைபோல் கெட்டியாக இருப்பதாகத்தான் உணர்ந்தான். இறைவன் அறிய சொல்கிறேன், அது ஒரு பெரிய மீன். இறைவன் அறிய, நான் கேள்விப்பட்டதிலேயே அதுதான் மிகப் பெரிய மீன்.

நிக் மேலே ஏறி புல்வெளிக்குச் சென்றான், அங்கே நின்றான். அவனுடைய கால்சட்டை வழியாகத் தண்ணீர் வழிந்து ஓடியது; ஷூக்களிலிருந்தும். மென்மையான ஈரத் தரையில் நடந்தால் உண்டாகும் ஓசை போன்று அந்த ஷூக்கள் ஒலி எழுப்பின. தொடர்ந்து நடந்து மரத்தடிகள் மீது உட்கார்ந்தான். அதற்கு மேலும் அவனுடைய தூண்டுணர்வுகள் எந்த வகையிலும் தொடர்ந்து ஓடுவதை அவன் விரும்பவில்லை.

அவனுடைய ஷூக்களின் உள்ளே இருந்த தண்ணீரில் கால் விரல்களைச் சுழற்றினான்; அவனுடைய நெஞ்சுப் பகுதி பாக்கெட்டிலிருந்து ஒரு சிகரெட்டை வெளியே எடுத்தான். அதைப் பற்றவைத்தான், மரத்தடிகளுக்கு அடியில் வேகமாக ஓடிய தண்ணீரில் தீக்குச்சியைச் சுண்டி எறிந்தான். அது தண்ணீரின் வேகத்தில் சுழன்றபோது, ஒரு குட்டி மீன் தீக்குச்சியை நோக்கி மேலே வந்தது. நிக் சிரித்தான். அவன் சிகரெட்டைப் புகைத்து முடிப்பான்.

சிகரெட் பிடித்தபடியே மரத்தடியில் உட்கார்ந்தான், வெயில் காய்ந்தான், வெயில் அவன் முதுகைச் சூடாக்கியது; அவனுக்கு

முன்னால் மேலோட்டமாக ஓடிய ஆறு வனத்துக்குள் நுழைந்தது, வனத்தில் வளைந்து சென்றது, மேலோட்டமாக ஓடியது, தண்ணீரில் சூரிய ஒளி மின்னியது. தண்ணீரின் ஓட்டத்தால் வழவழப்பான பாறைகள், ஆற்றங்கரை ஓரமாக நின்ற செவ்வகில் மரங்கள், வெள்ளைப் பூர்ச்சை மரங்கள், வெப்பத்தில் சூடான மரத்தடிகள், உட்கார்வதற்கு ஏதுவான பட்டைகள் உறிக்கப்பட்ட மென்மையான, உற்சாகத்தைத் தூண்டும் பழுப்பு நிறம்: ஏமாற்ற உணர்வு மெதுவாக அவனை விட்டு விலகியது. அது மெதுவாகவே அவனைப் பிரிந்து சென்றது, மனக்கிளர்ச்சிக்குப் பிறகு ஏற்பட்ட பலமான அந்த ஏமாற்ற உணர்வு, அவன் தோள்களில் வலி ஏற்படுத்திய அந்த ஏமாற்ற உணர்வு. இப்போது எல்லாம் சரியாகிவிட்டது. மரத்தடிகளின் மேல் தூண்டில் கம்பு கிடந்தது. கொக்கிக் கயிற்றில் நிக் ஒரு புதுக் கொக்கியைக் கட்டினான். குடல் கொழுப்பிலான கயிறு அதுவாகவே முடிச்சு போடும் வகையில் அதை விறைப்பாக இழுத்தான்.

கொக்கியில் இரையைக் குத்தினான், தூண்டில் தடியைக் கையில் எடுத்தான், தண்ணீருக்குள் இறங்குவதற்காக மரத் தடிகளின் மறுமுனைக்குப் போனான், அதிக ஆழம் இல்லாத பகுதி அது. மரத்தடிகளுக்கு அடியில், வெகு தொலைவில் ஒரு நீர்த்தேக்கம் இருந்தது. ஆழமில்லாத ஆற்றுப்படுகையிலிருந்து வெளியேறும் வரை, நிக் சதுப்பு நிலத்தின் கரையோரம் இருந்த மணல் திட்டைச் சுற்றி நடந்தான்.

இடது புறத்தில், புல்வெளி முடிந்து வனப்பகுதி தொடங்கிய இடத்தில் ஒரு பெரிய இலுப்பை மரம் வேரோடு சாய்ந்து கிடந்தது. புயலின் தாக்கத்துக்குள்ளான அந்த மரம் வனப் பகுதியில் சாய்ந்து கிடந்தது, அதன் வேர்களில் சேறு படிந்து மாசு நிறைந்திருந்தது, அதன் மீது புற்கள் வளரத் தொடங்கியிருந்தன; நீரோட்டத்தின் அருகில் அது உறுதியான கரைபோல் கிடந்தது. வேரோடு சாய்க்கப்பட்ட மரத்தின் ஓரமாக ஆறு திரும்பியது. நிக் நின்ற இடத்திலிருந்து, ஆழமில்லாத ஆற்றுப்படுகையில், நீரோட்டத்தால் ஏற்பட்ட தடங்கள் போன்ற ஆழமான வாய்க்கால்களைப் பார்க்க முடிந்தது. அவன் நின்ற இடத்தில் சரளைக்கற்கள் கிடந்தன; அதற்கு அப்பால் சரளைக்கற்களும் பெரிய பாறைகளும் நிறைந்து கிடந்தன; மரத்தின் வேர்களுக்கு

அருகில் ஆறு வளைந்து திரும்பியது; அங்கே தளர்வான வண்டல் மண்ணும் சுண்ணாம்புச்சத்து நிறைந்த மண்ணும் படிந்திருந்தது; ஆழமான தண்ணீரில் இருந்த தடங்களுக்கு இடையில் முளைத்திருந்த கடற்பாசிக் களைகள் நீர்ப்போக்கில் ஆடிக்கொண்டிருந்தன.

நிக், அவனுடைய தோளின் பின்பக்கம் இருந்த தூண்டில் கம்பை முன்பக்கமாகச் சுழற்றி வீசினான், தூண்டில் கயிறு முன் பக்கமாக வளைந்து, களைகள் நிறைந்த ஆழமான வாய்க்கால்கள் ஒன்றின் மீது வெட்டுக்கிளியைப் போட்டது. ஒரு மீன் அதைக் கடித்தது; நிக் தூண்டிலைச் சுண்டினான்.

வேரோடு சாய்க்கப்பட்டிருந்த மரம் கிடந்த திசையில் தூரமாகக் கம்பைப் பிடித்தபடி நீரோட்டத்தில் சத்தமில்லாமல் மெதுவாகப் பின்னோக்கி நடந்தான்; மீனைக் கையாண்டான்; உயிர்ப்புடன் கீழ்நோக்கி வளைந்த மீன்பிடிக் கம்பு, ஆபத்தான களைகளுக்கு அப்பால் ஆற்றின் திறந்தவெளியில் தண்ணீரில் தடாலென கீழ்நோக்கிப் பாய்ந்தது. நிக் கம்பைப் பிடித்திருந்தான், தண்ணீரின் ஓட்டத்துக்கு எதிராக உற்சாகத்துடன் தண்ணீரைத் தள்ளினான், மீனை அவன் பக்கமாகக் கொண்டுவந்தான். மீன் பாய்ந்து சென்றது, எப்போதும் திரும்பி வந்தது; கம்பில் இருந்த சுருள்வில் மீனின் பாய்ச்சலுக்கு ஈடுகொடுத்தது; சிலசமயங்களில் தண்ணீருக்கு அடியில் சறுக்கியது, ஆனால் எப்போதும் மீனைத் திருப்பிக் கொண்டுவந்தது. பாய்ச்சலுக்கு ஏற்ப நிக் கயிற்றைத் தளர்த்தி நீரோட்டப்போக்கில் ஓடவிட்டான். கம்பைத் தலைக்கு மேல் பிடித்தபடி, மீனை வலைக்கு மேல் இழுத்து வந்தான், உயரே தூக்கினான்.

வலையில் மீன் கனமாகத் தொங்கியது; பல நிறப் புள்ளிகள் இருந்த முதுகு, வலைக் கண்ணிகள் வழியாகத் தெரிந்த அதன் வெள்ளி நிறப் பக்கங்கள். நிக் கொக்கியை நீக்கினான்; கனமான பக்கங்கள்; பிடிப்பதற்குச் சிறந்தவை; பெரிய நீண்ட கீழ்த்தாடை; அதை நழுவவிட்டான்; பெருமூச்சு விட்டான்; அவனுடைய தோள்களிலிருந்து தண்ணீரில் தொங்கிய நீளமான பைக்குள் துடித்தபடி வேகமாகச் சறுக்கிச் சென்றது.

தண்ணீர் போக்குக்கு எதிராக சாக்குப்பையின் வாய்ப் பகுதியை விரித்தான்; அது நிரம்பியது, தண்ணீரில் அது கனமாக

தடாகம் / 131

இருந்தது. அதை உயர்த்திப் பிடித்தான், அதன் அடிப்பகுதி தண்ணீரில் இருந்தது; அதன் பக்கங்களிலிருந்து தண்ணீர் கொட்டியது. உள்ளே அதன் அடிப்பகுதியில் பெரிய மீன் இருந்தது, தண்ணீரில் உயிரோடு இருந்தது.

நிக் ஆறு ஓடிய திசையில் நடந்தான். அவனது மு ் பக்கத்தில் தண்ணீரில் முங்கிய கனமான சாக்குப்பை அவன் தோள்களை இழுத்துச் சென்றது.

வெப்பம் கூடியது, அவனுடைய கழுத்தின் பின்பக்கத்தை வெயில் தாக்கியது.

நிக் ஒரு நல்ல மீன் வைத்திருந்தான். இன்னும் பல மீன்கள் பிடிக்க வேண்டும் என்பதில் அவன் அக்கறை காட்டவில்லை. இப்போது நீரோட்டம் ஆழமில்லாமலும் அகலமாகவும் இருந்தது. ஆற்றின் இரண்டு கரைகளிலும் வரிசையாக மரங்கள் இருந்தன. காலைப் பொழுதின் சூரிய ஒளியில் இடது கரையில் நின்ற மரங்கள் தண்ணீரில் உயரம் குறைவான நிழல்களை உண்டாக்கின. ஒவ்வொரு நிழலிலும் மீன் இருந்ததை நிக் அறிவான். பிற்பகல் நேரத்தில் குன்றுகளை நோக்கிச் சூரியன் கடந்து போனபிறகு, ஆற்றின் மறுபக்கம் விழுந்த குளிர்ச்சியான நிழல்களில் மீன்கள் இருந்தன.

இருப்பதிலேயே மிகப் பெரிய மீன்கள் ஆற்றங்கரையின் ஓரமாக இருக்கும். நீ எப்போதும் அங்கே அந்த இருட்டில் அதைப் பிடிக்கலாம். சூரியன் மறைந்த பிறகு அவை அனைத்தும் வெளியே நீரோட்டத்துக்குள் வரும். பொழுது சாயும் முன்னால், தண்ணீரைப் பார்க்க முடியாத அளவு கண்களைக் கூசச் செய்யும் சூரிய ஒளி வீசும்போது, தண்ணீரின் ஓட்டத்தில் எந்த இடத்திலும் உன்னால் ஒரு பெரிய மீனைப் பிடிக்க முடியும். தண்ணீரின் மேற்பரப்பு கண்ணைக் குருடாக்கும் வகையில் சூரிய ஒளியை ஒரு கண்ணாடி போல தண்ணீரில் பிரதிபலித்தபோது, மீன் பிடிப்பது கிட்டத்தட்ட இயலாத செயலாகும். இருந்தபோதும், நீரோட்டத்தின் மேல்பகுதியில் உன்னால் மீன்பிடிக்க முடியும்; ஆனால் இருண்ட நீரோட்டத்தில் அல்லது இது போன்ற இடத்தில். நீரோட்டத்துக்கு எதிராக தண்ணீரோடு ஒட்டி நீந்திப் போக வேண்டும்; ஆழமான இடத்தில் உன் மீது அதிகத் தண்ணீர்

ஓடும். இந்த அளவு வேகமாக ஓடும் தண்ணீரில் நீர்ப்போக்கின் மேல்பகுதியில் மீன்பிடிப்பது அவ்வளவு எளிதானதல்ல.

மேலோட்டமாகத் தண்ணீர் ஓடும் பகுதி வழியாகக் கரை யோரத்தில் இருக்கும் ஆழமான குழிகளைத் தேடிப் பார்த்தபடி நிக் நடந்தான். ஆற்றின் அருகில் மிகவும் பக்கத்தில் ஒரு புங்க மரம் நின்றது; அதனால் அதன் கிளைகள் தண்ணீருக்குள் தொங்கின. இலைகளுக்கு அடியில் தண்ணீர் பின்பக்கம் சென்றது. அந்த மாதிரியான இடங்களில் எப்போதும் மீன்கள் இருந்தன.

நிக், அந்தத் துவாரத்தில் மீன்பிடிக்க விரும்பவில்லை. அந்தக் கிளைகளுக்குள் அவன் மாட்டிக்கொள்வான் என்பது அவனுக்குத் தெரியும்.

மேலும் அது ஆழமாக இருப்பது போலவும் தெரிந்தது. வெட்டுக்கிளியைத் தண்ணீரில் போட்டான், நீரோட்டத்தின் வேகம் அதைத் தண்ணீருக்கு அடியில் இழுத்தது, மேலே தொங்கிய கிளைகளுக்கு அடியில் மீண்டும் அதைக் கொண்டு வந்தது. கயிறு பலமாக இழுக்கப்பட்டது, நிக் தூண்டிலைச் சுண்டினான். கிளைகளுக்கும் இலைகளுக்கும் அடியிலிருந்து பாதி வெளியே வந்த மீன் தொடர்ச்சியாகத் தண்ணீரை வலுவாக அடித்தது. கயிறு மாட்டிக்கொண்டது. நிக் அதைப் பலமாக இழுத்தான்; மீன் தப்பிச் சென்றது. கயிற்றை அவன் உட்பக்கமாகச் சுற்றினான், கொக்கியைக் கையில் பிடித்தபடி நீரோட்டத்தின் திசையில் நடந்தான்.

அவனுக்கு முன்னால், இடது கரையின் பக்கத்தில் ஒரு பெரிய மரத்தடி கிடந்தது. அதன் உள்பகுதி வெற்றிடமாக இருந்ததை நிக் பார்த்தான்; அது ஆற்றின் போக்குக்கு எதிராகக் கிடந்தது, அதனுள் தண்ணீர் எளிதாக நுழைந்தது, அதன் இரண்டு பக்கமும் கொஞ்சம் சிறிய அலைகள் மட்டுமே பரவியது. தண்ணீர் ஆழமாகிக்கொண்டிருந்தது. வெற்றிடம் கொண்ட தடியின் மேற்பகுதி சாம்பல் நிறத்திலும் வறண்டும் இருந்தது. அதன் ஒரு பகுதி நிழலில் கிடந்தது.

நிக் வெட்டுக்கிளிகள் இருந்த பாட்டிலின் தக்கையைத் திறந்தான்; ஒரு வெட்டுக்கிளி அதோடு ஒட்டிக்கொண்டது. அதை

அவன் கையில் எடுத்தான், கொக்கியில் மாட்டினான், அதைச் சுழற்றி எறிந்தான். தூண்டில் கம்பை அவன் வெளியே தூரமாக நீட்டிப் பிடித்தான், தண்ணீரில் மிதந்த வெட்டுக்கிளி மரத் தடியின் வெற்றிடத்துக்குள் ஓடிய தண்ணீருக்குள் போனது. நிக் தூண்டில் கம்பைத் தாழ்த்திப் பிடித்தான்; வெட்டுக்கிளி மிதந்து உள்ளே போனது. அங்கே மிகவும் பலமான ஒரு இழுப்பு இருந்தது. அந்த இழுப்புக்கு எதிராக நிக் கம்பை அசைத்தான். கொக்கி தடியிலேயே மாட்டிக்கொண்டது போன்று தோன்றியது, ஆனால் உயிரோட்டமான உணர்வு இருந்தது. அழுத்தம் கொடுத்து அவன் மீனை நீரோட்டத்துக்குக் கொண்டுவர முயன்றான். கனமான அந்த மீன் வெளியே வந்தது.

கயிறு தளர்வடைந்தது; மீன் தப்பிவிட்டது என்று நிக் நினைத்தான். அதன் பிறகு அவன் அதைப் பார்த்தான், மிகவும் பக்கத்தில், நீரோட்டத்தில், தலையைக் குலுக்கியபடி கொக்கியை வெளியே தள்ள முயன்றது. அதன் வாய் இறுக்கமாக மூடியிருந்தது. தெளிவாக ஓடிய தண்ணீரில் கொக்கியுடன் அது போராடிக்கொண்டிருந்தது.

இடதுகையால் கயிற்றைச் சுற்றியபடி, கயிற்றை விறைப் பாக்குவதற்காக நிக் கம்பை ஆட்டினான்; மீனை வலையை நோக்கி கொண்டுவர முயற்சித்தான், ஆனால் அது போய்விட்டது, கண் பார்வையிலிருந்து மறைந்தது, கயிறு மேலும் கீழும் ஆடியது. நிக் தண்ணீரின் ஓட்டத்துக்கு எதிராகப் போராடினான், கம்பிலிருந்த சுருள்வில்லுக்கு எதிராகத் தண்ணீரில் பலமாக அடித்துப் போராட மீனை அனுமதித்தான். கம்பை இடது கைக்கு மாற்றினான், அதன் எடையைத் தாக்குப் பிடித்தபடி, தூண்டில் கம்புடன் போராடும் அந்த மீனைத் தண்ணீர் ஓட்டத்தின் எதிர் திசையில் இழுத்தான்; அதன் பிறகு அது வலையில் விழும்படி அதைக் கீழே விட்டான். மீனை முற்றிலுமாகத் தண்ணீரிலிருந்து வெளியே தூக்கினான்; கனமான அந்த மீன் வலையில் அரை வட்டம் அடித்துச் சுழன்றது, வலையிலிருந்து தண்ணீர் சொட்டியது; அதைக் கொக்கியிலிருந்து விடுவித்தான்; சாக்குப் பையில் போட்டான்.

சாக்குப்பையின் வாய்ப் பகுதியை விரித்துப் பிடித்தான்; தண்ணீரில் உயிருடன் இருந்த இரண்டு பெரிய மீன்களைக் குனிந்து பார்த்தான்.

ஆழமாகிக்கொண்டிருந்த தண்ணீர் வழியாகக் கைகளால் தண்ணீரைப் பின்னுக்குத் தள்ளியபடி நிக், உள்ளே வெறுமையாய் இருந்த மரத் தடிக்குப் போனான். சாக்குப்பையை அவன் தலையைச் சுற்றி வெளியே எடுத்தான்; தண்ணீரிலிருந்து வெளியே வந்தபோது, சோர்வின் காரணமாக மீன் சாக்குப் பையின் அடியில் விழுந்தது, அங்கேயே கிடந்தது. பையைத் தொங்கவிட்டான், அதனால் மீன்கள் முழுமையாகத் தண்ணீருக்குள் இருந்தன. அதன் பிறகு அவன் தண்ணீரிலிருந்து துள்ளி தடியின் மேல் ஏறினான், அதில் உட்கார்ந்தான்; அவனுடைய கால்சட்டையிலிருந்தும் பூட்ஸ்களிலிருந்தும் தண்ணீர் வழிந்து நீரோட்டத்தில் கலந்தது. தூண்டில் கம்பைக் கீழே வைத்தான், தடியில் நிழல் இருந்த முனைப் பகுதிக்கு நகர்ந்தான்; அவனுடைய சட்டைப் பையிலிருந்து சாண்ட்விச்சுகளை எடுத்தான். குளிர்ச்சியான தண்ணீரில் சாண்ட்விச்சுகளை முக்கினான். உதிர்ந்த சிறு துண்டுகளைத் தண்ணீர் இழுத்துச் சென்றது. சாண்ட்விச்சுகளைச் சாப்பிட்டான். குடிப்பதற்காக அவனுடைய தொப்பியைத் தண்ணீரில் முக்கி தொப்பி நிறையத் தண்ணீர் முகந்தான்; அவன் குடிப்பதற்கு முன்னமே தொப்பி வழியாகத் தண்ணீர் வெளியேறியது.

தடியின் மேல் உட்கார்ந்திருந்தான், நிழல் இருந்த பகுதி குளிர்ச்சியாக இருந்தது. ஒரு சிகரெட்டை எடுத்தான், அதைப் பற்றவைப்பதற்காக ஒரு தீக்குச்சியை உரசினான். அந்தத் தீக்குச்சி சாம்பல்நிறத் தடிக்குள் விழுந்தது; அங்கே ஒரு குட்டி பள்ளம் ஏற்படுத்தியது. நிக் மரத்தடியின் பக்கவாட்டில் சாய்ந்தான், ஒரு கடினமான இடத்தைக் கண்டுபிடித்தான், தீக்குச்சியை உரசினான். அங்கே உட்கார்ந்து சிகரெட்டைப் புகைத்தான், ஆற்றைப் பார்த்துக்கொண்டிருந்தான்.

அவனுக்கு முன்பக்கத்தில் ஆறு குறுகலாகச் சென்றது, சதுப்பு நிலத்துக்குள் நுழைந்தது. ஆறு அலைகளற்று அமைதியாகச் சென்றது, ஆழமாக இருந்தது. செவ்வகத்தி மரங்கள் இருந்ததால் சதுப்பு நிலம் கெட்டியாக இருப்பதாகத் தோன்றியது; மரங்களின் தண்டுகள் நெருக்கமாக இருந்தன, அவற்றின் கிளைகள் உறுதியாக இருந்தன. அந்த மாதிரியான சதுப்பு நிலத்தின் வழியாக நடப்பதற்குச் சாத்தியமில்லை. அந்தக் கிளைகள் மிகவும் தாழ்வாக இருந்தன. அதில் நகர்ந்து போக வேண்டுமானால் நீ

தரையோடு தரையாகக் கிடக்க வேண்டும். கிளைகளின் ஊடாக அடித்துத் தள்ளி வேகமாகப் போக முடியாது. அதனால்தான் சதுப்பு நிலத்தில் வாழ்ந்த விலங்குகளின் உடம்புகள் அவற்றுக்கு இருப்பதுபோலவே கட்டமைக்கப்பட்டிருந்தன என்று நிக் நினைத்தான்.

வாசிப்பதற்கு ஏதாவது கொண்டுவந்திருக்கலாமே என்று நினைத்தான். வாசிக்க வேண்டும்போல் அவனுக்குத் தோன்றியது. அவனுக்குச் சதுப்பு நிலத்துக்குள் போக வேண்டும் என்று தோன்றவில்லை. ஆற்றுப் போக்கின் கீழ்ப் பகுதியைப் பார்த்தான். நீர்ப்போக்கின் குறுக்கே முழுவதுமாக ஒரு பெரிய செவ்வகில் மரம் சாய்ந்து நின்றது. அதற்கு அப்பால் ஆறு சதுப்பு நிலத்துக்குள் போனது.

நிக் இப்போது அங்கே போக விரும்பவில்லை. பெரிய மீனைப் பிடித்துத் தரையில் போடுவதற்கு வாய்ப்பே இல்லாத இடத்துக்கு, தண்ணீர் அக்குள்வரை உயரும்படி ஆழமாகிக் கொண்டிருக்கும் தண்ணீரைத் தள்ளியபடி போவதற்கு எதிராக அவனுக்குள் ஒரு எதிர்வினை ஏற்படுவதை உணர்ந்தான். சதுப்பு நிலத்தில் கரைகள் வெறுமையாக இருந்தன, பெரிய செவ்வகில் மரங்கள் தலைக்குமேல் ஒன்றாக இணைந்தன, அங்கங்கே கொஞ்சமாகத் தெரிந்தவை தவிர சூரிய ஒளி உள்ளே வரவில்லை; வேகமாக ஆழமாகிக்கொண்டிருக்கும் தண்ணீரில் அரைகுறை வெளிச்சத்தில் மீன்பிடிப்பது துயரச் செயலாக இருக்கும். சதுப்பு நிலத்தில் மீன்பிடிப்பது துயரத்தில் முடியும் சாகசச் செயல். நிக் அதை விரும்பவில்லை. இன்று அதற்கு மேலும் நீர்ப்போக்கில் போவதற்கு நிக் விரும்பவில்லை.

அவனுடைய கத்தியை வெளியே எடுத்தான், அதைத் திறந்தான், மரத்தடியில் குத்தி வைத்தான். அதன் பிறகு சாக்குப்பையை மேலே இழுத்தான், அதனுள் கையை நுழைத்தான், மீன்களில் ஒன்றை வெளியே கொண்டுவந்தான். வால் அருகில் அதைப் பிடித்தான், உயிருடன் இருந்த மீன், கையில் பிடிப்பதற்குக் கடினமாக இருந்தது, அதை மரத்தடியில் பலமாக அடித்தான். அது துடித்தது, கெட்டியானது. அதை மரத் தடிமேல் நிழலில் கிடத்தினான்; அது போலவே மற்றொரு மீனின் கழுத்தை

ஒடித்தான். அவற்றை மரத் தடியின் மீது அருகருகே கிடத்தினான். அவை சிறந்த மீன்கள்.

நிக் அவற்றைச் சுத்தம் செய்தான், வயிற்றுப் பகுதியிலிருந்த கழிவுகள் வெளியேறும் துவாரத்திலிருந்து தாடையின் நுனி வரைக் கிழித்தான். அதன் உள்பகுதியிலிருந்தவை அனைத்தும், செவுள்களும், நாக்கும் ஒரே துண்டாக வெளியே வந்தன. அவை இரண்டும் ஆண் மீன்கள்; அவற்றின் உயிரணுக்கள் நீல சாம்பல் வெள்ளை நிறத் துண்டுகளாக இருந்தன, மென்மையாக தெளிவாக. அவற்றின் உள் உறுப்புகள் அனைத்தும் ஒன்றாகச் சேர்ந்து வெளியே வந்தன. கீரி போன்ற மென் மயிர் விலங்கு களுக்காக மீன் கழிவுகளை நிக் கரைக்குக் எடுத்து வந்தான்.

மீன்களை அவன் ஆற்று நீரில் கழுவினான். திரும்பவும் அவற்றைத் தண்ணீருக்குள் வைத்துப்பார்த்தபோது அவை உயிருள்ள மீன்களாகத் தோன்றின. இன்னமும் அவற்றின் நிறம் மறையவில்லை. கைகளைத் தண்ணீரில் கழுவினான், அவற்றை மரத்தடியில் தேய்த்து ஈரத்தைப் போக்கினான். மரத்தடியின் மேல் பரப்பப்பட்டிருந்த சாக்குப் பையின் மேல் மீன்களைக் கிடத்தினான், அவற்றைச் சுருட்டினான், சுருட்டிய பொட்டலத்தைக் கட்டினான், அதை மீன்பிடி வலைக்குள் போட்டான். மரத் தடியில் அலகு குத்தப்பட்டிருந்த கத்தி இன்னும் நேராக நின்றது. மரத்தில் அதை துப்புரவு செய்தான், அவனுடைய சட்டைப்பையில் வைத்தான்.

நிக், மரத் தடியின் மேல் எழுந்து நின்றான், தூண்டில் கம்பைக் கையில் பிடித்திருந்தான், கனமான மீன்பிடி வலை தொங்கிக்கொண்டிருந்தது, அதன் பிறகு தண்ணீரில் இறங்கினான்; தண்ணீரைச் சிதறடித்து கரைக்குத் திரும்பினான். கரையில் ஏறினான்; மேட்டுத்திடலை நோக்கி குழந்தைபோல் வனத்துக்குள் துள்ளி ஓடினான். அவன் முகாமுக்குத் திரும்பிப் போய்க் கொண்டிருந்தான். திரும்பிப் பார்த்தான். மரங்களின் ஊடாக ஆறு தெரிந்தது. சதுப்பு நிலத்தில் அவன் மீன்பிடிக்க ஏராளமான நாட்கள் இருந்தன.

11. பிரான்சிஸ் மக்கோம்பரின் மகிழ்ச்சியான சிறு வாழ்வு

ஆயிரம். நடராஜன்

அது மதியச் சாப்பாட்டு நேரம். அவர்கள் அனைவரும் வளைவாக இழுத்துக் கட்டப்பட்ட சாப்பாட்டுக் கூடாரத்திற்குள் பச்சை நிறத் துணியின் அடியில் உட்கார்ந்திருந்தார்கள்; எதுவும் நடக்காததுபோல் பாசாங்கு செய்துகொண்டிருந்தார்கள்.

"சிறு எலுமிச்சை பழச்சாறு குடிக்கிறீர்களா, எலுமிச்சை பழப் பிழிசாறு குடிக்கிறீர்களா?" என்று மெகாம்பர் கேட்டான்.

"நான் எலுமிச்சம் சாறும் ஜின்னும் கலந்து குடிக்கிறேன்," என்றான் ராபர்ட் வில்சன்.

"நானும் எலுமிச்சம் சாறும் ஜின்னும் கலந்து குடிக்கிறேன். எனக்கு ஏதோ ஒன்று தேவைப்படுகிறது," என்று மெகாம்பரின் மனைவி சொன்னாள்.

"இப்போது நாம் செய்யவேண்டியது அதுதான் என்று நினைக்கிறேன்," மெகாம்பர் உடன்பட்டான். "அவனிடம் மூன்று தம்ளர் எலுமிச்சம் சாறு-ஜின் கலவையைத் தயாரிக்கச் சொல்."

உணவுக்கூடத்திலிருந்த பையன், குளிர்விக்கும் கித்தான் பைகளிலிருந்த பாட்டில்களை வெளியே எடுத்து, ஏற்கனவே அவற்றைத் தயாரிக்கத் தொடங்கிவிட்டான்; கூடாரங்களுக்கு நிழல் கொடுத்த மரங்களின் ஊடாக வீசிய காற்றினால் பாட்டில்களின் மேல் ஈரத்துளிகள் துளிர்த்தன.

"நான் அவர்களுக்கு என்ன கொடுத்திருக்க வேண்டும்?" என்று மெகாம்பர் கேட்டான்.

"ஒரு பவுண்ட் பணமே அதிகம்," என்று அவனிடம் வில்சன் சொன்னான். "அவர்களை நீங்கள் கெடுக்க விரும்ப மாட்டீர்கள்."

"அவர்களுடைய தலைவன் அதை அவர்களுக்குப் பகிர்ந்து கொடுப்பானா?"

"நிச்சயமாக."

அரை மணி நேரத்துக்கு முன்னால், சமையல்காரன், தனி உதவியாளர்கள், தோல் உரிப்பவன், சுமைதூக்கிகள் ஆகியோர், தங்கள் கைகளிலும் தோள்களிலுமாக வெற்றி ஊர்வலம் வருவதுபோல் பிரான்சிஸ் மெகாம்பரை அந்த முகாமுக்குச் சுமந்து கொண்டுவந்திருந்தார்கள். துப்பாக்கி சுமப்பவர்கள் அந்த ஊர்வலத்தில் பங்கு எடுக்கவில்லை. அந்த நாட்டுப் பையன்கள் அவனை அவனுடைய கூடார வாசலில் இறக்கியவுடன், அவன் அவர்கள் அனைவரின் கைகளையும் குலுக்கினான்; அனைவரின் வாழ்த்துகளையும் பெற்றான். அதன் பிறகு கூடாரத்துக்குள் சென்று, அவனுடைய மனைவி உள்ளே வரும்வரை கட்டிலில் உட்கார்ந்திருந்தான். அவள் உள்ளே வந்தபோது அவனுடன் அவள் பேசவில்லை; உடனடியாக அவன் கூடாரத்திலிருந்து வெளியேறினான்; வெளியேயிருந்த, கைகளில் எடுத்துச் செல்லக் கூடிய கோப்பையில் முகத்தையும் கைகளையும் கழுவினான்; சாப்பாட்டுக் கூடாரத்துக்குச் சென்றான்; தென்றல் வீசிய இடத்தில் நிழலில் வசதியான கித்தான் நாற்காலியில் உட்கார்ந்தான்.

"உங்களுக்கு உங்கள் சிங்கம் கிடைத்துவிட்டது," என்று அவனிடம் ராபர்ட் வில்சன் சொன்னான். "அது ஓர் அற்புதமான சிங்கமும்கூட."

விரைவாக மிசஸ் மெகாம்பர் வில்சனைப் பார்த்தாள். அவள் ஒரு மாபெரும் அழகி; கச்சிதமாக உடம்பைப் பராமரித்த அழகான பெண்; சமூகத்தில் உயர் நிலையில் இருந்தவள்; அவள் ஒருபோதும் பயன்படுத்தாத அழகு சாதனங்களின் விளம்பரங்களுக்காக அவளுடைய புகைப்படங்களுடன் ஒப்புதல் கொடுத்தவள்; அதற்காக, ஐந்து ஆண்டுகளுக்கு முன்னால் ஐயாயிரம் டாலர் ஊதியமாகப் பெற்றவள். பிரான்சிஸ் மெகாம்பருடன் அவளுக்குத் திருமணமாகி பதினொரு ஆண்டுகள் ஆயிற்று.

"அது ஒரு சிறந்த சிங்கம், அப்படித்தானே?' என்றான் மெகாம்பர். இப்போது அவனுடைய மனைவி அவனைப்

பார்த்தாள். இதுவரை அவள் ஒருபோதும் பார்த்திராததுபோல் அந்த இரண்டு மனிதர்களையும் பார்த்தாள்.

ஒருவன், வில்சன், அந்த வெள்ளைக்கார வேட்டையாடி, உண்மையில் இதற்கு முன்னால் அவள் ஒருபோதும் அவனைப் பார்த்ததில்லை என்று அவளுக்குத் தெரியும். நடுத்தர உயர முடைய அவனுக்கு, வெளுத்த பழுப்பு ஆரஞ்சு நிற முடியும், குட்டையான அடர்த்தியான மீசையும், மிகவும் சிவந்த முகமும், மிகையான உணர்ச்சியற்ற நீல நிறக் கண்களும், அவற்றின் ஓரங்களில் மங்கலான வெள்ளை நிறச் சிறிய சுருக்கங்களும், அவன் சிரிக்கும்போது தோன்றும் மகிழ்ச்சியை வெளிப்படுத்தும் கன்னக் குழிகளும் இருந்தன. இப்போது அவன் அவளைப் *பார்த்துச் சிரித்தான், அவள் அவன் முகத்தைப் பார்ப்பதைத் தவிர்த்தாள்; கைப் பகுதிகள் இல்லாத தளர்வான சட்டைக்குள் அவன் தோள்கள் சரிந்து இறங்கிய விதத்தையும், அந்தச் சட்டையின் இடப்பக்க மார்புப் பகுதியில் பை இருக்கவேண்டிய இடத்திலிருந்த கண்ணிகளில் நான்கு பெரிய தோட்டாக்கள் இருந்ததையும், அவனுடைய பெரிய பழுப்பு நிறக் கைகளையும், பழைய தளர்வான முழு நீள கால்சட்டையையும், அதிக அழுக்கான பூட்ஸ்களையும், மீண்டும் அவனுடைய சிவந்த முகத்தையும் பார்த்தாள்.* கம்பளித் துணியினாலான அகன்ற விளிம்பும் உயரமான உச்சிப்பகுதியும் கொண்ட தொப்பி அவனுடைய முகத்தில் ஏற்படுத்தியிருந்த வளைவான வெள்ளை நிறக் கோட்டில், வெப்பத்தால் அவனுடைய முகத்தில் ஏற்பட்ட சிவந்த நிறம் எங்கே முடிவடைகிறது என்று கவனித்தாள்; இப்போது அந்தத் தொப்பி கூடாரத்தின் கம்பங்களின் ஆப்புகள் ஒன்றில் தொங்கியது.

"நல்லது, இது அந்தச் சிங்கத்துக்காக," என்று ராபர்ட் வில்சன் சொன்னான். மீண்டும் அவன் அவளைப் பார்த்து புன்னகைத்தான்; அவள் சிரிக்கவில்லை, அவளுடைய கணவனை வினோதமாகப் பார்த்தாள்.

பிரான்சிஸ் மெகாம்பர் மிகவும் உயரமானவன்; அந்த எலும்பின் நீளத்தை நீ பொருட்படுத்தவில்லையானால், கட்டான உடம்பு உடையவன்; படகோட்டியைப் போல் வெட்டப்

பட்டிருந்த கறுத்த தலைமுடி; மெல்லிய உதடுகள்; அழகனாகக் கருதப்பட்டவன். வில்சனைப் போலவே அவனும் வேட்டையாடி அணியும் உடையில் இருந்தான்; ஆனால் அவனுடையவை புதியவை; அவனுக்கு முப்பத்தைந்து வயது, உடம்பை நன்றாகப் பராமரித்தான், உணவுக்கான மிருகங்களை வேட்டையாடுவதில் சிறந்து விளங்கினான்; மனமகிழ்ச்சிக்காக பெருங்கடலில் பெரிய மீன்களை வேட்டையாடுவதில் பல சாதனைகள் படைத்திருந்தான்; அவன் ஒரு கோழையாக இருப்பதைச் சற்று முன்னால் மிகவும் வெளிப்படையாக வெளிப்படுத்தியிருந்தான்.

"இது அந்த சிங்கத்துக்காக," என்றான். "நீ எனக்குச் செய்ததற்கு என்னால் சரியாக நன்றி சொல்ல முடியாது."

அவனுடைய மனைவி மார்கரெட் அவனைப் பார்ப்பதைத் தவிர்த்து வேறு பக்கமாகப் பார்த்தாள்; மீண்டும் வில்சனைப் பார்த்தாள். "சிங்கத்தைப் பற்றி நாம் பேச வேண்டாம்," என்று சொன்னாள்.

வில்சன் சிரிக்காமல் அவளைப் பார்த்தான்; இப்போது அவள் அவனைப் பார்த்துச் சிரித்தாள்.

"அது ஒரு வினோதமான நாளாக இருந்தது," என்றாள். கித்தானுக்கு அடியில் இருந்தாலும் மதிய வேளையில் நீ தொப்பி அணிய வேண்டாமா? நீதான் எனக்கு அப்படிச் சொன்னாய், அது உனக்கு நினைவிருக்கும்.."

"அதை அணிந்துகொள்ளலாம்," வில்சன் சொன்னான்.

"உன் முகம் மிகவும் அதிகமாகச் சிவந்திருக்கிறது என்பது உனக்குத் தெரியும், மிஸ்டர் வில்சன்," என்றாள்; மீண்டும் சிரித்தாள்.

"அது மது குடிப்பதால்," என்றான் வில்சன்.

"நான் அப்படி நினைக்கவில்லை," என்றாள் அவள். "பிரான்சிஸ் பெருமளவு குடிக்கிறார், ஆனால் அவர் முகம் ஒரு போதும் சிவந்து இருந்ததில்லை."

"இன்று அது சிவப்பாக இருக்கிறது," மெகாம்பர் நகைச் சுவையாகப் பேச முயன்றான்.

“இல்லை,” என்றாள் மார்கரெட். “இன்று என்னுடைய முகம்தான் சிவந்திருக்கிறது. ஆனால் மிஸ்டர் வில்சனுடைய முகம் எப்போதும் சிவந்து இருக்கிறது.”

“என் இனத்துக்கே உரியதாக இருக்க வேண்டும்,” என்றான் வில்சன். “தயவுசெய்து என் அழகை ஒரு கருப்பொருளாக ஆக்கிப் பேசுவதை நிறுத்துங்கள், நிறுத்துவீர்களா?”

“அது பற்றி இப்போதுதான் பேசத் தொடங்கியிருக்கிறேன்.”

“அதைச் சுழற்றி வீசிவிடலாம்,” என்று வில்சன் சொன்னான்.

“உரையாடுவது மிகவும் கடினமாக இருக்கப்போகிறது,” என்றாள் மார்கரெட்.

“சிறுபிள்ளைத்தனமாகப் பேசாதே, மார்கோ,” என்று அவள் கணவன் சொன்னான்.

“கடினமானது இல்லை,” என்றான் வில்சன். “ஓர் அற்புதமான சிங்கம் கிடைத்தது.”

மார்கோ அவர்கள் இருவரையும் பார்த்தாள்; அவள் அழப் போகிறாள் என்பதை அவர்கள் இருவரும் பார்த்தார்கள். நீண்ட நேரமாக அவளுக்கு அழுகை வந்துகொண்டிருந்ததை வில்சன் கவனித்திருந்தான், அதை நினைத்துப் பெரிதும் அஞ்சினான். மெகாம்பர் அதை நினைத்து அஞ்சும் நிலையைக் கடந்திருந்தான்.

“அது நடந்திருக்கக் கூடாது என்று நினைக்கிறேன். ஓ, அது நடந்திருக்கக் கூடாது,” என்றாள் அவள்; அவளது கூடாரத்தை நோக்கிப் புறப்பட்டாள். அவள் சத்தமிட்டு அழவில்லை, ஆனால் அவள் அணிந்திருந்த ரோஜா நிற, சூரிய வெப்ப தடுப்புடைய சட்டைக்கு உள்ளே அவளுடைய தோள்கள் குலுங்கிக்கொண்டிருந்ததை அவர்களால் காண முடிந்தது.

“பெண்கள் மனக்கலக்கம் அடைகிறார்கள்,” என்று அந்த உயரமான மனிதனிடம் வில்சன் சொன்னான். “அதில் பொருள் ஏதும் இல்லை. அது பெருந் தாக்கத்தை ஏற்படுத்துகிறது, இன்னும் பல காரணங்கள் இருக்கின்றன.”

“இல்லை,” என்றான் மெகாம்பர். “இப்போது அதை என் வாழ்நாள் முழுவதும் சந்திக்கவேண்டியிருக்கும் என்று நினைக்கிறேன்.”

“அது முட்டாள்தனம். நாம் கொஞ்சம் ஸ்காட்ச் விஸ்கி குடிக்கலாம்,” என்றான் வில்சன். “அதை அப்படியே மறந்து விடுங்கள். எப்படியிருந்தாலும் அது மிகவும் எளிதானது.”

“நாம் முயற்சி செய்யலாம்,” என்றான் மெகாம்பர். “இருந்தாலும், நீ எனக்குச் செய்ததை மறக்க மாட்டேன்.”

“அது ஒன்றுமில்லை,” என்றான் வில்சன். “எல்லாமே முட்டாள்தனம்.”

அகலமான மேற்பகுதிகளைக்கொண்ட அகாசியா மரங்களுக்கு அடியில் முகாம் அமைக்கப்பட்டிருந்த இடத்திலிருந்த நிழலில் உட்கார்ந்தார்கள்; மரங்களின் பின்புறத்தில் பெரும் கற்கள் நிறைந்த செங்குத்தான பாறை இருந்தது; அதன் முன்பகுதியில், பாறைகள் நிறைந்த நீரோடையின் கரைவரை நீண்டிருந்த புற்கள் நிறைந்த நீண்ட நிலப்பரப்பு இருந்தது; அதற்கு அப்பால் மரங்களும் செடிகொடிகளும் நிறைந்த காடு இருந்தது. போது மான அளவு குளிர்ச்சியாக இருந்த எலுமிச்சம் பழச்சாறு குடித்தார்கள்; ஒருவருக்கொருவர் பார்ப்பதைத் தவிர்த்தார்கள். அந்தப் பையன்கள் அப்போது மதிய உணவுக்காக மேஜை களைப் பரப்பினார்கள். நடந்தவை எல்லாம் இப்போது அந்தப் பையன்களுக்குத் தெரியும் என்பது வில்சனுக்குத் தெரியும். உணவுப் பொருட்களை மேஜையில் பரப்பியபோது மெகாம்பரின் உதவியாளன் அவனுடைய முதலாளியை ஆச்சரியமாகப் பார்த்தான்; அதைப் பார்த்த வில்சன் அவனிடம் சுவாஹிலி மொழியில் எரிச்சலுடன் கத்தினான். அந்தப் பையன் முகத்தில் எந்த உணர்ச்சியும் வெளிப்படுத்தாமல் வேறுபக்கம் திரும்பினான்.

“அவனிடம் என்ன சொன்னாய்,” என்று மெகாம்பர் கேட்டான்.

“ஒன்றுமில்லை. உற்சாகமாக வேலை செய் அல்லது சிறந்தவற்றுள் பதினைந்து கிடைக்கும்படி செய்வேன் என்று சொன்னேன்.

“என்ன அது? சாட்டை அடியா?”

“அது சட்டத்துக்குப் புறம்பானது,” என்று வில்சன் சொன்னான். “அவனுக்கு அபராதம் விதிப்பதுதான் சரியானது.”

"அப்படியிருந்தும் அவர்களை நீ சாட்டையால் அடிக்கிறாயா?"

"ஆமாம், அப்படித்தான். அவர்கள் குற்றம்சாட்ட விரும்பினால் பெரிய பிரச்சினைகளை உண்டாக்கலாம். ஆனால் அவர்கள் அப்படிச் செய்ய மாட்டார்கள். அபராதம் கட்டுவதைவிட அடி வாங்குவதையே விரும்புகிறார்கள்.

"எவ்வளவு வினோதமானது!" என்றான் மெகாம்பர்.

"உண்மையில் அது வினோதமானது இல்லை. நீங்கள் என்ன செய்வீர்கள்? கடுமையாக அடி வாங்குவீர்களா அல்லது உங்கள் சம்பளத்தை இழப்பீர்களா?"

இப்படிக் கேட்டதற்காக அவன் கூச்சப்பட்டான்; மெகாம்பர் பதில் சொல்வதற்கு முன்னால் அவன் தொடர்ந்து பேசினான். "ஒவ்வொரு நாளும் நாம் எல்லோரும் அடி வாங்குகிறோம், ஏதோ ஒரு வகையில்; அது உங்களுக்குத் தெரியும்."

இதுவும் அவ்வளவு மேன்மையானது இல்லை. "இறைவனே, இது பரவாயில்லை," என்று நினைத்தான். "நான் சாமர்த்தியக் காரன், இல்லையா?"

"உண்மை. நாம் அடி வாங்குகிறோம்," என்றான் மெகோம்பர்; இன்னமும் அவனைப் பார்க்காமலேயே சொன்னான். "அந்தச் சிங்கத்துடனான நிகழ்வைப் பற்றி மிகவும் வருத்தப்படுகிறேன். இந்தச் செய்தி இதைத் தாண்டிப் போகவேண்டியதில்லை, போக வேண்டுமா என்ன? நான் சொல்ல வந்தது இது பற்றி வேறு ஒருவருக்கும் தெரியவேண்டியதில்லை, தெரிய வருமா என்ன?"

"மதகா மனமகிழ்மன்றத்தில் நான் சொல்லிவிடுவேனோ என்று சொல்ல வருகிறீர்களா?" வில்சன் எவ்வித உணர்ச்சியும் வெளிப்படுத்தாமல் இப்போது அவனைப் பார்த்தான். அவன் இதை எதிர்பார்க்கவில்லை. அதனால் அவன் நான்கு எழுத்து மோசமான மனிதன், ஒரு மோசமான கோழையும்கூட, என்று வில்சன் நினைத்தான். இன்றுவரை அவனை எனக்குப் பிடித்திருந்தது. ஆனால் ஒரு அமெரிக்கனைப் பற்றி நமக்கு எப்படித் தெரியும்.

“சொல்ல மாட்டேன்,” என்றான் வில்சன். “நான் ஒரு தொழில்ரீதியான வேட்டையாடி. நாங்கள் ஒருபோதும் எங்கள் வாடிக்கையாளர்களைப் பற்றி பேச மாட்டோம். அதைப்பற்றி நீங்கள் கவலைப்படாமல் அமைதியாக இருக்கலாம். இருந்த போதும், இது பற்றி யாரிடமும் பேச வேண்டாம் என்று எங்களிடம் சொல்வது ஒரு மோசமான அணுகுமுறையாகக் கருதப்படுகிறது.”

இதற்கு ஒரு இடைவெளி விடுவது நிலைமையை மிகவும் எளிதாக்கும் என்ற முடிவுக்கு வந்தான். அவன் சாப்பிடுவான், தனியாகச் சாப்பிடுவான்; சாப்பாட்டின்போது அவன் ஒரு புத்தகம் வாசிக்கலாம். அவர்கள் தனியாகச் சாப்பிடுவார்கள். வழக்கமான முறைப்படி வேட்டையாடுவதற்கு அவர்களைக் காட்டுக்கு அழைத்துச் செல்வான் - பிரெஞ்சு நாட்டவர் அதை எப்படிச் சொல்வார்கள்? தனித்துவமாகக் கருதி சிந்தித்துச் செயல்பட்டு அவர்களுக்குக் காட்டைக் காட்டுவது அது; கோபப்பட்டு, வருத்தப்பட்டு, மன உளைச்சலில் ஆற்றல் இழப்பதைவிட இது எவ்வளவோ எளிதானது. அவனை அவமானப்படுத்துவான், அவனுடைய தொடர்பைத் தெளிவாக அறுத்தெறிவான். அதன் பிறகு சாப்பிடும்போது அவன் ஒரு புத்தகம் வாசிக்கலாம்; இருந்தபோதும் இன்னமும் அவர்களுடைய விஸ்கியைக் குடித்துக்கொண்டிருப்பான். காட்டுவேட்டை மோசமாகப் போகும்போது பயன்படுத்தப்படும் சொற்றொடர் அதுதான். மற்றொரு வெள்ளை நிற வேட்டையாடியை நீ சந்திந்தித்த போது, நீ கேட்பாய், “எல்லாம் எப்படிப் போய்க்கொண்டிருக் கிறது?” அதற்கு அவன் பதில் சொன்னான், “ஓ, இன்னமும் அவர்களுடைய விஸ்கியைத்தான் குடித்துக்கொண்டிருக்கிறேன்.” கவனிப்பாரற்று எல்லாமும் சீரழிந்துவிட்டன என்பது உனக்குத் தெரியும்.

“நான் வருத்தப்படுகிறேன்,” என்று மெகாம்பர் சொன்னான்; அவனுடைய அமெரிக்க முகத்துடன் அவனைப் பார்த்தான்; நடுத்தர வயது மனிதனுக்குரிய முகமாக மாறும்வரை அது பதின்பருவ முகமாகவே இருக்கும். அவனுடைய ஒட்ட வெட்டப் பட்ட முடியையும், அழகிய, ஆனால் ஏமாற்றுக்காரனைப் போன்று அடிக்கடி சுழலும் கண்களையும், நேர்த்தியான

மூக்கையும், மெல்லிய உதடுகளையும், அழகான தாடையையும் வில்சன் கவனித்தான். "அதை நான் உணரவில்லை; அதற்காக வருத்தப்படுகிறேன். எனக்குத் தெரியாதவை நிறைய இருக்கின்றன."

அதனால், இப்போது என்ன செய்யலாம் என்று வில்சன் சிந்தித்தான். அவனுடனான உறவை உடனடியாக, முழுமையாக, முற்றிலுமாக எந்தப் பிரச்சினையும் இல்லாமல் நிறுத்தலாம்; ஆனால் இந்த முட்டாள் என்னை அவமதித்தவுடனேயே மன்னிப்புக் கேட்கிறான். அவன் மீண்டும் ஒரு முயற்சி செய்தான். "நான் பேசியதைப் பொருட்படுத்தாதே," என்றான். "நான் பிழைப்பு நடத்த வேண்டும். ஆப்பிரிக்காவில் எந்தப் பெண்ணும் அவளுடைய சிங்கத்தைத் தவறவிட்டதில்லை, எந்த வெள்ளை இன மனிதனும் பயத்தில் தெறித்து ஓடியதில்லை **என்பது உங்களுக்குத் தெரியும்.**"

"பயத்தில் நான் முயலைப் போல தறிகெட்டு ஓடினேன்," என்றான் மெகாம்பர். இப்படிப் பேசும் மனிதனை நான் எப்படிக் கையாள்வது என்று வில்சன் வியந்தான்.

அவனுடைய தட்டையான, நீல நிற, இயந்திரத் துப்பாக்கியாளனுக்கே உரிய கண்களால் வில்சன் மெகாம்பரைப் பார்த்தான்; மற்றவன் இவனைப் பார்த்து புன்னகைத்தான். அவன் மனதால் காயம் அடையும்போது அவன் கண்கள் எப்படி இருந்தன என்பதை நீ கவனிக்கவில்லையானால், அவன் இப்போது வெளிப்படுத்தியது இனிமையான புன்னகைதான்.

"ஒருவேளை, நான் ஒரு எருதைப் பார்க்கும்போது இதை ஒரு முடிவுக்குக் கொண்டுவரலாம்," என்றான். "அடுத்து நாம் எருதுகளை வேட்டையாடுவோம், அப்படித்தானே?"

"நீங்கள் விரும்பினால் காலையில் போவோம்," என்றான் வில்சன். ஒருவேளை அவன் சொன்னது தவறாக இருக்கலாம். அவனைக் கையாள்வதற்கு நிச்சயமாக அதுதான் சரியான முறை. பெரும்பாலும் ஒரு அமெரிக்க நாட்டவனைப் பற்றி எதுவும் நிச்சயமாகச் சொல்ல முடியாது. மீண்டும் நான் மெகாம்பருக்கு ஆதரவாக இருப்பேன். காலையில் நடந்ததை மறக்க முடியுமானால். ஆனால், நிச்சயமாக உன்னால் மறக்க முடியாது. இன்று காலை நேரம் மிகவும் மோசமானதாக இருந்தது.

“இதோ மேடம் வருகிறார்,” என்றான் அவன். கூடாரத்தி லிருந்து அவள் நடந்து வந்துகொண்டிருந்தாள்; புத்துணர்வுடனும், மகிழ்ச்சியுடனும் மிகவும் அழகாகவும் தோன்றினாள். அவளுடைய முகம் முட்டை வடிவில் நேர்த்தியாக இருந்தது, அவள் ஒரு முட்டாள் என்று நீ எதிர்பார்க்கும் அளவு நேர்த்தியாக இருந்தது. ஆனால் அவள் முட்டாள் இல்லை, வில்சன் நினைத்தான், இல்லை, அவள் முட்டாள் இல்லை.

“எப்படி இருக்கிறாய் சிவந்த அழகிய முகம்கொண்ட, மிஸ்டர். வில்சன்? பிரான்சிஸ், இப்போது நீ பரவாயில்லையா, என்னுடைய அழகிய அன்பனே?”

“ஓ, எவ்வளவோ பரவாயில்லை,” என்றான் மெகாம்பர்.

“நான் எல்லாவற்றையும் மறந்துவிட்டேன்,” என்றபடியே மேஜைமுன் உட்கார்ந்தாள். “சிங்கங்களைக் கொல்வதில் பிரான்சிஸ் சிறந்தவானா இல்லையா என்பதா முக்கியம்? அது அவன் தொழில் இல்லை. அது வில்சனுடைய தொழில். வில்சன் உண்மையிலேயே எதையும் கொல்வதில் வல்லவன், போற்றத்தக்கவன். நிச்சயமாக நீ எதையும் கொல்வாய், கொல்வாயல்லவா?”

“ஓ, எதையும் கொல்வேன்,” என்றான் வில்சன். “எதை வேண்டுமானாலும்.” வில்சன் நினைத்தான்: இந்த உலகத்திலேயே அவர்கள் மிகவும் கடினமானவர்கள், மிகவும் கடினமானவர்கள், மிகவும் கொடூரமானவர்கள், வலிமையற்றவர்களை மிகவும் முறைகேடாகப் பயன்படுத்துபவர்கள்; மிகவும் வசீகரமானவர்கள்; அவர்கள் கடினமாகிக்கொண்டிருக்கும் அதே வேளையில் அவர்களுடைய ஆண்கள் மென்மையாகிக்கொண்டிருந்தார்கள் அல்லது கடினமானபோது பதட்டம் அடைந்து தெளிவாகச் சிந்தித்து செயல்படும் திறனை இழந்தார்கள். அல்லது அவர்களால் எளிதாகக் கையாளக்கூடிய ஆண்களைத் தேர்ந்தெடுப்பார்களோ? திருமணம் செய்யும் வயதில் அவர்கள் அதிகம் அறிந்திருக்க வாய்ப்பில்லை, என்று நினைத்தான். இதற்கு முன்னமே அவன் அமெரிக்கப் பெண்களைப் பற்றி நன்றாகக் கற்று அறிந்திருந்தான்; அதற்கு அவன் நன்றி உள்ளவனாக இருக்க வேண்டும்; ஏனென்றால் இப்போது இங்கே இருப்பது ஒரு கவர்ச்சியான பெண்.

"காலையில் நாங்கள் காட்டெருமையை தேடிப்போகிறோம்," என்று அவளிடம் சொன்னான்.

"நானும் வருகிறேன்," என்றாள்.

"இல்லை, நீங்கள் வரவேண்டாம்."

"நிச்சயமாக, நான் வருவேன். நான் வரலாம் அல்லவா, பிரான்சிஸ்?"

"நீ முகாமிலேயே இருந்தால் என்ன?"

"நிச்சயமாக இருக்க மாட்டேன்," என்றாள். "இன்று நடந்தது போல் ஏதோ ஒன்றை எதற்காகவும் இழக்க மாட்டேன்."

அவள் அங்கேயிருந்து போனபோது, வில்சன் நினைத்தான்: அவள் அழத்தொடங்கும்போது மேலதிக அற்புதமான பெண்ணாகத் தோன்றினாள். புரிந்துகொள்பவளாகவும், உணரக் கூடியவளாகவும், அவனுக்காகவும் அவளுக்காகவும் மனம் புண்படக்கூடியவளாகவும் தோன்றினாள்; உண்மையான நிலவரத்தை அறிய விரும்புபவளாகவும் தோன்றினாள். அங்கே யிருந்து இருபது நிமிடங்கள் போயிருந்தாள்; இப்போது திரும்பி வந்திருக்கிறாள் - அமெரிக்க நாட்டுப் பெண்ணிற்கேயான கொடூரத்தன்மையால் முலாம் பூசப்பட்டிருக்கிறாள். அவர்கள் எதையும் செய்யத் துணியும் பெண்கள். உண்மையிலேயே எதையும் செய்யத் துணிந்தவர்கள்.

"நாளை உனக்கு மற்றொரு காட்சியை நடத்திக் காண் பிக்கிறோம்," என்று பிரான்சிஸ் மெக்காம்பர் சொன்னான்.

"நீங்கள் வர வேண்டாம்," என்றான் வில்சன்.

"நீ தவறாகப் புரிந்துகொண்டாய்," என்று அவனிடம் சொன்னாள். "அந்தக் காட்சியை மீண்டும் நீ நிகழ்த்துவதைப் பார்ப்பதற்காக நான் வர விரும்புகிறேன். சிலவற்றின் தலை களைச் சிதறச் செய்தது அற்புதமானது என்றால், இன்று காலையில் நீ அற்புதமாகச் செயல்பட்டாய்," என்றாள்.

"இதோ மதிய உணவு வந்துவிட்டது," என்றான் வில்சன். "நீங்கள் மிகவும் மகிழ்ச்சியாக இருக்கிறீர்கள், அப்படித்தானே?"

“அப்படி இருக்கக் கூடாதா என்ன? மந்தமாக இருப்பதற்காக நான் இங்கே வரவில்லை.”

“சரிதான், ஆனால் எதுவும் மந்தமாக இல்லை,” என்றான் வில்சன். தூரத்திலிருந்த ஆற்றின் பெரிய பாறைகளையும், மரங்கள் நிறந்த உயரமான ஆற்றங்கரையையும் அவனால் பார்க்க முடிந்தது; காலையில் நடந்தவற்றை நினைத்துப் பார்த்தான்.

“ஓ, இல்லை,” என்றாள் அவள். “மகிழ்ச்சியூட்டுவதாக இருந்தது. நாளை. எவ்வளவு ஆவலோடு நான் அந்த தினத்தை எதிர்பார்த்துக்கொண்டிருக்கிறேன் என்று உனக்குத் தெரியாது.”

“அவன் உங்களுக்குக் கொடுப்பது எலான்ட் வகை மான் கறி உணவு,” என்று வில்சன் சொன்னான்.

“அவை பெரிய பசுக்களைப் போல் தோன்றும், முயல்களைப் போல் துள்ளும், அவைதானே?”

“உங்கள் விவரிப்பு அவற்றுக்குப் பொருந்தும் என்று நினைக்கிறேன்,” என்றான் வில்சன்.

“அதன் கறி மிகவும் சுவையாக இருக்கும்,” என்றான் மெகாம்பர்.

“பிரான்சிஸ், அதை நீ சுட்டிருக்கிறாய் அல்லவா?” என்று அவள் கேட்டாள்.

“ஆமாம்.”

“அவை ஆபத்தானவை இல்லை, சரிதானே?”

“உங்கள் மீது விழுந்தால் மட்டுமே அவை ஆபத்தானவை,” என்று அவளிடம் வில்சன் சொன்னான்.

“மிக்க மகிழ்ச்சி.”

“அதை கடுமையாக விமர்சிப்பதை நிறுத்தலாமே, மார்கோ,” தடிமனான மான் கறித் துண்டை வெட்டியபடியே மெகாம்பர் சொன்னான்; தலைகீழாகத் திருப்பிய முள்கரண்டியின் மேல் மசித்த உருளைக்கிழங்கையும் மாசாலாவையும் கேரட்டையும் தடவினான்; அதன் முள்ளால் கறித் துண்டைக் குத்தினான்.

“அதை நீ சொன்னவிதம் அழகாக இருந்தது,” என்றாள் அவள். “அதனால் நான் அப்படிச் செய்யலாமென்று நினைக்கிறேன்.”

“அந்தச் சிங்கத்தின் நினைவாக இன்று இரவு சேம்பைன் குடிக்கலாம்,” வில்சன் சொன்னான். “மதியவேளை அதிகச் சூடாக இருக்கிறது.”

“ஓ, அந்த சிங்கம்,” என்றாள் மார்கோ. “சிங்கத்தை மறந்துவிட்டேனே!”

ராபர்ட் வில்சன் தனக்குதானே நினைத்தான்: அவனை அவள் ஏமாற்றுகிறாள், ஏமாற்றுகிறாள்தானே? அல்லது அவள் அழகாக நடிக்கிறாள் என்று நினைக்கிறாயா? அவளுடைய கணவன் மிகவும் மோசமான கோழை என்று அறிந்த பிறகு ஒரு பெண்ணால் எப்படி நடிக்க முடிகிறது? அவள் மிகவும் கொடூரமானவள், ஆனால் அவர்கள் எல்லோரும் கொடூரமானவர்கள்தான். அவர்கள் கட்டுப்படுத்துகிறார்கள்; கட்டுப்படுத்துவற்கு சில சமயங்களில் கொடூரமானவர்களாக இருக்கவேண்டியிருக்கிறது. இருந்தபோதும், போதுமான அளவு தீவிரவாதத்தை நான் பார்த்திருக்கிறேன்.

“இன்னும் கொஞ்சம் மான் கறி சாப்பிடுங்கள்,” அவளிடம் கனிவுடன் சொன்னான்.

அன்று பிற்பகலின் பின்பகுதியில் வில்சனும் மெகாம்பரும் பூர்வீக டிரைவருடனும், இரண்டு துப்பாக்கி சுமப்பவர்களுடனும் மோட்டார் காரில் வெளியே போனார்கள். மிசஸ் மெம்பர் முகாமிலேயே தங்கினாள். இப்போது வெளியே போக முடியாத அளவு சூடாக இருந்தது, அதிகாலையில் அவர்களுடன் வருவதாகத் தெரிவித்தாள். அவர்கள் காரில் வெளியே புறப்பட்டபோது அவள் ஒரு பெரிய மரத்தின் அடியில் நின்றுகொண்டிருந்ததை வில்சன் பார்த்தான்; அவள் அழகாகத் தோன்றினாலும் அழகி என்று சொல்ல முடியாது; மங்கலான ரோஜா நீற காக்கி உடை அணிந்திருந்தாள்; அவளுடைய கறுத்த தலைமுடி முன்நெற்றியிலிருந்து பின்புறமாகச் சீவி ஒன்று சேர்த்து அவள் கழுத்தின் கீழ்ப்பகுதியில் ஒரு முடிச்சாகப் போட்டிருந்தாள்; அவள் இங்கிலாந்தில் இருந்திருந்தால் எப்படி இருப்பாளோ அதுபோல அவளுடைய முகம் புத்துணர்வுடன் இருந்தது என்று அவன் நினைத்தான். உயரமாக வளர்ந்த புற்கள் நிறைந்த தாழ்வான பகுதியைத் தாண்டி கார் வளைவாகத்

திரும்பி மரங்களுக்கு ஊடாகப் பயணித்து பழச்செடிகளிருந்த சிறிய குன்றுகளுக்குச் சென்றபோது, அவர்களை நோக்கி கை அசைத்தாள்.

பழச்செடிகளுக்கிடையே சிறிய வகை மான் கூட்டத்தைப் பார்த்தார்கள்; காரிலிருந்து இறங்கி சத்தம் எழுப்பாமல், அகன்ற நீண்ட கொம்புகளுடைய ஒரு ஆண் மானை நோக்கி மெதுவாகச் சென்றார்கள்; இருநூறு மீட்டர் தொலைவிலிருந்து அந்த மானை மெகாம்பர் பாராட்டத்தக்கவகையில் சுட்டுக் கொன்றான்; அந்த மான் கூட்டம் குழப்பமடைந்து அங்கும் இங்குமாக ஒன்றன் மேல் ஒன்றாக துள்ளிக் குதித்து ஓடியது; கால்களை மடித்து நம்பமுடியாதவாறு அந்தரத்தில் மிதப்பதுபோல் நீண்ட தூரம் தாண்டி ஓடியது, அது சிலவேளைகளில் அவை கனவில் தோன்றுவதுபோல் இருந்தது.

“சிறப்பாகச் சுட்டீர்கள்,” என்றான் வில்சன். “அவை சிறிய இலக்குகள்.”

“அது பாராட்டத்தக்க பரிசா?” என்று மெகாம்பர் கேட்டான்.

“அற்புதம்,” என்றான் வில்சன். “இப்படியே சுட்டீர்களானால் உங்களுக்கு எவ்வித பிரச்சினையும் ஏற்படாது.”

“நாளை நம்மால் எருமையைப் பார்க்க முடியும் என்று நினைக்கிறாயா?”

“பார்ப்பதற்கு நிறைய வாய்ப்புகள் இருக்கின்றன. அதிகாலையில் அவை மேச்சலுக்கு வரும். அதிர்ஷ்டம் இருந்தால் அவறைத் திறந்தவெளியில் பார்க்கலாம்.”

“அந்த சிங்கத்துடனான நிகழ்வின் நினைவை மனதிலிருந்து நீக்க வேண்டும் என்று ஆசைப்படுகிறேன்,” என்றான் மெகாம்பர். “அது போன்ற செயலில் ஒருவன் ஈடுபடும்போது அவன் மனைவி அதைப் பார்ப்பது அவனுக்கு மகிழ்ச்சி தருவதாக இருக்காது.”

அப்படிச் செய்வது இன்னும் அதிகமான வருத்தம் தருவதாக இருக்கும் என்று நினைக்கிறேன் என்று வில்சன் நினைத்தான் -மனைவி உடனிருந்தாலும் அல்லது இல்லையானாலும் சரி, அல்லது ஒன்றைச் செய்து முடித்த பிறகு அது பற்றி பேசுவது. ஆனால் அவன் சொன்னான்: “இனிமேல் நான் அது பற்றி

நினைக்கவே மாட்டேன். முதல் முறை சிங்கத்துடன் மோதும் போது யாராயிருந்தாலும் மன உளைச்சல் அடையலாம். அதெல்லாம் இப்போது முடிந்துவிட்டது."

அன்று இரவு படுக்கைக்குப் போகும் முன்னால், நெருப்புக்கு அருகில் உட்கார்ந்து விஸ்கி சோடாவுடன் இரவு உணவு சாப்பிட்டார்கள்; அவனுக்கு மேலே கொசுவலை பொருத்தப் பட்ட கட்டிலில் இரவு நேர சத்தங்களைக் கேட்டபடி மெகாம்பர் படுத்திருந்தான்; அந்த நினைவு இன்னமும் முழுமையாக விலக வில்லை; அது முடிவுக்கு வந்ததாகவும் இல்லை, அதன் தொடக்க மாகவும் இல்லை. அது எப்படி நிகழ்ந்ததோ துல்லியமாக அதுபோலவே இருந்தது; அதன் சில கூறுகள் துடைத்தழிக்க முடியாத அழுத்தமான நினைவுகளாக இருந்தன; அதை நினைத்துப் பரிதாபமாக வெட்கப்பட்டான். அவமானத்தைவிட அவன் உற்சாகம் இழந்து பயத்தில் வெறுமையாக இருப்பதாக உணர்ந்தான். இதற்கு முன்னால் அவனுடைய நம்பிக்கை இருந்த இடத்தில், ஒரு வெற்றிடம் தோன்றி அதில் சேற்றிலான துவாரம்போல் அந்த பயம் இன்னமும் இருந்தது; அது அவனை அருவருப்படையச் செய்தது. அது இன்னமும் இப்போதும் அவனுடன் நிலைத்து நிற்கிறது.

முந்தைய இரவு அவன் தூக்கத்திலிருந்து விழித்து எழுந்த போது ஆற்றின் மேல்பகுதியில் எங்கோ ஓரிடத்தில் சிங்கம் உறுமும் சத்தத்தைக் கேட்டதும் அவனுள்ளே அந்த உணர்வு ஏற்படத் தொடங்கியிருந்தது. அது வலிமையான சத்தம்; அதன் முடிவில் இருமலுடன் சேர்ந்து வந்த ஒரு வகையான உறுமல் சத்தம், அது கூடாரத்துக்கு வெளியே மிகவும் பக்கத்திலிருந்து வருவதுபோன்ற உணர்வை அவனுக்கு ஏற்படுத்தியது; அந்தச் சத்தத்தைக் கேட்டு இரவில் தூக்கத்திலிருந்து விழித்து எழுந்த பிரான்சிஸ் மெகாம்பர் பயந்தான். ஆழ்ந்த தூக்கத்தில் அவன் மனைவி அமைதியாக சுவாசிக்கும் சத்தத்தைக் கேட்டான். அவன் பயந்துவிட்டான் என்று சொல்வதற்கும், அவனுடன் சேர்ந்து பயப்படுவதற்கும் அங்கே ஒருவரும் இல்லை; தனிமையில் படுக்கையில் கிடந்த அவனுக்கு சோமாலியப் பழமொழி தெரியாது, அது இப்படிச் சொல்கிறது: ஒரு துணிச்சல் மிக்க மனிதன் ஒரு சிங்கத்தால் எப்போதும் மூன்று முறை மிரள்கிறான்;

அதன் காலடித் தடங்களை முதல் முறை பார்க்கும்போது, அதன் உறுமலை முதல் முறை கேட்கும்போது, அது அவனை முதல் முறை எதிர்கொள்ளும்போது. அதன் பிறகு, சூரிய உதயத்துக்கு முன்னால் சாப்பாட்டுக் கூடாரத்தில் விளக்கின் வெளிச்சத்தில் அவர்கள் காலை உணவு சாப்பிட்டுக்கொண்டிருந்தபோது, மீண்டும் சிங்கம் கர்ஜித்தது; அது அந்த முகாமின் முனையில் இருப்பதாக பிரான்சிஸ் நினைத்தான்.

"அது அனுபவப்பட்ட சிங்கமாக இருக்கலாம்," சாப்பிட்டுக் கொண்டிருந்த ராபர்ட் வில்சன், அவன் கருவாட்டிலிருந்தும், காபியிலிருந்தும் பார்வையை விலக்கி மேல்நோக்கிப் பார்த்துச் சொன்னான். "அதன் உறுமலை உற்றுக் கேளுங்கள்."

"மிகவும் பக்கத்தில் இருக்கிறதா?"

"நீரோடையின் மேல் பகுதியில் கிட்டத்தட்ட ஒரு மைல் தூரத்தில் இருக்கிறது."

"நாம் அதைப் பார்ப்போமா?"

"அதை நாம் பார்க்கலாம்."

"அதன் கர்ஜனை இவ்வளவு தூரம் வரை வருமா? அது முகாமில் இருப்பதுபோல் அதன் கர்ஜனை கேட்கிறது."

"அதன் சத்தம் நீண்ட தூரம் வரை கேட்கும்," என்றான் ராபர்ட் வில்சன். "அது ஏற்படுத்தும் சத்தம் வினோதமாக இருக்கிறது. அது சுடத்தக்கதாக இருக்கும் என்று நம்புகிறேன். அந்தப் பகுதியில் ஒரு பெரிய சிங்கம் இருப்பதாகப் பையன்கள் சொன்னார்கள்."

"அதைச் சுடும் வாய்ப்பு கிடைத்தால், அதை அடக்குவதற்கு நான் எந்தப் பாகத்தில் சுட வேண்டும்?" என்று மெகாம்பர் கேட்டான்.

"அதன் தோள்பட்டையில்," என்றான் வில்சன். "உங்களால் முடிந்தால் அதன் கழுத்தில், அதன் எலும்பில் சுடுங்கள். அதனைச் செயலிழக்கச் செய்யுங்கள்."

"என்னால் சரியாகச் சுட முடியும் என்று நம்புகிறேன்," என்று மெகாம்பர் சொன்னான்.

"நீங்கள் நன்றாகச் சுடுகிறீர்கள்," வில்சன் சொன்னான். "நிதானமாகச் செயல்படுங்கள். அதன் மீது சரியாகக் குறி வையுங்கள். முதல் குண்டுதான் அதிமுக்கியமானது."

"அது எவ்வளவு தூரத்தில் இருக்க வேண்டும்?"

"அது பற்றிச் சொல்ல முடியாது. அதை சிங்கம்தான் நிர்ணயிக்கும். உங்களால் குறி தவறாமல் சுட முடியும் என்று உறுதியாகத் தெரியும் தூரத்தில் இருந்தால் ஒழிய அதைச் சுட வேண்டாம்."

"தோராயமாக நூறு கஜ தூரத்துக்குள் இருந்தால் சரியாக இருக்குமா?" என்று மெகோம்பர் கேட்டான். வில்சன் விரைவாக அவனைப் பார்த்தான்.

"தோராயமாக நூறு கஜம் என்பது சரியாக இருக்கும். அதற்குச் சற்றுக் குறைவாக இருப்பதும் நல்லது. அதற்கும் அதிகத் தூரத்தில் இருக்குபோது நாம் அதைச் சுடுவதற்கு முயற்சி செய்யக் கூடாது. நூறு கஜம் என்பது ஏற்புடையதாக இருக்கும். அந்தத் தூரத்திலிருந்து அதை நீங்கள் எங்கே வேண்டுமானாலும் சுட முடியும். இதோ மேடம் வருகிறார்கள்."

"குட்-மார்னிங்," என்றாள். "நாம் அந்த சிங்கத்தைத் தேடிப் போகிறோமா?"

"நீங்கள் காலை உணவு சாப்பிட்டவுடன் போகலாம்," என்றான் வில்சன். "நீங்கள் எப்படி இருக்கிறீர்கள்?"

"அற்புதமாக," என்றாள் அவள். "நான் மிகவும் உற்சாகமாக இருக்கிறேன்."

"எல்லாம் ஆயத்தமாக இருக்கின்றனவா என்று நான் போய்ப் பார்க்கிறேன்," என்று சொன்ன வில்சன் அங்கிருந்து சென்றான். அவன் புறப்பட்ட நேரத்தில் அந்த சிங்கம் மீண்டும் கர்ஜித்தது.

"கூச்சல் போட்டு எரிச்சல் படுத்துகிறான்," என்றான் வில்சன். "அதற்கு ஒரு முடிவு கட்டுவோம்." "என்ன சமாச்சாரம், பிரான்சிஸ்?" அவனுடைய மனைவி அவனைக் கேட்டாள்.

"ஒன்றுமில்லை," என்றான்.

"என்னிடம் சொல்," அவள் அவனைப் பார்த்தாள். "உடல் நலம் சரியில்லையா?"

"அந்தப் பாழாய்ப்போன கர்ஜனைதான்," என்றான். "உனக்குத் தெரியுமா, இரவு முழுவதும் இப்படியே கூச்சல் எழுப்பியது."

"நீ ஏன் என்னை எழுப்பவில்லை," என்றாள். "அதன் சத்தத்தைக் கேட்டு மகிழ்ச்சி அடைந்திருப்பேன்."

"அதை நான் கொல்ல வேண்டும்," மெகாம்பர் பரிதாபமாகச் சொன்னான்.

"அதற்காகத்தான் இங்கே வந்திருக்கிறாய், அப்படித்தானே?"

"ஆமாம். நான் பதட்டமாக இருக்கிறேன். அது எழுப்பும் கர்ஜனை எனக்கு எரிச்சலூட்டுகிறது."

"அப்படியானால், வில்சன் சொன்னதுபோல், அதைக் கொன்று அதன் கர்ஜனையை நிறுத்து."

"சரி அன்பே," என்றான் பிரான்சிஸ் மெகாம்பர். "அது எளிதாகத் தோன்றுகிறது, அப்படித்தானே?"

"நீ பயப்படவில்லை, பயப்படுகிறாயா?"

"நிச்சயமாக இல்லை. ஆனால், இரவு முழுவது அதன் கர்ஜனையைக் கேட்டதால் எனக்குப் படபடப்பாக இருக்கிறது."

"அதை நீ அற்புதமாகக் கொல்வாய்," என்றாள் அவள். "நீ அதைக் கொல்வாய் என்று எனக்குத் தெரியும். அதைப் பார்ப்பதற்கு நான் மிகுந்த ஆவலுடன் இருக்கிறேன்."

"உன்னுடைய காலை உணவைச் சாப்பிடு; நாம் புறப்படலாம்."

"இன்னும் வெளிச்சம் வரவில்லை," என்றாள். "இது ஒரு அபத்தமான நேரம்."

அதே வேளையில், சிங்கம் அதன் நெஞ்சுப் பகுதியிலிருந்து எழுப்பிய வலிமையான முனகலுடன் கர்ஜித்தது; திடீரென அடித்தொண்டையிலிருந்து கரகரப்பான ஒலியுடன் வந்தது; அதன் அதிர்வலை உயர்ந்துகொண்டேபோனது, அது காற்றை உலுக்கியதுபோல் இருந்தது; ஒரு பெருமூச்சுடனும், கனமான, ஆழமான முக்கல் முனங்கலுடன் முடிவுக்கு வந்தது.

"அது கிட்டத்தட்ட இங்கே இருப்பதுபோல் தோன்றுகிறது," என்று மெகாம்பரின் மனைவி சொன்னாள்.

"இறைவனே," என்றான் மெகாம்பர். "அந்தப் பாழாய்ப்போன சத்தத்தை வெறுக்கிறேன்."

"அது பெரிதும் மெச்சத்தக்கதாக இருக்கிறது."

"மெச்சத்தக்கது. அது வெறுப்பூட்டுவதாக இருக்கிறது."

அப்போது, ஒரு குட்டையான, அசிங்கமான, அதிர்ச்சி உண்டாக்கத்தக்க மிகப் பெரிய துளைகளுடைய துப்பாக்கியைச் சுமந்தபடி, 0.505 தோட்டாக்களுடன், பல் தெரியச் சிரித்தபடி ராபர்ட் வில்சன் வந்தான்.

"புறப்படுங்கள்," என்றான் அவன். "உங்களுடைய நீண்ட துப்பாக்கியும் பெரிய தூக்கியும் உங்கள் துப்பாக்கிதூக்கியிடம் இருக்கின்றன. எல்லாமே காரில் இருக்கின்றன. உங்களிடம் தோட்டாக்கள் இருக்கின்றனவா?"

"ஆமாம்."

"நான் ரெடியாக இருக்கிறேன்," மிசஸ் மெகாம்பர் சொன்னாள்.

"அந்தக் கர்ஜனைச் சத்தத்தையை நிறுத்த வேண்டும்," என்றான் வில்சன். நீங்கள் முன்பக்கம் ஏறுங்கள். மேடம் என்னுடன் பின் இருக்கையில் இருக்கட்டும்."

அவர்கள் காரில் ஏறினார்கள்; சாம்பல் நிறத்திலிருந்த முதல் வெளிச்சத்தில் மரங்களின் ஊடாக ஆற்றின் மேல்பகுதியை நோக்கிப் பயணம் செய்தார்கள். மெகாம்பர் துப்பாக்கியில் தோட்டாக்கள் நிரப்பப்படும் குழாயைத் திறந்தான், உலோகக் கவசமுடைய தோட்டாக்களைப் பார்த்தான், பாதுகாப்புக் கொண்டியால் அதை மூடினான், துப்பாக்கியைப் பாதுகாப்பான நிலையில் வைத்தான். கை நடுங்குவதைக் கண்டான். இன்னும் அதிகமான தோட்டா அட்டைகள் அவன் பையில் இருப்பதை உணர்ந்தான்; அவனுடைய மேல்சட்டையின் முன்பகுதியில் வளையங்களில் இருந்த தோட்டா அட்டைகளை விரல்களால் தடவினான். கதவு இல்லாத, பெட்டிபோல் இருந்த அந்த காரின் பின்இருக்கையில் அவன் மனைவியின் அருகில் வில்சன்

உட்கார்ந்திருந்த இடத்தை நோக்கித் திரும்பினான்; அவர்கள் பரபரப்பாகப் பல் தெரியச் சிரித்துக்கொண்டிருந்தார்கள்; வில்சன் முன்பக்கமாகச் சாய்ந்து கிசுகிசுத்தான்,

"அங்கே ஒரு பறவை கீழ்நோக்கி இறங்குவதைப் பாருங்கள். ஒரு சிங்கம் அதன் இரையின் மிச்சத்தை அங்கேயே விட்டுச் சென்றிருக்கிறது என்று அதற்கு அர்த்தம்."

நீரோடையின் கீழ்ப்பகுதியில் தூரத்தில் கழுகுகள் வட்ட மடிப்பதையும், வேகமாகக் கீழே இறங்குவதையும் மெகாம்பர் மரங்களுக்கு மேலாகப் பார்த்தான்.

"தண்ணீர் குடிப்பதற்கு அது இந்தப் பக்கமாக வருவதற்கான வாய்ப்புகள் இருக்கின்றன," என்று வில்சன் கிசுகிசுத்தான். "அது ஓய்வெடுக்க படுப்பதற்கு முன்னால். கவனமாகப் பாருங்கள்."

அந்த நீரோடையின் கரையில் மெதுவாகப் பயணம் செய்தார்கள்; அந்த இடத்தில் நீரோடை மிகவும் சாய்வாகக் கீழே இறங்கி பாறைகள் நிறைந்த படுகைக்குச் சென்றது; அவர்கள் பெரிய மரங்களுக்கு ஊடாகச் சுற்றி வளைந்து சென்றார்கள். மெகாம்பர் மறுகரையைப் பார்த்துக்கொண்டிருந்தான்; வில்சன் அவன் கையைப் பிடிப்பதை உணர்ந்தான். கார் அங்கே நிறுத்தப்பட்டது.

"அதோ அங்கே இருக்கிறது அது," கிசுகிசுப்பைக் கேட்டான். "நமக்கு முன்னால் வலப் பக்கத்தில். கீழே இறங்குங்கள் அதைச் சுடுங்கள். அது ஒரு அற்புதமான சிங்கம்."

மெகாம்பர் இப்போது சிங்கத்தைப் பார்த்தான். அது கிட்டத் தட்ட ஒரு பக்கமாக உடலைக் காட்டி நின்றது; பெரிய தலையை மேலே தூக்கியவாறு நின்றது; அவர்கள் பக்கமாகத் திரும்பியது. அவர்களை நோக்கி வீசிய காலை இளந் தென்றல் அதன் பிடறி மயிரை சுழற்றியடித்தது; அந்த சிங்கம் மிகவும் பெரிதாக இருந்தது; அதன் நிழற்படம் காலைவேளையின் சாம்பல் நிற வெளிச்சத்தில் மேல்நோக்கி வந்த ஆற்றங்கரையில் விழுந்தது; அதன் உடல் கனமாக இருந்தது; அதன் உடற் பகுதி உருண்டு பருத்துப் புடைத்து இருந்தது.

மெகாம்பர் துப்பாக்கியை உயர்த்தியபடி கேட்டான், "எவ்வளவு தூரத்தில் இருக்கிறது அது?"

"தோராயமாக எழுபத்தைந்து கெஜம். வெளியே போய் அதை தாக்குங்கள்."

"நான் இருக்கும் இடத்திலிருந்தே ஏன் அதைச் சுடக் கூடாது?"

"கார்களில் இருந்தபடி அவற்றைச் சுடக் கூடாது," என்று வில்சன் அவன் காதில் சொன்னதைக் கேட்டான். "வெளியே போங்கள். நாள் முழுவதும் அது அங்கேயே நிற்கப்போவதில்லை."

முன்இருக்கையில் வளைவாக இருந்த வழியில் காலை வெளியே நீட்டினான், படிக்கட்டில் இறங்கி தரையில் காலை வைத்தான். அந்த சிங்கம் கம்பீரமாகப் பார்த்தபடி அங்கேயே இன்னமும் நின்றது; பருத்துப் புடைத்த மாபெரும் காண்டா மிருகத்தைப்போல் நிழற்படமாக அதன் கண்களுக்குத் தெரிந்த உருவத்தை அமைதியாகப் பார்த்தது. மனித வாடை எதுவும் அதன் திசையில் போகவில்லை; அதன் பெரிய தலையை அந்தப் பக்கமும் இந்தப் பக்கமும் திருப்பி அந்த உருவத்தைப் பார்த்தது. இப்படியான ஒரு உருவம் எதிர் கரையில் இருக்கும்போது, தண்ணீர் குடிப்பதற்குக் கரையிலிருந்து இறங்குவதற்குத் தயங்கியபடி ஆனால் பயப்படாமல் அந்த உருவத்தைக் கவனித்தது; அந்த உருவத்திலிருந்து விடுபட்டு வந்த மனிதனைப் பார்த்தது; அதன் பெருந்தலையைத் திருப்பியது; மரங்கள் நிறைந்த பாதுகாப்பான இடத்தை அடைய அங்கேயிருந்து வேகமாகச் சுழன்று திரும்பிய நொடியில் திடீரென எழுந்த உரத்த கூர்மையான சத்தத்தைக் கேட்டது; வேட்டைத் துப்பாக்கியின் திடமான தோட்டா அதன் உடலின் பக்கப் பகுதில் தாக்கியதை உணர்ந்தது; அந்தத் தோட்டா மிகுந்த வெப்பத்துடன் வயிறு வழியாக நுழைந்து குமட்டலை ஏற்படுத்தியது. காயமடைந்த, நிரம்பிய வயிற்றை அசைத்துப் பாதுகாப்பான உயரமான புற்களை நோக்கி கனத்த உடம்புடன் பெரிய பாதங்களுடன் மரங்களுக்கு ஊடாக மெதுவாகக் குதித்து ஓடியது; அந்தப் பேரொலி மீண்டும் வந்தது; காற்றைக் கிழித்தபடி அதைக் கடந்து சென்றது. மீண்டும் தோட்டாவின் பேரொலி கேட்டது, அது அதைத் தாக்கியதை உணர்ந்தது, அதன் விலா எலும்புகளின் கீழ்ப்பகுதியைத் தாக்கி கிழித்துச்

சென்றது; திடீரென சூடான நுரையுடன் கூடிய இரத்தம் அதன் வாயிலிருந்து வந்தது; நாலுகால் பாய்ச்சலில், ஒருவரும் பார்க்க முடியாத பதுங்க ஏதுவான உயரமான புற்களை நோக்கி ஓடியது; பேரொலி ஏற்படுத்திய பொருளை மிக அருகில் வரவைத்து, அது தாக்கும் தூரத்தில் வந்ததும், வெளியே பாய்ந்து ஓடி, அதைப் பிடித்திருக்கும் மனிதனைத் தாக்கலாம் என்று நினைத்தது.

காரிலிருந்து வெளியே இறங்கியபோது, அந்த சிங்கம் எப்படி உணர்ந்திருக்கும் என்று மெகாம்பர் நினைத்துப்பார்க்கவில்லை. அவன் கைகள் நடுங்கிக்கொண்டிருந்ததும், காரிலிருந்து தூரமாக நடந்தபோது அவனால் அவன் கால்களைக் கிட்டத்தட்ட நகர்த்த முடியவில்லை என்பதும் மட்டுமே அவனுக்குத் தெரியும். அவன் கால்கள் தொடைப்பகுதியில் விறைப்படைந்திருந்தன, ஆனால், சதைகள் வேகமாக அதிர்ந்ததை அவனால் உணர முடிந்தது. அவன் துப்பாக்கியை உயர்த்தினான், சிங்கத்தின் தலையும் தோள்களும் சந்திக்கும் இடத்தைக் குறிவைத்தான், துப்பாக்கி இயக்கியை இழுத்தான். அவன் விரல் ஒடிந்துவிடும் என்ற எண்ணம் தோன்றும்வரை அதை இழுத்தான்; ஒன்றும் நிகழவில்லை. பாதுகாப்புப் பொறி விலக்கப்படாததை அறிந்தான்; துப்பாக்கியைத் தாழ்த்தினான், பாதுகாப்புப் பொறியை விலக்கினான், பெரும் முயற்சியுடன் ஒரு அடி முன்னால் எடுத்து வைத்தான்; காரின் நிழலிலிருந்து தனியாகப் பிரிந்து நின்ற அவன் நிழல் உருவத்தைச் சிங்கம் பார்த்தது, திரும்பியது, மெல்ல துள்ளி ஓடத் தொடங்கியது; மெகாம்பர் சுட்டான், சுவங் என்ற சத்தத்தைக் கேட்டான், தோட்டா குறிவைத்த இடத்தைத் தாக்கியதை அறிந்தான்; ஆனால் சிங்கம் தொடர்ந்து ஓடிக்கொண்டிருந்தது. மெகாம்பர் மீண்டும் சுட்டான்; தோட்டா, துள்ளி ஓடிக்கொண்டிருந்த சிங்கத்துக்கு அப்பால் மண்ணில் புதைந்து தூசு வெளியே வந்ததை எல்லோரும் பார்த்தார்கள். தாழ்வாகக் குறி வைக்க வேண்டும் என்பதை நினைவில்வைத்து மீண்டும் சுட்டான், தோட்டா தாக்கிய சத்தத்தை எல்லோரும் கேட்டார்கள்; சிங்கம் வேகமாகப் பாய்ந்து ஓடியது; தோட்டா நிரப்பும் கொண்டியை அவன் முன்பக்கமாகத் தள்ளுவதற்குள் உயரமான புற்களுக்குள் அது மறைந்தது.

மெகாம்பர் வெறுப்புணர்ச்சியுடன் அங்கேயே நின்றான்; சுடக்கூடிய நிலையில் விசை திறந்த நிலையிலிருந்த துப்பாக்கியைப் பிடித்திருந்த அவன் கைகள் நடுங்கின; அவன் மனைவியும் ராபர்ட் வில்சனும் அவன் அருகில் நின்றார்கள். மகாம்பா மொழியில் உரையாடிக்கொண்டிருந்த துப்பாக்கித் தூக்கிகளும் அவனுக்கு அருகில் நின்றார்கள்.

"நான் அதைத் தாக்கினேன்," என்றான் மெகாம்பர். "நான் அதை இரண்டு முறைதாக்கினேன்."

"நீங்கள் அதைச் சுட்டீர்கள்; அதன் முன்பகுதியில் எங்கேயோ ஓர் இடத்தில் அதைத் தாக்கினீர்கள்," உற்சாகம் இல்லாமல் வில்சன் சொன்னான். துப்பாக்கித் தூக்கிகள் கவலைப்படுவது போல் தோன்றினார்கள்.

"நீங்கள் அதைக் கொன்றிருக்கலாம்," வில்சன் தொடர்ந்தான். "அது எங்கே இருக்கிறது என்று பார்ப்பதற்கு உள்ளே போகும் முன்னால் சிறிது நேரம் காத்திருக்க வேண்டும்."

"நீ என்ன சொல்கிறாய்?"

"நாம் அதைத் பின்தொடர்வதற்கு முன்னால் அதன் உடல் நிலை இன்னும் கொஞ்சம் கெடட்டும்."

"ஓ," என்றான் மெகாம்பர்.

"அது உண்மையிலேயே சிறந்த சிங்கம்," வில்சன் உற்சாகத்துடன் சொன்னான். "அது மோசமான இடத்தில் இருந்தபோதிலும்."

"ஏன் அப்படி?"

"அதற்கு நேர் எதிராக நாம் போகும்வரை அதை நாம் பார்க்க முடியாது."

"ஓ," என்றான் மெகாம்பர்.

"வாருங்கள் போகலாம்," வில்சன் சொன்னான். "மேடம் இங்கேயே காரில் இருக்கட்டும். நாம் போய் இரத்தம் சொட்டிய தடயங்களைப் பார்க்கலாம்."

"மார்கோ, இங்கேயே இரு," மெகாம்பர் அவன் மனைவியிடம் சொன்னான். அவன் வாய் மிகவும் வறட்சி அடைந்திருந்தது; பேசுவது அவனுக்குக் கடினமாக இருந்தது.

"ஏன்?" என்று அவள் கேட்டாள்.

"வில்சன் இருக்கச் சொல்கிறான்."

"நாங்கள் அதைப் பார்க்கப் போகிறோம்," வில்சன் சொன்னான். "நீங்கள் இங்கே இருங்கள். இங்கே இருந்தபடி நீங்கள் இன்னும் நன்றாகப் பார்க்கலாம்."

"அப்படியே செய்யலாம்."

வில்சன் ஸ்வாஹிலி மொழியில் டிரைவரிடம் பேசினான். அவன் தலையாட்டினான்; "எஸ் பாஸ்," என்றான்.

கரையில் அவர்கள் செங்குத்தாக இறங்கினார்கள்; நீரோடையைக் கடந்தார்கள்; பாறைகளின் மேல் ஏறியும், அவற்றைச் சுற்றி நடந்தும் மறுகரையில் மேலே ஏறினார்கள். வழியில் நீட்டிக்கொண்டிருந்த வேர்களைப் பிடுங்கியபடி அவற்றின் ஓரமாக நடந்தார்கள், மெகாம்பர் சிங்கத்தை முதல் முறை சுட்டபோது அது தள்ளாடி நடந்த இடத்தை அடைந்தார்கள். குட்டையான புற்களில் படிந்திருந்த கறுப்பு இரத்தத்தைத் துப்பாக்கித் தூக்கிகள் இரு புல் தண்டுகளால் சுட்டிக்காட்டினார்கள்; அவர்கள் ஆற்றங்கரை மரங்களுக்குப் பின்னால் ஓடி மறைந்தார்கள்.

"நாம் என்ன செய்ய வேண்டும்?" மெகாம்பர் கேட்டான்.

"நாம் தேர்ந்தெடுப்பதற்கு அதிகம் இல்லை," என்றான் வில்சன். "காரை நாம் இங்கே கொண்டுவர முடியாது. ஆற்றங்கரை மிகவும் செங்குத்தாக இருக்கிறது. அது இன்னும் கொஞ்சம் விறைப்பு அடையும்வரை காத்திருப்போம்; அதன் பிறகு நீங்களும் நானும் உள்ளே போய் அதைத் தேடுவோம்."

"புற்களில் தீ மூட்ட முடியாதா?"

"அதிகப் பசுமையாக இருக்கிறது."

"ஓசை எழுப்புபவர்களை அனுப்பக்கூடாதா?"

அவன் தகுதியை எடைபோடுவதுபோல் வில்சன் அவனைப் பார்த்தான். "தாராளமாக அனுப்பலாம்," என்றான் வில்சன். "அது கொலை செய்வதற்கு சமமானது. சிங்கம் காயம் அடைந்திருப்பது நமக்குத் தெரியும். காயம் அடையாத சிங்கத்தை

தடாகம் / 161

நாம் விரட்டிவிடலாம் - அது சத்தத்தைக் கேட்டவுடன் நகர்ந்து போய்விடும்; ஆனால், காயமடைந்த சிங்கம் வெறியுடன் தாக்கும். அதற்கு நேர் எதிரில் நாம் போன பிறகுதான் அதை நம்மால் பார்க்க முடியும். ஒரு முயல்கூட மறைந்திருக்க முடியாது என்று நாம் நினைக்கும் இடத்தில்கூட சிங்கத்தால் அற்புதமாகத் தட்டையாகப் படுத்திருக்க முடியும். அந்த மாதிரியான இடத்துக்குப் பையன்களை அனுப்ப முடியாது. யாராவது ஒருவர் கடித்துக் குதறப்படுவார்."

"துப்பாக்கித் தூக்கிகளை அனுப்பினால் என்ன?"

"ஓ, அவர்கள் நம்முடன்தான் வருவார்கள். அது அவர்களுடன் பேசித்தீர்க்கப்பட்ட ஒன்று. அதற்குத்தான் அவர்கள் ஒப்புக் கொண்டிருக்கிறார்கள். அவர்கள் அதிக மகிழ்ச்சியுடன் இருப்பதாகத் தோன்றவில்லை, மகிழ்ச்சியாக இருக்கிறார்களா என்ன?"

"நான் அங்கே உள்ளே போக விரும்பவில்லை," என்று மெகாம்பர் சொன்னான். அவன் அப்படிச் சொன்னான் என்று அவன் உணரும் முன்னமே அது வெளியேறி விட்டது.

"எனக்கும்தான் விருப்பம் இல்லை," வில்சன் மிகவும் உற்சாகமாகச் சொன்னான். "இருந்தாலும் உண்மையில் வேறு வழியில்லை." அப்படிப் பேசிய பிறகு தவறை உணர்ந்தவனாக, மெகாம்பரை நோட்டமிட்டான்; அவன் எப்படித் திடீரென்று நடுங்கிக்கொண்டிருந்தான் என்பதையும் அவன் முகத்தில் இருந்த பரிதாபகரமான தோற்றத்தையும் பார்த்தான்.

"நிச்சயமாக நீங்கள் உள்ளே போக வேண்டியதில்லை," என்றான் அவன். "அதற்காகத்தான் நான் அமர்த்தப்பட்டிருக்கிறேன். அதனால்தான் எனக்கு அதிகமான சம்பளம் கொடுக்கப்படுகிறது.."

"நீ மட்டும் தனியாகப் போகிறேன் என்று சொல்கிறாயா? அதை அங்கேயே விட்டுவிட்டால் என்ன?"

ராபர்ட் வில்சனுடைய முழு நேர வேலையும் சிங்கத்துடனும், சிங்கத்தினால் ஏற்படும் பிரச்சினைகளுடனும் சம்பந்தப்பட்டது; மெகாம்பர் பதட்டமாக இருப்பதைக் கண்டததைத் தவிர வில்சன் அவனைப் பற்றி சிந்திக்கவில்லை; ஆனால், ஒரு ஹோட்டலில்,

தவறான அறையின் கதவைத் திறந்து, ஒரு வெட்கக்கேடான காட்சியைக் கண்டதுபோல் திடீரென்று அவன் உணர்ந்தான் .

"நீங்கள் என்ன சொல்கிறீர்கள்?"

"நாம் அதை அப்படியே விட்டுவிட்டுப் போனால் என்ன?"

"அது தாக்கப்படவில்லை என்று நமக்கு நாமே பாசாங்கு செய்ய வேண்டும் என்கிறீர்களா?"

"இல்லை. அதை அப்படியே விட்டுவிடலாம்."

"அப்படிச் செய்யக் கூடாது"

"ஏன் கூடாது?"

"ஒன்று, நிச்சமாக அது வேதனையில் துடிக்கும். மற்றொன்று, வேறு யாராவது ஒருவர் அது இருக்கும் இடத்துக்குப் போகலாம்."

"புரிகிறது."

"ஆனால், அதன் பொருட்டு நீங்கள் எதுவும் செய்ய வேண்டியதில்லை."

"அதில் பங்கெடுக்க விரும்புகிறேன்," என்றான் மெகாம்பர். "பயமாக இருக்கிறது. அவ்வளவுதான்."

"நாம் உள்ளே போகும்போது நான் முன்னால் போகிறேன்," என்று வில்சன் சொன்னான். "அது இருக்கும் இடத்தை காங்கோனி கண்காணிப்பான். நீங்கள் எனக்குப் பின்னால் வாருங்கள், சற்று ஒரு பக்கமாக. அது உறுமுவதை நாம் கேட்கும் வாய்ப்புகள் இருக்கின்றன. அதைக் கண்டால் நாம் இருவரும் சுடுவோம். நீங்கள் எதைப்பற்றியும் கவலைப்பட வேண்டாம். உங்களுக்கு நான் துணையாக நிற்பேன். உண்மையைச் சொல்வதானால், ஒருவேளை நீங்கள் அங்கே போகாமல் இருப்பதே நல்லது. அது இன்னும் மேலானதாக இருக்கும். அந்த வேலையை நான் செய்து முடிக்கும் நேரத்தில் நீங்கள் ஏன் இங்கேயிருந்து போகக் கூடாது? போய் மேடத்துடன் இருக்கக் கூடாது?"

"முடியாது. நானும் வருகிறேன்."

"அப்படியானால் சரி," என்றான் வில்சன். "ஆனால், நீங்கள் உள்ளே போக விரும்பவில்லை என்றால் நீங்கள் போக

வேண்டாம். ஒப்புக்கொள்ளப்பட்டபடி, இது இப்போது என்னுடைய வேலை, அது உங்களுக்குத் தெரியும்."

"உள்ளே போக விரும்புகிறேன்," என்று மெகாம்பர் சொன்னான்.

ஒரு மரத்துக்கு அடியில் உட்கார்ந்தார்கள்; புகைபிடித்தார்கள்.

"நாங்கள் இங்கே காத்திருக்கும்போது நீங்கள் போய் மேடத்திடம் பேச விரும்புகிறீர்களா?" என்று வில்சன் கேட்டான்.

"இல்லை."

"நான் சற்றுப் பின்பக்கமாக நகர்ந்து மேடத்தைப் பொறுமையாக இருக்கும்படிச் சொல்கிறேன்."

"நல்லது," மெகாம்பர் சொன்னான். அவன் அங்கே உட்கார்ந்தான்; அவனுடைய அக்குள்களில் வியர்த்துக் கொட்டியது; வாயில் வறண்ட உணர்வு, அவனுடைய வயிற்றில் வெறுமையான உணர்வு; அவன் உள்ளே போகாமல் வில்சன் மட்டும் உள்ளே போய் சிங்கத்தைக் கொல்லச் சொல்வதற்கான துணிச்சலைத் தேடிக்கொண்டிருந்தான்.

சற்று நேரத்துக்கு முன்னால் அவன் இருந்த நிலைமையைக் கண்ட வில்சன் கடுங் கோபத்தில் இருந்தான் என்பதும், அதனால் தான் அவனை அவன் மனைவியிடம் போகச் சொன்னான் என்பதும் அவனுக்குத் தெரியாது.

அவன் அங்கே உட்கார்ந்திருந்தபோது வில்சன் வந்தான். "உங்களுடைய பெரிய துப்பாக்கி என்னிடம் இருக்கிறது," என்றான். "அதை எடுத்துக்கொள்ளுங்கள். அதற்கு வேண்டிய அளவு நேரம் கொடுத்துவிட்டோம் என்று நினைக்கிறேன். வாருங்கள் போகலாம்."

மெகாம்பர் பெரிய துப்பாக்கியை எடுத்தான்; வில்சன் சொன்னான்:

"எனக்குப் பின்னால் வாருங்கள், தோராயமாக ஐந்து கஜம் வலப் பக்கமாக; நான் சொல்வதை அப்படியே செய்யுங்கள்." அதன் பிறகு அவன் அந்த இரண்டு துப்பாக்கித் தூக்கிகளிடமும் ஸ்வாஹிலி மொழியில் பேசினான்; அவர்கள் சோகத்தின் வடிவமாக இருந்தார்கள்.

"எனக்கு ஒரு மடக்குத் தண்ணீர் கிடைக்குமா?" என்று மெகாம்பர் கேட்டான். வில்சன் மூத்த துப்பாக்கித் தூக்கியிடம் பேசினான்; அவன் அவனுடைய இடுப்பு வாரில் இருந்த தண்ணீர் குடுவையின் பிணைப்பை அவிழ்த்தான், அதன் மூடியைத் திறந்தான், அதை மெகாம்பரிடம் கொடுத்தான்; அதன் கனத்தையும் அதன் மீது சுற்றப்பட்டிருந்த கம்பளி உறை தரம் குறைந்ததாக இருந்ததையும் கவனித்தபடியே மெகாம்பர் அதை வாங்கினான். தண்ணீர் குடிப்பதற்காகக் குடுவையை மேலே உயர்த்தினான்; தூரத்தில் உயரமாக வளர்ந்திருந்த புற்களையும், அவற்றுக்குப் பின்புறம் தெரிந்த தட்டையான மேற்பரப்பு கொண்ட மரங்களையும் பார்த்தான். அவை இருந்த திசையில் இளந்தென்றல் வீசியது; புற்கள் காற்றில் மென்மையாக அசைந்து ஆடிக்கொண்டிருந்தன. அவன் துப்பாக்கித் தூக்கியைப் பார்த்தான்; துப்பாக்கித் தூக்கியும் அளவுக்கு அதிகமான பயத்தில் துயரம் அடைந்துகொண்டிருந்ததை அவனால் பார்க்க முடிந்தது.

புற்களுக்குள் முப்பத்தைந்து கெஜ தூரத்தில் தரையில் அந்தப் பெரிய சிங்கம் தரையோடு தரையாக ஒட்டித் தட்டையாகக் கிடந்தது. அதன் காதுகள் பின்னோக்கி இருந்தன; கறுப்பு நிறக் குடுமியுடனிருந்த அதன் நீளமான வால் மேலும்கீழும் வேகமாக ஆடியது மட்டுமே அதன் இயக்கமாக இருந்தது. இந்த மறைவான இடத்தை அடைந்த உடனேயே அது வளைவான இடத்தில் திரும்பியிருந்தது; முழுமையாக நிரம்பியிருந்த வயிற்றின் உள்ளே காயம் அடைந்திருந்ததால் அதன் உடல்நலம் பாதிக்கப்பட்டிருந்தது; அதனால் மேற்கொண்டு போக முடிய வில்லை; அதன் நுரையீரலில் ஏற்பட்ட காயத்தால் அது வலுவிழந்துகொண்டிருந்தது; ஒவ்வொருமுறை மூச்சு வாங்கும் போதும் அதன் வாயில் மெல்லிய சிவப்பு நிற நுரை தள்ளியது. அதன் விலா எலும்புகளுக்கும் இடுப்புப் பகுதிக்கும் இருந்த பகுதிகள் ஈரமாகவும் சூடாகவும் இருந்தன, பழுப்பு மஞ்சள் நிறத்திலிருந்த அதன் தோலில் கெட்டியான தோட்டாக்கள் ஏற்படுத்தியிருந்த சிறிய துவாரங்களில் ஈக்கள் மொய்த்துக் கொண்டிருந்தன; வெறுப்பினால் குறுக்கப்பட்ட அதன் மஞ்சள் நிற பெரிய கண்கள் நேராக முன்னோக்கிப் பார்த்தன; மூச்சு வாங்கும்போது வலி உண்டானபோது மட்டுமே கண்களைச்

சிமிட்டியது; சூடாக இருந்த மென்மையான மண்ணில் கால் நகங்களைப் புதைத்தது. அதை முழுமையாக ஆக்கிரமித்த வலி, காயங்கள், வெறுப்பு அனைத்தையும் ஒருசேர்த்து, அதனிடம் மீதமிருந்த முழு வலிமை எல்லாம் ஒன்றிணைத்து இறுகி முழுக்கவனத்துடன் வேகமாகப் பாயத் தயாராகியது. மனிதர்கள் பேசுவதை அதனால் கேட்க முடிந்தது; அவர்கள் புல்லுக்குள் நுழையும்போது அதன் வலிமையை ஒன்றுகூட்டி அவர்கள் மீது பாய்வதற்காகத் தன்னைத்தானே தயார்ப்படுத்திக்கொண்டு காத்திருந்தது. அவர்களுடைய குரல்களைக் கேட்டதும் அதன் வால் விறைப்படைந்தது; வேகமாக மேலும்கீழும் அசைந்தது; அவர்கள் புற்பகுதியின் ஓரமாக வந்ததும் ஒரு இருமலுடன் உறுமியபடி அவர்களைத் தாக்கியது.

வயதான துப்பாக்கித் தூக்கி காங்கோனி இரத்தத் துளிகளைப் பார்த்தபடி முன்னால் நடந்தான்; ஏதாவது நகர்கிறதா என்று அறிய வில்சன் புற்களைக் கவனித்தபடி சென்றான், அவனுடைய வேட்டைத் துப்பாக்கி தயார் நிலையில் இருந்தது; இரண்டாவது துப்பாக்கித் தூக்கி முன்னால் பார்த்தபடி, சத்தம் வருகிறதா என்று கவனமாகக் கேட்டபடி நடந்தான்; துப்பாக்கியை ஆயத்தமாகப் பிடித்தபடி மெகாம்பர் வில்சனுக்கு நெருக்கமாக நடந்தான்; அவர்கள் புற்பகுதிக்குள் நுழைந்ததார்கள். அந்த நொடியில் மெகாம்பர் இரத்தம் தோய்ந்த இருமலுடன் கூடிய உறுமலைக் கேட்டான், மெல்லிய ஒலியுடன் புற்கள் வேகமாக அசைவதைக் கண்டான். அடுத்த நொடியில் அவன் அறிந்தது, அவன் வேகமாக ஓடிக்கொண்டிருந்தான் என்பது; கட்டுக்கடங்காத பேரச்சத்தால் திறந்த வெளியில் காட்டுத்தனமாகத் ஓடிக்கொண்டிருந்தான்; நீரோடையை நோக்கி ஓடிக்கொண்டிருந்தான்.

கா-ரா-வாங் என்ற சத்ததைக் கேட்டான். அது வில்சனுடைய பெரிய துப்பாக்கி எழுப்பியது; அடுத்த நொடியில் இரண்டாவது தாக்குதலின் காராவாங்! திரும்பினான், தலையின் ஒரு பாதியை இழந்து நின்றதுபோல் தோன்றிய சிங்கத்தைப் பார்த்தான்; அது புற்தரையின் ஓரத்தில் நின்ற வில்சனை நோக்கித் ஊர்ந்து வந்தது; அதே வேளையில் சிவந்த முகம் கொண்ட அந்த மனிதன் குட்டையான அசிங்கமான துப்பாகியைத் தயார் செய்தான், கவனமாகக் குறி வைத்தான், அந்தத் துப்பாக்கிக்

குழாயின் முனையிலிருந்து மற்றொரு வெடிச் சத்தம் வந்தது; ஊர்ந்து வந்துகொண்டிருந்த சிங்கத்தின் பருமனான மஞ்சள் நிற உடல்பகுதி விறைத்தது; சிதைக்கப்பட்டிருந்த அதன் பெரிய தலை முன்பக்கமாகச் சரிந்தது; மெகாம்பர், அவன் ஓடி வந்து நின்ற திறந்தவெளியில், தோட்டாக்கள் நிரப்பப்பட்ட துப்பாக்கியைப் பிடித்தபடி தன்னந்தனியாக நின்றான்; ஒரு வெள்ளை மனிதனும் இரண்டு கறுப்பு மனிதர்களும் திரும்பி அவனை இகழ்ச்சியாக பார்த்தார்கள்; சிங்கம் இறந்துவிட்டது என்று அவனுக்குத் தெரியும். அவன் வில்சனை நோக்கி வந்தான்; அவனுடைய உயரம் ஒரு வெளிப்படையான குற்றச்சாட்டுபோல் காட்சி அளித்தது. வில்சன் அவனைப் பார்த்துக் கேட்டான்:

"படங்கள் பிடிக்க விரும்புகிறீர்களா?"

"இல்லை," என்றான் அவன்.

அவர்கள் மோட்டார் காரை அடையும்வரை அவர்கள் பேசியது அவ்வளவுதான். அதன் பிறகு வில்சன் சொன்னான்:

"அற்புதமான சிங்கம் அது. அந்தப் பையன்கள் அதன் தோலை உறிப்பார்கள், அதுவரை நாம் இந்த நிழலில் இருக்கலாம்."

மெகாம்பரின் மனைவி அவனைத் திரும்பிப் பார்க்கவே யில்லை, அவனும் அவளைப் பார்க்கவில்லை; பின்இருக்கையில் அவள் பக்கத்தில் உட்கார்ந்தான்; முன்இருக்கையில் வில்சன் உட்கார்ந்திருந்தான். ஒரு முறை அவன் கையை நீட்டி அவன் மனைவியின் பக்கம் திரும்பாமல் அவள் கையைப் பிடித்தான்; அவன் கையிலிருந்து அவள் கையை விலக்கினாள். ஆற்றின் அக்கரையில் துப்பாக்கித் தூக்கிகள் சிங்கத்தின் தோலை உரித்துக்கொண்டிருந்த இடத்தைப் பார்த்தபோது, அவள் அங்கே இருந்தபடியே நடந்தவை அனைத்தையும் பார்த்திருக்கிறாள் என்பதை உணர்ந்தான். அவர்கள் அங்கே உட்கார்ந்திருந்தபோது, அவனுடைய மனைவி முன்பக்கமாக நகர்ந்து அவளுடைய கையை வில்சனின் தோள் மீது வைத்தாள். அவன் திரும்பினான்; தாழ்வான இருக்கையின் மேலாக அவள் முன்பக்கமாகக் குனிந்து அவன் வாயில் முத்தமிட்டாள்.

"ஓ, என்ன இது," என்று அதிர்ச்சியுடன் குரல் எழுப்பினான், வெயிலில் வாடிய இயல்பான நிறத்தைவிட அதிகமாக அவன் முகம் சிவந்தது.

"மிஸ்டர் ராபர்ட் வில்சன்," என்றாள். "அழகான சிவந்த முகத்தையுடைய மிஸ்டர் ராபர்ட் வில்சன்." மீண்டும் மெகாம்பரின் அருகில் உட்கார்ந்தாள்; முகத்தை வேறு திசையில் திருப்பினாள்; ஆற்றின் குறுக்கே பார்த்தாள்; அங்கே அந்த சிங்கம் கிடந்தது; கறுப்பு மனிதர்கள் அதன் தோலை உரித்து எடுத்தார்கள்; வெள்ளை நிறத் தசைகளுடனும், தசைகளை எலும்புடன் இணைக்கும் திசுக்களுடனும் பளிச்சென்று தெரிந்த அதன் முன்னங்கால்கள் மேல்நோக்கி இருந்தன; அதன் வயிறு உப்பியிருந்தது. இறுதியில், துப்பாக்கித் தூக்கிகள் அதன் ஈரமான கனமான தோலை மேலே கொண்டுவந்தார்கள்; அதனுடன் வண்டியின் பின்பக்கம் ஏறினார்கள்; வண்டியில் ஏறும் முன்னால் அவர்கள் அதைச் சுருட்டினார்கள்; மோட்டார் கார் புறப்பட்டது. முகாமுக்கு வந்து சேரும்வரை ஒருவரும் அதற்குமேல் எதுவும் பேசவில்லை.

அதுதான் அந்த சிங்கத்தின் கதை. அவர்களைத் தாக்கு வதற்காகப் பாய்ந்து வரும் முன்னால் அந்த சிங்கம் எப்படி உணர்ந்தது என்பது மெகோம்பருக்குத் தெரியாது; துப்பாக்கி முனையிலிருந்து வெளியேறிய 0.505 வகை வெடிமருந்து இரண்டு டன் வேகத்திறனுடன் அதன் வாயைத் தாக்கி நம்ப முடியாத அளவு அடித்து நொறுக்கியபோது அது எப்படி உணர்ந்தது என்பதும் அவனுக்குத் தெரியாது; இரண்டாவது முறை திடீரென பெரும் சத்தத்துடன் மோதிய தோட்டா அதன் பின்பகுதியின் ஒரு பக்கத்தைப் பிய்த்துப் போட்டு அதை முழுவதுமாக அழித்தபோது, அதை முன்பக்கமாகத் தொடர்ந்து வரச் செய்தது எது என்பதும் அவனுக்குத் தெரியாது; வெடித்துச் சிதறி அதை முற்றிலுமாக அழித்த தோட்டா வந்த திசையில் அது ஊர்ந்து வந்திருந்தது. வில்சனுக்கு அதுபற்றி ஏதோ கொஞ்சம் தெரியும், ஆனால் அது ஒரு "அற்புதமான சிங்கம்" என்ற சொற்களால் மட்டுமே அதை வெளிப்படுத்தினான்; ஆனால், அந்த நிகழ்வுகளைப் பற்றி வில்சன் என்ன நினைத்தான் என்பது அவனுக்குத் தெரியாது. அவனுடன் அவன் மனைவி உறவை முறித்துக்கொண்டாள் என்பது தவிர அவள் அது பற்றி என்ன நினைத்தாள் என்பது அவனுக்குத் தெரியாது.

இதற்கு முன்னும் அவள் அவனுடனான உறவை முறித்திருக்கிறாள், ஆனால் அது ஒருபோதும் நீடித்ததில்லை. அவன் பெரிய செல்வந்தனாக இருந்தான்; இன்னும் பெரிய செல்வந்தனாக இருப்பான்; இந்த நிலையில் எந்தக்காலத்திலும் அவள் அவனைவிட்டுப் போக மாட்டாள் என்று அவனுக்குத் தெரியும். உண்மையில் அவனுக்குத் தெரிந்த சிலவற்றுள் அதுவும் ஒன்று. அது பற்றி அவனுக்குத் தெரியும், மோட்டார்சைக்கிள்கள் பற்றி - முதல் முதலாக அவனுக்குத் தெரிந்தது அதுதான் - மோட்டார் கார்கள் பற்றி, வாத்துகளை வேட்டையாடுவது பற்றி, மீன்பிடிப்பது பற்றி, நன்னீர் மீன், காலா மீன், ஆழ்க்கடலில் மீன்பிடிப்பது பற்றி, புத்தகங்களில் இருந்த பாலியல் பற்றி, பல புத்தகங்கள், அளவுக்கு அதிகமான புத்தகங்கள், தடகள விளையாட்டுகள் பற்றி, நாய்களைப் பற்றி, குதிரைகளைப் பற்றி அதிகமாகத் தெரியாது, அவனுடைய செல்வத்தைத் தக்க வைத்துக்கொள்வது பற்றி, அவனுடைய உலகத்தில் நடந்தவற்றுள் பெரும்பாலானவை பற்றி, அவனுடைய மனைவி அவனை விட்டுப் பிரிய மாட்டாள் என்பது பற்றி அவனுக்குத் தெரியும். ஒரு காலத்தில் அவனுடைய மனைவி மிகச் சிறந்த அழகியாக இருந்திருக்கிறாள், இப்பவும் ஆப்பிரிக்காவில் அவள் ஒரு பெரிய அழகியாக இருந்தாள், ஆனால், இப்போது அவனைவிட்டுப் பிரிந்து சென்று இதைவிட மேன்மையான வாழ்வை அமைத்துக் கொள்ளும் அளவுக்கு உள்ளூரில் அவள் சிறந்த அழகியாக இல்லை; அது அவளுக்குத் தெரியும்; அவளுக்குத் தெரியும் என்று அவனுக்குத் தெரியும். அவனைவிட்டுப் பிரிந்து செல்வதற்கான வாய்ப்பை அவள் தவறவிட்டுவிட்டாள்; அது அவனுக்குத் தெரியும். அவன் பெண்களுடன் சிறப்பாகச் செயல்படுபவனாக இருந்திருந்தால், அவன் வேறு ஒரு பெண்ணை, இன்னும் அழகான ஒரு பெண்ணைத் திருமணம் செய்வது பற்றி அவள் கவலைப்படத் தொடங்கியிருப்பாள்; ஆனால், அவனைப் பற்றி கவலைப்படவேண்டிய தேவை இல்லாத அளவு அவனைப் பற்றி அவளுக்கு அளவுக்கு அதிகமாகத் தெரியும். அதுமட்டுமல்லாமல் எப்போதும் அவன் மிகுந்த சகிப்புத்தன்மை உள்ளவனாக இருந்தான்; அதுதான் அவனுடைய மேன்மை மிகுந்த பண்புகளில் ஒன்றாகத் தோன்றியது, அதுவே அவனுக்குத் தீமைகள் விளைவிக்கக்கூடிய ஒன்றாக இல்லாதிருந்தால்.

மரியோன் ஜான்சன்ஸ், கற்பனைக் கதாபாத்திரங்களான சிம்பா என்ற சிங்கத்தையும், காட்டெருமையையும், டெம்போ என்ற யானையையும் உருவாக்கி, பல திரைப்படங்களில் காண்பித்து ஆப்பிரிக்கா மீது வெளிச்சம் பாய்ச்சினார்; இயற்கை வரலாற்று அருங்காட்சியகத்துக்காகப் பல மாதிரி துணுக்குகளையும் திரட்டினார். அதுவரை, ஆப்பிரிக்காவின் மிகவும் இருண்ட பகுதியாகக் கருதப்பட்ட இடங்களில் மிருகங்களை வேட்டையாட அவர்கள் சாசகப் பயணம் மேற்கொண்டார்கள்; மற்றவர்கள் பெரிதும் பொறாமைப்படக்கூடிய, நீண்ட காலம் நிலைத்து நிற்கும் அவர்கள் இனிய காதல் வாழ்க்கைக்கு மேலும் இனிமை சேர்த்தார்கள் என்று மேல்தட்டு குடும்பங்களின் செயல்பாடுகளைப் பற்றி எழுதும் கட்டுரையாளர் சொன்னார். கடந்த காலத்தில் மூன்று முறை அவர்கள் பிரிந்து செல்லும் தருணங்களில் இருந்தார்கள் என்று அதே கட்டுரையாளர் எழுதினார். அனைத்தையும் கணக்கில் கொண்டால், ஒப்பீட்டளவில், அவர்கள் மகிழ்ச்சியான திருமணமான தம்பதியாக அறியப்பட்டார்கள்; உறவில் முறிவு ஏற்பட்ட தம்பதிகளில் அவர்களும் ஒரு தம்பதியாக அடிக்கடி வதந்தி பரவியது, ஆனால் ஒருபோதும் அப்படி நடக்கவில்லை; அவர்கள் அப்படித்தான் இருந்தார்கள். அவர்கள் சேர்ந்து வாழ்ந்தது வலுவான அடிப்படையில் அமைந்திருந்தது. மெகாம்பர் அவளை விவாகரத்து செய்யும் அளவு மார்கோ சிறந்த அழகியாக இல்லை; மெகாம்பரை விட்டு மார்கோ ஒருபோதும் பிரிய முடியாத அளவுக்கு அதிகமான பணம் அவனிடம் இருந்தது.

அப்போது நேரம் அதிகாலை மூன்று மணி. சிங்கத்தைப் பற்றி சிந்திப்பதை நிறுத்திய பிறகு சிறிது நேரம் தூங்கிக்கொண்டிருந்த பிரான்சிஸ் மெகாம்பர் தூக்கத்திலிருந்து விழித்து எழுந்தான்; அதன் பிறகு மீண்டும் தூங்கினான்; இரத்தம் தோய்ந்த தலையுடன் அவனுக்கு நேர் மேலாக நின்ற சிங்கத்தை கனவில் கண்டான், பயந்து நடுங்கினான், திடீரென விழித்து எழுந்தான்; அவனுடைய இதயம் வலுவாகவும் வேகமாகவும் துடித்ததைக் கேட்டான்; அந்தக் கூடாரத்தில் இருந்த மற்றொரு கட்டிலில் அவன் மனைவி இல்லை என்பதை உணர்ந்தான். அந்த அறிதலுடன் இரண்டு மணி நேரம் விழித்தபடியே படுத்திருந்தான்.

அந்த நேரத்தின் இறுதியில் அவன் மனைவி கூடாரத்துக்குள் வந்தாள், கொசுவலையின் தடியை உயர்த்தி உள்ளே நுழைந்து ஊர்ந்து சென்று படுக்கையில் வசதியாகப் படுத்தாள்.

"எங்கே போயிருந்தாய்?" இருட்டில் மெகாம்பர் கேட்டான். "ஹலோ," என்றாள். "நீ விழித்திருக்கிறாயா?"

"எங்கே போயிருந்தாய்?"

"சும்மா கொஞ்ச நேரம் காற்று வாங்க வெளியே போனேன்."

"நரகத்தைப்போல் நீ நடந்துகொண்டாய்."

"அன்பனே, நான் என்ன சொல்ல வேண்டுமென்று விரும்புகிறாய்?"

"நீ எங்கே போயிருந்தாய்?"

"வெளியே காற்று வாங்குவதற்காகப் போனேன்."

"அதற்கான புதுப்பெயர் அது, நீ ஒரு வேசி."

"அப்படியா, நீ ஒரு கோழை."

"அப்படியே இருக்கட்டும். அதனால் என்ன பிரச்சினை?"

"என்னைப் பொறுத்தவரை அது பிரச்சினை இல்லை. ஆனால் தயவுசெய்து அது பற்றி நாம் பேச வேண்டாம், அன்பனே, ஏனென்றால் நான் தூக்கக் கலக்கத்தில் இருக்கிறேன்."

"எதையும் பொறுத்துக்கொள்வேன் என்று நினைக்கிறாய்."

"இனிமையானவனே, எனக்குத் தெரியும் நீ பொறுத்துக் கொள்வாய்."

"நல்லது, நான் பொறுக்க மாட்டேன்."

"தயவுசெய், அன்பனே, நாம் இப்போது பேச வேண்டாம். நான் மிகுந்த தூக்கக் கலக்கத்தில் இருக்கிறேன்."

"இனிமேல் இது போன்று நடக்க முடியாது. இனிமேல் இதுபோன்று இருக்காது என்று வாக்குறுதி கொடுத்தாய்."

"நல்லது, இப்போது அது நடக்கிறது," இனிய குரலில் சொன்னாள்.

"நாம் இந்தப் பயணத்தை மேற்கொண்டால் இதுபோன்று எதுவும் நடக்காது என்று சொன்னாய். வாக்குறுதி கொடுத்தாய்."

"உண்மைதான், அன்பனே. அது அப்படி இருக்க வேண்டும் என்று எண்ணித்தான் சொன்னேன். ஆனால் இந்தப் பயணம் நேற்று கெட்டுப்போயிற்று. அது பற்றி பேச வேண்டாம் என்று நினைக்கிறேன், நாம் பேசித்தான் ஆக வேண்டுமா?"

"உனக்கு அனுகூலமான நிலை இருக்கும்போது நீ நீண்ட நேரம் காத்திருக்க மாட்டாய், அப்படித்தானே?"

"தயவுசெய்து நாம் இப்போது பேச வேண்டாம்; நான் தூங்கப் போகிறேன்," என்றாள். அப்படியே செய்தாள்.

"நான் பேசுவேன்."

"அப்படியானால் என்னைப் பொருட்படுத்தாதே. நான் உறங்கப்போகிறேன்." என்றாள்.

காலை வெளிச்சம் வருவதற்கு முன்னமே அவர்கள் மூன்று பேரும் காலை உணவுக்காக மேஜை முன்னால் உட்கார்ந் திருந்தார்கள். அவன் வெறுத்த மனிதருக்குள் மிகவும் அதிகமாக வெறுத்த மனிதன் ராபர்ட் வில்சன்தான் என்பதை பிரான்சிஸ் மெகாம்பர் கண்டான்.

"நன்றாக உறங்கினீர்களா?" என்று புகையிலைக் குழாயை நிரப்பியவாறே தாழ்வான கரகரப்பான குரலில் வில்சன் கேட்டான்.

"நீ நன்றாகத் தூங்கினாயா?"

"அற்புதமாக," என்றான் அந்த வெள்ளை வேட்டைக்காரன்.

வேசி மகனே, என்று நினைத்தான் மெகாம்பர், கேடுகெட்ட வேசி மகனே.

அப்படியானால் அவள் உள்ளே நுழையும்போது அவனை உறக்கத்திலிருந்து எழுப்பிவிட்டாள் என்று வில்சன் நினைத்தான், உணர்ச்சியை வெளிப்படுத்தாத கண்களால் அவர்கள் இரண்டு பேரையும் பார்த்தான். நல்லது, அவனுடைய மனைவியை எங்கே வைக்க வேண்டுமோ அங்கே அவளை ஏன் அவன் வைக்கவில்லை? என்னைப் பற்றி அவன் என்ன நினைக்கிறான்,

ஒழுக்கங்கெட்டவன், குறையே இல்லாதவனாக நடிப்பவன் என்று நினைத்தானா? அவளை எங்கே வைக்க வேண்டுமோ அங்கே வைக்கட்டும். அது அவனுடைய தவறு.

"நம்மால் காட்டெருமையைப் பார்க்க முடியுமா?" மார்கோ கேட்டாள், பாதாம் பழத் தட்டைத் தள்ளி வைத்தாள்.

"வாய்ப்பு இருக்கிறது," என்றான் வில்சன்; அவளைப் பார்த்து புன்னகைத்தான். "ஏன் நீங்கள் முகாமிலேயே இருக்கக் கூடாது?"

"எல்லாம் நல்ல காரணத்துக்காகத்தான்."

"முகாமில் இருக்கும்படி அவருக்குக் கட்டளை இட்டால் என்ன?" என்று வில்சன் மெகாம்பரிடம் சொன்னான்.

"அவளுக்கு நீ கட்டளை இடு," என்று உணர்ச்சியில்லாமல் மெகாம்பர் சொன்னான்.

"இங்கே ஒருவரும் கட்டளை இடவும் வேண்டாம்," என்று சொன்ன அவள், மெகாம்பர் பக்கம் திரும்பி, "முட்டாள் தனமாகப் பேசவும் வேண்டாம், பிரான்சிஸ்," என்று மிகவும் இனிமையாகச் சொன்னாள்.

"புறப்படத் தயாராக இருக்கிறாயா?" மெகாம்பர் கேட்டான்.

"எந்த நேரம் வேண்டுமானாலும்," வில்சன் சொன்னான். "மேடம் வர வேண்டும் என்று விரும்புகிறீர்களா?"

"நான் விரும்பினாலும் விரும்பாவிட்டாலும் என்ன வேறுபாடு இருக்கப்போகிறது?"

எப்படியோ போகட்டும் என்று வில்சன் நினைத்தான். எல்லாமும் நரகத்துக்குப் போகட்டும். ஆக, இது இப்படியாகத் தான் இருக்கப் போகிறதா?. நல்லது, அப்படியானால், இது இப்படித்தான் இருக்கப் போகிறது. "அதனால் ஒன்றும் ஆகப்போவதில்லை," என்றான் அவன்.

"நீ அவளுடன் முகாமிலேயே இருக்கவும், நான் மட்டும் போய் காட்டெருமையை வேட்டையாடுவதையும் நீ நிச்சயமாக விரும்பவில்லையா?" என்று மெகாம்பர் கேட்டான்.

"அப்படிச் செய்ய முடியாது," என்றான் வில்சன். "நான் நீங்களாக இருந்தால் முட்டாள்தனமாகப் பேச மாட்டேன்."

“நான் முட்டாள்தனமாகப் பேசவில்லை. அருவருப்படைகிறேன்.”

“அருவருப்பு என்பது மோசமான சொல்.”

“பிரான்சிஸ், தயவுசெய்து கொஞ்சம் விவேகமாகப் பேச முயற்சி செய்வாயா?” அவனுடைய மனைவி சொன்னாள்.

“நான் மிகவும் விவேகமாகத்தான் பேசுகிறேன்,” என்றன் மெகாம்பர். “நீ எப்போதாவது இப்படி அருவருப்பான சாப்பாடு சாப்பிட்டிருக்கிறாயா?”

“சாப்பாட்டில் ஏதாவது பிரச்சினையா?” வில்சன் மிகவும் அமைதியாகக் கேட்டான்.

“மற்ற அனைத்தையும்விட அது மிக அதிகமாக இல்லை.”

“உங்களுடைய உணர்ச்சிகளைக் கட்டுப்படுத்த வேண்டும் என்று நினைக்கிறேன், நற்பண்பு இல்லாதவரே,” என்று வில்சன் அமைதியாகச் சொன்னான். “அங்கே மேஜையின் பக்கத்தில் ஒரு பையன் இருக்கிறான், அவனுக்குக் கொஞ்சம் ஆங்கிலம் புரியும்.”

“அவன் எப்படியோ போகட்டும்.”

வில்சன் எழுந்து நின்றான்; குழாயில் புகைத்தபடியே அங்கேயிருந்து மெதுவாக நடந்தான்; நின்றபடியே அவனுக்காகக் காத்திருந்த துப்பாக்கித் தூக்கிகளில் ஒருவனுடன் ஸ்வாஹிலி மொழியில் கொஞ்சம் பேசினான். மெகாம்பரும் அவன் மனைவியும் மேஜைக்குப் பக்கத்தில் உட்கார்ந்திருந்தார்கள். அவன் அவனுடைய காபித் தம்ளரை உற்றுப்பார்த்துக்கொடிருந்தான்.

“நீ இப்படியெல்லாம் அசிங்கமாக நடந்தால் நான் உன்னை விட்டுப் போய்விடுவேன், என் அன்பனே,” மார்கோ அமைதியாகச் சொன்னாள்.

“இல்லை, நீ போக மாட்டாய்.”

“நீ முயற்சி செய்; அதன்பின் பார்.”

“என்னைவிட்டு நீ போக மாட்டாய்.”

“மாட்டேன்,” என்றாள் அவள். “உன்னைவிட்டுப் போக மாட்டேன்; நீ ஒழுக்கமாக நடந்துகொள்.”

“நான் ஒழுக்கமாக நடக்க வேண்டுமா? அதுதான் பேசும் முறையா, ஒழுக்கமாக நடக்க வேண்டும்?”

“ஆமாம். நீ ஒழுக்கமாக நடந்துகொள்.”

“நீ ஒழுக்கமாக நடக்க முயற்சி செய்ய மாட்டாயா?”

“நீண்ட காலமாக அப்படி முயற்சி செய்துவிட்டேன். மிக நீண்ட காலமாக.”

“அந்த சிவப்பு முகப் பன்றியை வெறுக்கிறேன்,” என்றான் மெகாம்பர். “அவனைப் பாத்தாலே வெறுப்பு அடைகிறேன்.”

“உண்மையில் அவன் மிகவும் அருமையானவன்.”

“ஓ, வாயை மூடு,” மெகாம்பர் கிட்டதட்ட கத்திவிட்டான். அப்போது கார் அங்கே வந்தது; சாப்பாட்டுக் கூடாரத்தின் முன் பக்கமாக நின்றது; டிரைவரும் இரண்டு துப்பாக்கித் தூக்கிகளும் கீழே இறங்கினார்கள். வில்சன் அங்கே வந்தான்; மேஜையின் முன்னால் உட்கார்ந்திருந்த கணவனையும் மனைவியையும் பார்த்தான்.

“வேட்டைக்குப் போகிறோமா?” என்று கேட்டான். “ஆமாம்,” என்று சொன்ன மெகாம்பர் எழுந்தபடியே “ஆமாம்,” என்றான்.

“ஒரு கம்பளி ஆடை எடுத்து வருவது நல்லது. காரில் அதிக குளிராக இருக்கும்,” என்றான் வில்சன்.

“தோலால் ஆன என் சட்டையை எடுத்து வருகிறேன்,” மார்கோ சொன்னாள்.

“அதை அந்தப் பையன் வைத்திருக்கிறான்,” அவளிடம் வில்சன் சொன்னான். அவன் முன்பக்கமாக டிரைவருடன் ஏறினான்; மெகாம்பரும் அவன் மனைவியும் பின்இருக்கையில் உட்கார்ந்தார்கள், ஒருவருக்கொருவர் பேசிக்கொள்ளவில்லை.

அந்த முட்டாள் என் பின்னந்தலையைச் சுட்டுப் பிளக்க வேண்டும் என்று நினைக்க மாட்டான் என்று நம்புகிறேன் என்று வில்சன் நினைத்தான். காட்டுவேட்டையின்போது உடன் வரும் பெண்களால் தொல்லைதான்.

ஆழமில்லாத கூழாங்கற்கள் நிறைந்த இடத்தில் ஆற்றைக் கடப்பதற்காக சாம்பல் நிற பகல் வெளிச்சத்தில் கார் மெதுவாகக் கீழ்நோக்கிச் சென்றது; அதன் பிறகு ஒரு குறிப்பிட்ட நிலையில் மேல்நோக்கித் திரும்பி செங்குத்தாக இருந்த பகுதியில் ஆற்றங்கரையில் ஏறியது; தூரத்திலிருந்த மரங்கள் நிறைந்த பூங்கா போன்ற ஏற்றஇறக்கமான பகுதிக்குப் போவதற்காக முதல் நாள் செடிகொடிகள் நீக்கப்பட்ட பாதையில் போகும்படி வில்சன் உத்தரவிட்டான்.

அது ஒரு சிறப்பான காலை நேரம் என்று வில்சன் நினைத்தான். கடும் பனி பொழிந்திருந்தது; புற்கள்மீதும் தாழ்வான புதர்கள்மீதும் காரின் சக்கரங்கள் உருளும்போது நொறுங்கிய இலைகளின் வாசனையை வில்சன் நுகர்ந்தான். அது வெர்பெனா என்ற செடியின் வாசனை போல் இருந்தது. தடங்கள் இல்லாத பகுதியின் வழியாக பூங்கா போலிருந்த இடத்தை நோக்கி கார் சென்றபோது, அதிகாலைப் பனியின் வாசனையும், நசுக்கப்பட்ட காட்டுச் செடிகளையும், அதிகாலை நேரத்துப் பனிமூட்டத்தின் ஊடாக கறுப்பு நிறமாகத் தெரிந்த மரத் தண்டுகளின் தோற்றங்களும் அவனுக்குப் பிடித்திருந்தது. பின்இருக்கையில் இருந்த இருவரையும் மறந்துவிட்டான்; காட்டெருமையைப் பற்றி நினைத்துக்கொண்டிருந்தான். அவன் தேடிச்சென்ற காட்டெருமைகள் பகல் வேளையில் அடர்த்தியான சதுப்பு நிலத்தில் இருந்தன; அங்கே அதைச் சுடுவதற்கு வாய்ப்பே இல்லை; ஆனால், இரவு நேரத்தில் அவை காட்டில் திறந்தவெளிப் பகுதியில் மேய்ந்தன; அவற்றுக்கும் சதுப்பு நிலத்துக்கும் இடையில் அவன் காரில் வர முடிந்தால், திறந்தவெளியில் அதைச் சுடுவதற்கு மெகாம்பருக்கு ஒரு நல்ல வாய்ப்பு கிடைக்கும். மெகாம்பர் உடன் இருக்கையில் அடர்த்தியான மறைப்பில் காட்டெருமையை வேட்டையாட அவன் விரும்பவில்லை. காட்டெருமையோ அல்லது வேறு எது வானாலும் மெகாம்பருடன் சேர்ந்து வேட்டையாட அவனுக்கு விருப்பமே இல்லை. ஆனால் அவன் ஒரு தொழில்முறையான வேட்டையாடி; அவன் வாழ்நாளில் சில அரிய வகை மிருகங்களை வேட்டையாடியிருக்கிறான். அவர்கள் இன்று காட்டெருமையை வேட்டையாடினால், நீர்யானை மட்டுமே

கண்ணில் படும்; அந்த பாவப்பட்ட மனிதன் அவனுடைய ஆபத்து நிறைந்த வேட்டை அனுபவங்களைக் கடந்து வந்திருப்பான்; நிலைமை இன்னும் மேம்படலாம். இதற்கு மேலும் அந்தப் பெண்ணுடன் அவன் எந்தவிதத் தொடர்பும் வைத்துக்கொள்ளப்போவதில்லை; மெகாம்பர் அதையும் கடந்து வந்துவிடலாம். நடப்பவற்றைப் பார்த்தால் இதுபோன்று பல பிரச்சினைகளை அவன் சந்தித்திருப்பான்போல் தோன்றுகிறது. பாவம் அந்த மனிதன். அதிலிருந்து மீண்டுவருவதற்கு அவன் ஒரு வழியைக் கண்டுபிடிக்க வேண்டும். ஆனால், இதற்கெல்லாம் காரணம் அந்தத் தரம்கெட்ட மனிதனின் தவறுதான்.

காட்டுவேட்டைக்குப் போகும்போது ராபர்ட் வில்சன், எதிர்பாராமல் கிடைக்கக்கூடிய பலன்களை அனுபவிக்க இரண்டு பேர் படுக்கக்கூடிய பெரிய கட்டிலை எடுத்துப்போனான். அவன் சில குறிப்பிட்ட வகையான வாடிக்கையாளர்களுக்காக வேட்டையாடியிருக்கிறான்: பன்னாட்டவர்கள், வேகமாக வேட்டையாடுவதில் ஈடுபாடு உடையவர்கள்; பெருந்தன்மை யானவர்கள். அப்போதெல்லாம், அந்த வெள்ளை நிற வேட்டை யாடியுடன் அந்தக் கட்டிலைப் பகிர்ந்துகொள்ளவில்லை என்றால், அவர்கள் செலவு செய்யும் பணத்துக்குத்தக்க பலன் கிடைக்கவில்லை என்று சில பெண்கள் நினைத்தார்கள். அந்த நேரத்தில் அவர்களில் ஒரு சிலரை அவனுக்கு மிகவும் பிடித்திருந்தாலும், அவர்களிடமிருந்து விலகி இருக்கும்போது அவர்களை அவன் வெறுத்தான், ஆனால் அவர்களால்தான் அவன் பிழைப்பு நடந்தது; அவனை அவர்கள் வேலைக்கு அமர்த்துவதால் அவர்களுடைய நெறிமுறைகள்தான் அவனுடைய நெறிமுறைகளாக இருந்தன. வேட்டையாடுவதைத் தவிர்த்து, அவர்களுடைய நெறிமுறைகள்தான் அவனுடைய நெறிமுறை களாக இருந்தன. மிருகங்களைக் கொல்வதில் அவனுடைய நெறிமுறைகளை அவன் நிர்ணயித்தான். அவற்றுக்கேற்ப அவர்கள் செயல்படுவதும் அல்லது வேட்டைக்கு அவர்கள் வேறு யாரையாவது அமர்த்திக்கொள்வதும் அவர்களைப் பொறுத்தது. அதற்காக அவர்கள் அனைவரும் அவனுக்கு மரியாதை கொடுத் தார்கள் என்பதும் அவனுக்குத் தெரியும். என்றாலும், இந்த வகையில் மெகாம்பர் முரண்பட்டவனாக இருந்தான். அப்படி

இல்லையானால் அவன் நரகத்துக்கு போகட்டும். இப்போது அந்த மனைவி. நல்லது, அந்த மனைவி. ஆமாம், அந்த மனைவி. ம்ம், அந்த மனைவி. நல்லது, நடந்தவை அனைத்தையும் அவன் மறந்துவிட்டான். அவன் அவர்களைத் திரும்பிப் பார்த்தான். மெகாம்பர் கடுகடுப்புடன் அளவு கடந்த கோபத்தில் இருந்தான். மார்கோ அவனைப் பார்த்து புன்னகைத்தாள். அவள் இன்று இளமையாகத் தோன்றினாள், அதிக அப்பாவியாக, அதிகப் புத்துணர்வுடன் தோன்றினாள்; ஆனால் தொழில்முறை சார்ந்த அழகியாக இல்லை. அவள் மனதில் என்ன இருக்கிறது என்பது இறைவனுக்குத்தான் தெரியும், வில்சன் நினைத்தான். நேற்று இரவு அவள் அதிகம் பேசவில்லை. அந்த வகையில், அவளைப் பார்த்தது மகிழ்ச்சியாக இருந்தது.

மோட்டார் கார் உயரமான இடத்திற்கு ஏறியது; அதன் பிறகு மரங்களுக்கு ஊடாகப் பயணம் செய்து புற்கள் நிறைந்த பரந்த புல்வெளிபோலிருந்த பகுதிக்குள் நுழைந்தது; அதன் ஓரமாக மரங்களின் மறைவில் தொடர்ந்து போனது. ஆற்றில் தண்ணீர் மெதுவாக ஓடியது; வில்சன் வெளியே புல்வெளி யையும், ஊசி இலை மரங்கள் இருந்த பகுதியையும் கவனமாகப் பார்த்துக்கொண்டிருந்தான். காரை நிறுத்தினான், மரங்களிடையேயிருந்த இடைவெளிகளை தொலைநோக்கிகள் வழியாக ஆழ்ந்து கவனித்தான். அதன் பிறகு தொடர்ந்து போகும்படி டிரைவருக்குச் சைகை செய்தான்; கார் அப்படியே மெதுவாக நகர்ந்து போய்க்கொண்டிருந்தது; டிரைவர், பன்றிகளின் குழிகளைத் தவிர்த்தான், எறும்புகள் கட்டி எழுப்பியிருந்த புற்று களைச் சுற்றிச் சென்றான். அதன் பிறகு மரங்களின் இடைவெளி வழியாகப் பார்த்துக்கொண்டிருந்த வில்சன் திடீரெனத் திரும்பிச் சொன்னான்:

"இறைவா, அவை அங்கே இருக்கின்றன!"

அவன் குறிப்பிட்ட இடத்தைப் பார்த்துகொண்டிருந்தான், கார் முன்னோக்கித் துள்ளியது, வில்சன் டிரைவரிடம் சுவாஹிலி மொழியில் வேகமாகப் பேசினான்; மெகாம்பர் மூன்று மிகப் பெரிய கறுப்பு மிருகங்களைப் பார்த்தான்; அவை கிட்டத்தட்ட உருளை வடிவில், கனமான நீண்ட உடம்புடன், பெட்ரோலியப்

பொருட்களை எடுத்துச் செல்லும் கிடைமட்ட உருண்ட தொட்டிகளைப்போல் இருந்தன; பரந்த திறந்தவெளிப் புல் வெளியின் ஓரத்தில் இருந்த ஊசி இலை மரங்களின் குறுக்கே நாலுகால் பாய்ச்சலில் ஓடிக்கொண்டிருந்தன. விறைப்பான கழுத்துகளுடனும் விறைப்பான உடல்களுடனும் ஓடிய பாய்ச்சல் அது. தலைகளை நீட்டியபடி அவை பாய்ந்து ஓடியபோது, அவற்றின் தலைகளில் மேல்நோக்கி வளைந்திருந்த கறுத்த கொம்பு களை அவனால் பார்க்க முடிந்தது; தலைகள் அசையவில்லை.

"அவை மூன்றும் வயதான காட்டெருமைகள்," வில்சன் சொன்னான். "அவை சதுப்பு நிலத்தை அடையும் முன்னால் அவற்றைத் தடுப்போம்."

கார் மணிக்கு நாற்பத்தைந்து மைல் வேகத்தில் கட்டுப் பாடில்லாமல் திறந்தவெளியின் குறுக்கே ஓடிக்கொண்டிருந்தது; போகப்போக காட்டெருமையின் உருவம் பெரிதாகிக் கொண்டிருந்ததை மெகாம்பர் பார்த்தான்; அதன் பிறகு, சாம்பல் நிறத்தில், முடியில்லாத, ஒரு மாபெரும் காட்டெருமையின் அசிங்கமான தோற்றத்தைக் கண்டான்; அதன் கழுத்து எப்படி அதன் தோள்களின் ஒரு பகுதியாக இருந்தது என்பதையும், அதன் பளபளப்பான கறுத்த கொம்புகளையும் பார்த்தான்; ஒரே சீராக வரிசையாகத் தளர்வடையாமல் செங்குத்தாகத் துள்ளி ஓடிக் கொண்டிருந்த மற்ற எருமைகளுக்குச் சற்றுப் பின்னால் அந்தக் காட்டெருமை பாய்ந்து ஓடிக்கொண்டிருந்தது. ஒரு சாலையைத் துள்ளிக் கடந்ததுபோல் கார் அந்தப் பக்கமும் இந்தப் பக்கமும் அசைந்து ஆடி ஓடியது; அவர்கள் அதை நெருங்கினார்கள்; செங்குத்தாகக் குதித்து ஓடிய அதன் பிரம்மாண்ட உருவத்தை அவனால் பார்க்க முடிந்தது; அங்கொன்றும் இங்கொன்றுமாக முடிகளிருந்த அதன் தோல்மீது இருந்த தூசியைப் பார்த்தான்; தலையில் கொம்புகளை இணைத்த எலும்புக் கவசத்தின் ஒரு பக்கத்தைப் பார்த்தான்; அகலமான நாசித்துவாரங்களுடைய, முன்பக்கமாக நீட்டிக்கொண்டிருந்த அதன் முகவாயைப் பார்த்தான்; துப்பாக்கியை அவன் உயர்த்தியபோது வில்சன் கத்தினான், "காரிலிருந்து சுடக் கூடாது, முட்டாளே!" அவனுக்குப் பயம் எதுவும் இல்லை, வில்சன்மீது வெறுப்புதான் இருந்தது; அழுத்தமாக பிரேக் பிடித்தபோது, கார் சறுக்கியது, கிட்டத்தட்ட

நிற்கும் நிலைக்கு ஒரு பக்கமாக வழுக்கிச் சென்றது; காரின் ஒரு பக்கத்திலிருந்து வில்சன் வெளியே வந்தான்; அதன் மற்றொரு பக்கத்திலிருந்து அவன் வந்தான்; இன்னமும் வேகமாகப் போய்க்கொண்டிருந்த காரிலிருந்து தரையில் காலை வைத்ததும் தட்டுத்தடுமாறினான்; அதன் பிறகு, ஓடிக்கொண்டிருந்த எருமையை தொடர்ந்து சுட்டான்; துப்பாக்கிக் குண்டுகள் அதன் உடம்பில் நுழைந்தபோது எழுந்த மந்தமான சத்தத்தைக் கேட்டான்; துப்பாக்கியில் இருந்த தோட்டாக்கள் தீர்ந்தன; அது தொடர்ந்து ஒரே சீராக ஓடியது. இறுதியில், அதன் முன்பகுதித் தோளில் சுட வேண்டும் என்பது நினைவுக்கு வந்தது; மீண்டும் தோட்டாக்களை நிரப்பத் தடுமாறியபோது, எருமை கீழே விழுந்ததைப் பார்த்தான். முழங்கால்களை ஊன்றியபடி சரிந்து கிடந்தது, அதன் தலையை அங்கும் இங்கும் ஆட்டியது. மற்ற இரண்டு எருமைகளும் இன்னமும் பாய்ந்து ஓடிக்கொண்டிருப்பதைப் பார்த்த அவன் முதலில் ஓடிய எருமையைக் குறிவைத்துச் சுட்டான்; அதைத் தாக்கினான். மீண்டும் சுட்டான்; குறி தவறியது; வில்சன் அதைச் சுட்டபோது அது எழுப்பிய கரகரவென்ற உறுமலைக் கேட்டான்; முதலில் ஓடிய எருமை மூக்கைத் தரையில் குத்தி சரிந்து விழுந்தது.

"அந்த மற்றொன்றையும் சுடுங்கள்," என்றான் வில்சன். "இப்போது நீங்கள் சுட வேண்டும்."

ஆனால் அந்த எருமை ஒரே சீராகத் துள்ளிக் குதித்து நாலுகால் பாய்ச்சலில் ஓடியது; அவன் வைத்த குறி தப்பியது, பெருமளவு தூசி வேகமாக வெளியேறியது; வில்சனின் குறியும் தப்பியது, மேகத்திரள்போல் தூசி மேலே எழுந்தது; வில்சன் கத்தினான், "வாருங்கள், போகலாம். அது வெகுதூரம் போய்விட்டது!" முரட்டுத்தனமாக அவன் கையைப் பிடித்தான்; மீண்டும் அவர்கள் காரில் இருந்தார்கள்; காரின் இரண்டு பக்கங்களிலும் மெகாம்பரும் வில்சனும் தொங்கிக்கொண்டிருந்தார்கள்; மேடு பள்ளங்களில் கார் மேலே துள்ளி அங்கும் இங்குமாக ஆடியபடி சென்றது; செங்குத்தாகத் துள்ளி ஒரே சீராக, நேராகப் பாய்ந்து ஓடிக்கொண்டிருந்த கனமான கழுத்துடைய எருமையை நெருங்கிக்கொண்டிருந்தது.

அவர்கள் அந்த எருமையைப் பின்தொடர்ந்து சென்றார்கள்; மெகாம்பர் துப்பாக்கியில் தோட்டாக்களை நிரப்பினான், தோட்டா பெட்டிகளைத் தரையில் போட்டான், அழுத்தி அடைத்தான், அதன் விசையை நீக்கினான், அப்போது அவர்கள் கிட்டதட்ட எருமையை நெருங்கியிருந்தார்கள்; "நிறுத்து," என்று வில்சன் கத்தினான், கார், கிட்டத்தட்ட முழுவதுமாகச் சுழலும் அளவு சறுக்கியபடிச் சென்றது, மெகாம்பர் முன்பக்கமாக விழுந்து காலூன்றி நின்றான், துப்பாக்கியின் விசையை முன் பக்கமாக இழுத்துவிட்டான், அவனால் முடிந்த அளவு துள்ளிக் குதித்து ஓடிய எருமையின் உருண்ட கறுப்பு முதுகின் முன்பக்கத்தைக் குறிவைத்துச் சுட்டான், குறிவைத்தான், மீண்டும் சுட்டான், மீண்டும் சுட்டான், மீண்டும் சுட்டான்; தோட்டாக்கள் அனைத்தும் குறிதவறாமல் தாக்கினாலும் அவை எருமையில் எந்தத் தாக்கத்தையும் ஏற்படுத்தவில்லை என்பதைக் கண்டான். அதன்பிறகு வில்சன் சுட்டான், அது அவனுடைய காதுகளைச் செவிடாக்கும் அளவு ஆழமாக உறுமியது; அது நிலைதடுமாறுவதைக் கண்டான். மெகாம்பர் மிகக் கவனமாகக் குறிவைத்து மீண்டும் சுட்டான்; அது அதன் முழங்கால்களில் சரிந்து கீழே விழுந்தது.

"ஆல் ரைட்," என்றான் வில்சன். "மிகச் சிறந்த வேலை. அது மூன்றாவது."

மெகாம்பர் வெற்றிப் போதையின் உச்சநிலை அடைந்தான்.

"அதை எத்தனை முறை சுட்டாய்?" என்று கேட்டான்.

"மூன்று முறை மட்டுமே," என்றான் வில்சன். முதல் எருமையை நீங்கள் கொன்றீர்கள். அதுதான் மிகப்பெரியது. மற்ற இரண்டு எருமைகளையும் நீங்கள் கொல்வதற்கு நான் உங்களுக்கு உதவி செய்தேன். அவை மறைவுக்குள் போய் விடுமோ என்று அஞ்சினேன். நீங்கள் அவற்றைக் கொன்று விட்டீர்கள். கடைசி நேரத்தில் சிறிது துணை நின்றேன். நீங்கள் அவற்றைச் மிகச்சிறப்பாகச் சுட்டீர்கள்."

"நாம் காருக்குப் போகலாம்," என்றான் மெகாம்பர். "எனக்குக் கொஞ்சம் மது வேண்டும்."

“முதலில் அந்த எருமையின் கதையை முடிக்க வேண்டும்,” என்று வில்சன் சொன்னான். அந்த எருமை அதன் முழங்கால்களை ஊன்றியபடி கிடந்தது. மிகுதியான கோபத்தில் தலையை உலுக்கியது; அதை நோக்கி அவர்கள் போனபோது, உள்ளே தள்ளியிருந்த சிறிய கண்களை உருட்டியபடி கனைத்தது; கடுங் கோபத்துடன் சத்தமாக உறுமியது.

“அது எழுந்திருக்காமல் பார்த்துக்கொள்ளுங்கள்,” என்றான் வில்சன். அதன்பிறகு, “அதன் அகலமான பகுதிக்குப் பக்கத்தில் போங்கள், அதன் காதுக்குக் கொஞ்சம் பின்னால் கழுத்தில் சுடுங்கள்.”

மெகாம்பர் கவனமாகக் குறிவைத்தான்; கட்டுப்படுத்த முடியாத கோபத்தில் வேகமாகத் துடித்துக்கொண்டிருந்த, மாபெரும் கழுத்தின் மையப் பகுதியில் சுட்டான்; தோட்டா தாக்கியவுடன் அதன் தலை முன்பக்கமாக விழுந்தது.

“அது வேலையை முடித்துவிட்டது,” என்றான் வில்சன். “அது முதுகெலும்பைத் தாக்கியது. அவை பயங்கரமான தோற்றம் உடையவை, இல்லையா?”

நாம் மது குடிக்கலாம்,” என்றான் மெகாம்பர். அவனுடைய வாழ்நாளில் இதுபோல் சிறப்பான மனநிலையை அவன் ஒரு போதும் உணர்ந்ததில்லை.

மெகாம்பரின் மனைவி மிகவும் வெளுத்த முகத்துடன் காரில் உட்கார்ந்திருந்தாள். “நீ அற்புதமானவன், அன்பனே,” என்று மெகாம்பரிடம் சொன்னாள். “என்ன சிறந்த சவாரி அது.”

“அது கரடுமுரடானதா?” வில்சன் கேட்டான்.

“அது என்னை மிரளவைத்தது. என் வாழ்நாளில் ஒருபோதும் இதைவிட அதிகமாக மிரண்டது கிடையாது.”

“நாம் எல்லோரும் மது குடிக்கலாம்,” என்று மெகாம்பர் சொன்னான்.

“நிச்சயமாக,” என்றான் வில்சன். “அதை மேடத்துக்குக் கொடுங்கள்.” பிளாஸ்கிலிருந்த விஸ்கியை எதுவும் கலக்காமல் அப்படியே குடித்தாள்; அதை விழுங்கியபோது சிறிது

நடுங்கினாள். பிளாஸ்கை மெகாம்பரிடம் கொடுத்தாள்; அதை அவன் வில்சனிடம் கொடுத்தான்.

"பயங்கரமாக இருந்தது, உற்சாகம் பொங்கியது," என்றாள் அவள். "அது எனக்குத் தாங்க முடியாத தலைவலியை உண்டாக்கியிருக்கிறது. இருந்தாலும், நீங்கள் அவற்றை காரில் இருந்தபடியே சுடுவது அனுமதிக்கப்பட்டிருக்கிறதா என்று எனக்குத் தெரியாது."

"காரில் இருந்தபடி ஒருவரும் சுடவில்லை," வெறுப்புடன் வில்சன் சொன்னான்.

"நான் சொன்னது, காரில் இருந்தபடியே அவற்றைத் துரத்தியதை."

"பொதுவாக அப்படிச் செய்வதில்லை," என்றான் வில்சன். "இருந்தாலும், நாங்கள் அப்படிச் செய்தபோது அது வேட்டை யாடுதலின் ஒரு பகுதியாகத்தான் தோன்றியது. நடந்து வேட்டை யாடும்போது கிடைப்பதைவிட, பல குழிகளும் அவைபோன்ற பலவும் நிறைந்த பரந்த வெட்டவெளியில் அப்படி காரில் பயணம் செய்தபடியே துரத்தியதால் அதிகமான வாய்ப்புகள் கிடைத்தன. ஒவ்வொரு முறை அதைச் சுட்டபோதும் எருமை எங்கள் மீது பாய்ந்து தாக்கியிருக்கலாம். அதற்கு நிறைய வாய்ப்புகள் கொடுத்தோம். இருந்தாலும், அதை ஒருவரிடமும் சொல்ல மாட்டோம். நீங்கள் அதைத்தான் குறிப்பிட்டீர்கள் என்றால், அது சட்டப்படி தவறுதான்."

"ஆதரவற்ற அந்தப் பெரிய பிராணிகளை நீங்கள் காரில் சென்று விரட்டியது மிகுந்த நியாயமற்றதாக எனக்குத் தோன்றியது," என்றாள் மார்கோ.

"உங்களுக்கு அப்படித் தோன்றியதா?" என்றான் வில்சன்.

"நைரோபியில் இருப்பவர்கள் அதுபற்றி கேள்விப்பட்டால் என்ன நடக்கும்?"

"ஒன்று, நான் வேட்டையாடுவதற்கான உரிமத்தை இழப்பேன். மற்ற மனக்கசப்புகள் தனி," பிளாஸ்கிலிருந்து கொஞ்சம் விஸ்கியை ஊற்றியபடியே சொன்னான். "எனக்குத் தொழில் இழப்பு ஏற்படும்."

"உண்மையாகவா?"

"ஆமாம். உண்மையாக."

"சரி போகட்டும்," என்றான் மெகாம்பர்; இவ்வளவு நாட்களில் இப்போதுதான் முதல் முறையாகச் சிரித்தான். "உனக்கு எதிராகச் சில ஆதாரங்கள் வைத்திருக்கிறாள்."

"சொல்வதை சிறப்பாகச் சொல்லும் தன்மை உன்னிடம் இருக்கிறது, பிரான்சிஸ்," என்றாள் மார்கோ மெகாம்பர். வில்சன் இருவரையும் பார்த்தான். ஒரு நான்கு எழுத்து ஆண், ஒரு ஐந்து எழுத்து பெண்ணைத் திருமணம் செய்தால் அவர்களுடைய குழந்தைகள் எத்தனை எழுத்து உடையவர்களாக இருப்பார்கள்? என்று அவன் நினைத்துக்கொண்டிருந்தான். ஆனால் அவன் சொன்னான், "நாம் ஒரு துப்பாக்கித் தூக்கியை இழந்துவிட்டோம். அதை நீங்கள் கவனித்தீர்களா?"

"ஓ இறைவா, கவனிக்கவில்லை," என்றான் மெகாம்பர்.

"இதோ வருகிறான் அவன்," என்றான் வில்சன். "அவனுக்கு எந்தப் பிரச்சினையும் இல்லை. நாம் முதல் எருமையை விட்டுச் சென்றபோது அவன் கீழே விழுந்திருக்க வேண்டும்."

நடுத்தர வயதுடைய துப்பாக்கித் தூக்கி அவர்களை நோக்கி வந்துகொண்டிருந்தான்; நொண்டியபடியே நடந்தான்; பின்னல் தொப்பியும், காக்கி நிறத்தில் குட்டை சட்டையும், கால் சட்டையும், ரப்பர் செருப்புகளும் அணிந்திருந்தான்; சோகமான முகம், அருவருப்பான தோற்றம். மேலே ஏறி வந்ததும், அவன் வில்சனிடம் ஸ்வாஹிலி மொழியில் ஏதோ குறை சொன்னான்; அந்த வெள்ளை நிற வேட்டையாடியின் முகத்தில் ஏற்பட்ட மாற்றத்தை அவர்கள் அனைவரும் பார்த்தார்கள்.

"அவன் என்ன சொல்கிறான்?" என்று மார்கோ கேட்டாள்.

"முதல் எருமை எழுந்து நடந்து புதருக்குள் போனதாகச் சொல்கிறான்," குரலில் எந்தவித உணர்ச்சியும் வெளிப்படுத்தாமல் வில்சன் சொன்னான்.

"ஓ," என்றான் மெகாம்பர், உணர்ச்சியற்ற குரலில்.

"அப்படியானால் சிங்கத்துடன் நடந்ததுபோலவே இதுவும் இருக்கப்போகிறது," என்று மிகுந்த எதிர்பார்ப்புடன் மார்கோ சொன்னாள்.

"எந்த வகையிலும் சிங்கத்துடன் நடந்ததுபோல் இது இருக்கப் போவதில்லை," என்று அவளிடம் வில்சன் சொன்னான். "இன்னும் கொஞ்சம் மது வேண்டுமா, மெகாம்பர்?"

"ஆமாம், நன்றி," என்றான் மெகாம்பர். சிங்கத்தைப் பற்றி அவனுக்கிருந்த உணர்வு மீண்டும் ஏற்படும் என்று எதிர்பார்த்தான்; ஆனால், அந்த உணர்வு ஏற்படவில்லை. அவனுடைய வாழ் நாளில் முதல்முறையாக, முழுமையாக பயமே இல்லாமல் இருப்பதாக அவன் உண்மையிலேயே உணர்ந்தான். பயத்துக்கு மாறாக, மகிழ்ச்சியின் உச்சத்தில் இருப்பதாகத் திட்டவட்டமாக உணர்ந்தான்.

"நாம் போய் இரண்டாவது எருமையைப் பார்க்கலாம்," என்றான் வில்சன். "காரை நிழலில் நிறுத்தும்படி டிரைவரிடம் சொல்கிறேன்."

"நீங்கள் என்ன செய்யப்போகிறீர்கள்?" என்று மார்கரெட் மெகாம்பர் கேட்டாள்.

"அந்த எருமையைப் பார்க்கப் போகிறோம்," என்றான் வில்சன்.

"நானும் வருகிறேன்."

"வாருங்கள் போகலாம்."

அவர்கள் மூவரும் திறந்தவெளியில் கறுப்பாக உப்பிக்கிடந்த இரண்டாவது எருமை இருந்த இடத்துக்கு நடந்து போனார்கள்; அதன் தலை புல்தரையில் முன்னோக்கிக் கிடந்தது, அதன் மாபெரும் கொம்புகள் அகலமாக விரிந்து கிடந்தன.

"அதன் தலை சிறப்பாக இருக்கிறது," வில்சன் சொன் னான். "அதன் அகலம் கிட்டத்தட்ட ஐம்பது அங்குலம் இருக்கும்." மெகாம்பர் அதை பெரும் மகிழ்ச்சியுடன் பார்த்துக் கொண்டிருந்தான். "அதன் பார்வையில் வெறுப்பு நிறைந் திருக்கிறது," என்றாள் மார்கோ. "நாம் நிழலுக்குப் போகலாமா?"

"நிச்சயமாக," என்றான் வில்சன். "அங்கே பாருங்கள்," என்று ஒரு இடத்தைச் சுட்டிக்காட்டினான். "அந்தப் புதர் இருக்கும் பகுதியைப் பாருங்கள்."

"இப்போது நாம் அதைத் தேடிப் போகலாமா?" மெகாம்பர் ஆர்வத்துடன் கேட்டான்.

வில்சன் அவனைக் கணிப்பதுபோல் பார்த்தான். இது நம்ப முடியாத அளவு வினோதமானது, என்று நினைத்தான். நேற்று பயத்தில் பயங்கரமாக நடுங்கினான்; இன்று வலிமை மிகுந்த வனப்பான போராளியாக இருக்கிறான்.

"வேண்டாம். அதற்குக் கொஞ்சம் அவகாசம் கொடுக்கலாம்."

"தயவுசெய்து நிழலுக்குப் போகலாம்," மார்கோ சொன்னாள். அவள் முகம் வெளுத்திருந்தது; நோய்வாய்ப்பட்டவள்போல் தோன்றினாள். அவர்கள் நடந்து கார் இருந்த இடத்தை அடைந்தார்கள்; அகலமாகப் பரவியிருந்த ஒற்றை மரத்தின் அடியில் கார் நின்றது. அனைவரும் அதில் ஏறினார்கள்.

"அங்கே அது செத்துக்கிடக்க வாய்ப்பிருக்கிறது," என்றான் வில்சன். "சற்று நேரம் கழித்துப் போய் பார்க்கலாம்."

இதுவரை அவன் ஒருபோதும் அறிந்திராத காரணம் கடந்த வெறித்தனமான மகிழ்ச்சியில் இருப்பதாக மெகாம்பர் உணர்ந்தான். "இறைவன் பெயரால் சொல்கிறேன், அது ஒரு தனித்துவமான வேட்டை," என்றான் அவன். "இதுபோன்ற உணர்வை நான் ஒருபோதும் அடைந்ததில்லை. அது அற்புதமானது இல்லையா, மார்கோ?"

"அதை நான் வெறுத்தேன்."

"ஏன்?"

"அதை வெறுத்தேன்," என்று அளவுகடந்த வெறுப்புடன் சொன்னாள். "அதைக் கண்டு அருவருப்படைந்தேன்."

"உனக்குத் தெரியுமா, இனிமேல் நான் ஒருபோதும் எதைப் பற்றியும் பயப்படுவேன் என்று நினைக்கவில்லை," மெகாம்பர் வில்சனிடம் சொன்னான். "அந்தக் காட்டெருமையை நாம் முதல் முறை பார்த்தபோதும் அதைத் துரத்தியபோதும் எனக்குள் ஏதோ

நடந்தது. ஒரு அணை உடைந்ததுபோல். அது தனித்துவமான உற்சாகத்தின் உச்சம்."

"அது உங்கள் ஈரலைச் சுத்தம் செய்கிறது," என்றான் வில்சன். "மனிதர்களுக்கு மிகவும் வேடிக்கையானவை நிகழ்கின்றன."

மெகாம்பரின் முகத்தில் ஒளி வீசியது. "கவனமாகக் கேள், எனக்குள் நிச்சயமாக ஏதோ நடந்தது," என்றான். "நான் முற்றிலும் வேறுபட்டவனாக உணர்கிறேன்."

அவன் மனைவி ஒன்றும் பேசவில்லை, அவனை வினோதமாகப் பார்த்தாள். அவள் இருக்கையின் பின்பகுதியில் தள்ளி உட்கார்ந்திருந்தாள்; மெகாம்பர், இருக்கையில் முன் பக்கமாக உட்கர்ந்தபடி வில்சனுடன் பேசிக்கொண்டிருந்தான்; அவன் ஒரு பக்கமாகத் திரும்பி முன்இருக்கையின் முதுகுப் பக்கத்தின் மேலாகப் பேசிக்கொண்டிருந்தான்.

"உனக்குத் தெரியுமா, நான் வேறு ஒரு சிங்கத்தை வேட்டையாட ஆசைப்படுகிறேன்," என்றான் மெகாம்பர். "உண்மையில் இப்போது நான் அவற்றைப் பற்றி பயப்படவில்லை. அவற்றால் நம்மை என்ன செய்துவிட முடியும்?"

"அதுதான் சரி," என்றான் வில்சன். "மிஞ்சிப்போனால் அதுவால் செய்யக்கூடியதெல்லாம் நம்மைக் கொல்வது ஒன்று தான். இது எப்படி இருக்கிறது? ஷேக்ஸ்பியர். அற்புதம் அது. எனக்கு நினைவிருக்கிறதா என்று பார்க்கலாம். ஓ, அற்புதமானது அது. முன்னால் ஒரு காலத்தில் அதை எனக்கு நானே மேற்கோள் காட்டியது உண்டு. முயற்சி செய்கிறேன். 'சத்தியமாக, அதைப் பற்றி நான் கவலைப்படவில்லை; ஒரு மனிதன் இறக்கலாம், ஆனால் ஒருமுறைதான்; ஒருமுறை மட்டுமே, இறப்பதற்கு இறைவனுக்குக் கடமைப்பட்டவர்கள் நாம்; உயிர் எப்படி நம்மைவிட்டுப் போகுமோ அப்படிப் போகட்டும், இந்த ஆண்டு இறப்பவன் அடுத்த ஆண்டு இருக்க மாட்டான்.' அற்புதம் அது, இல்லையா?'

அவன் வாழ்ந்த வாழ்க்கை முறை சம்பந்தப்பட்டதை வெளிப் படுத்தியதற்காக அவன் கூச்சப்பட்டான்; ஆனால், மனிதர்கள் மனப்பக்குவம் அடைந்ததை இதற்கு முன்னால் அவன்

பார்த்திருக்கிறான்; எப்போதும் அது அவனை நெகிழச் செய்தது. அவர்களுடைய இருபத்தோராவது வயதை நிறைவு செய்ததைக் குறிப்பது இல்லை அது.

வேட்டையாடுவது ஒரு வினோதமான வாய்ப்பாக உருவம் எடுத்தது; முன்னமே அதை நினைத்து கவலைப்படுவதற்கு வாய்ப்பு அளிக்காமல், உடனடியாகச் செயலாற்றவேண்டிய கட்டாயத்துக்குள் அவனைத் திடீரெனத் தள்ளியது; அது மெகாம்பரிடம் இந்த மாற்றத்தை ஏற்படுத்தியிருந்தது; அது எப்படி நடந்தது என்பதையும் மீறி, ஐயத்துக்கு இடமில்லாமல் நிச்சயமாக அது நடந்திருந்தது. இப்போது அவனைப் பார், என்று வில்சன் நினைத்தான். சிலர் நீண்ட காலமாக முதிர்ச்சி அடையாமல் இருக்கத்தான் செய்கிறார்கள், வில்சன் நினைத்தான். சிலர் அவர்களுடைய வாழ்நாள் முழுவதும். அவர்களுக்கு ஐம்பது வயது ஆகும்போதும் அவர்கள் பையன்களின் உடலமைப்பைக் கொண்டவர்களாக இருக்கிறார்கள். முதிர்ச்சியற்ற அமெரிக்க மகா பெரியவர்கள். முற்றிலும் வினோதமான மனிதர்கள். ஆனால், அவனுக்கு இப்போது இந்த மெகாம்பரைப் பிடித்திருந்தது. முற்றிலும் வினோதமான மனிதன். ஒருவேளை, அவனுடைய மனைவி வேறு ஆண்களுடன் உறவுகொள்வது முடிவுக்கு வருகிறது என்பதைக் குறிப்பதாகவும் இருக்கலாம் அது. அப்படியானால், அது மிகவும் சிறப்பானது. மிகவும் சிறப்பானது. ஒருவேளை, இந்த பாவப்பட்ட மனிதன் வாழ்நாள் முழுவதும் பயந்தவனாக இருந்திருக்கலாம். அது எப்படி ஆரம்பமானது என்று தெரியாது. ஆனால், அது இப்போது முடிந்துவிட்டது. எருமையைக் கண்டு பயப்படுவதற்கு அவனுக்கு நேரம் கிடைத்திருக்கவில்லை. அதுவும், அவன் கோபமாக இருந்ததும் மோட்டார் காரும்தான். மோட்டார் கார் அதை நன்றாக அறிந்ததாக மாற்றிவிட்டது. அவன் இப்போது ஒரு பெரிய போராளி. அது போன்றே அவன் போர் சம்பந்தப்பட்ட வேலையின்போது பார்த்திருக்கிறான். கன்னித்தன்மையை இழப்பதைவிட இது பெரிய மாற்றம். அறுவைச் சிகிச்சை செய்து நீக்கியது போல் பயம் அவனை விட்டுப் போய்விட்டது. அதன் இடத்தில் வேறு ஏதோ ஒன்று வளர்ந்துவிட்டது. ஒரு மனிதனுக்கு இருந்த முதன்மையானது அது. அது அவனை ஒரு மனிதனாக்கியது. பெண்களுக்கும் அது தெரியும். பாழாய்ப்போன பயம் என்பது இனிமேல் இல்லை.

மார்கரெட் மெகாம்பர் இருக்கையின் தூரமாயிருந்த மூலை யிலிருந்து அவர்கள் இருவரையும் பார்த்தாள். வில்சனிடம் எந்த மாற்றமும் இல்லை. முந்தைய நாள் அவள் பார்த்த வில்சனை இப்போது பார்த்தாள்; அவனுடைய சிறந்த செயல்திறன் என்ன என்பதை முதல் முறையாக அப்போது உணர்ந்தாள். ஆனால் இப்போது மெகாம்பரிடம் இருந்த மாற்றத்தைக் கண்டாள்.

"என்ன நடக்கப்போகிறது என்பது பற்றிய மகிழ்ச்சியான அதே உணர்வுடன் இருக்கிறாயா?" என்று மெகாம்பர் கேட்டான்; புதிதாகப் பெற்ற செல்வத்தை இன்னமும் ஆராய்ந்து கொண்டிருந்தான்.

"நீங்கள் அந்த உணர்வை வெளியே சொல்லக் கூடாது என்று எதிர்பார்க்கப்படுகிறது," என்று அவன் முகத்தைப் பார்த்தபடியே வில்சன் சொன்னான். "பயந்து நடுங்குவதாகச் சொல்வது இன்னும் அதிக நாகரிகமானது. நினைவில் வைத்துக்கொள்ளுங்கள், இன்னமும் நீங்கள் பயந்து நடுங்குவீர்கள். பல முறை."

"அடுத்து வரும் நடவடிக்கை பற்றிய மகிழ்ச்சியான உணர்வு உனக்கு இருக்கிறதா?" "ஆமாம்," வில்சன் சொன்னான். "அது இருக்கத்தான் செய்கிறது. ஆனால் இது பற்றி எல்லாம் அளவுக்கு அதிகமாகப் பேசுவது நல்லதற்கில்லை. பேசியே முழுவதும் இழப்போம். எதைப் பற்றியும் அளவுக்கு அதிகமாகப் பேசினால் அதில் மகிழ்ச்சி இல்லை."

"நீங்கள் இருவரும் தரம் தாழ்ந்து பேசுகிறீர்கள்," என்றாள் மார்கோ. "ஒரு காரில் இருந்தபடியே ஆதரவற்ற சில மிருகங் களைத் துரத்தினீர்கள் என்பதற்காக நீங்கள் ஏதோ சாதனை படைத்த நாயகர்கள்போல் பேசுகிறீர்கள்."

"வருத்தப்படுகிறேன்," என்றான் வில்சன். "அளவுக்கு அதிகமாகப் பிதற்றிவிட்டேன்." ஏற்கனவே அது பற்றி கவலைப் படுகிறாள், அவன் நினைத்தான்.

"நாங்கள் பேசுவதைப் பற்றி உனக்கு ஒன்றும் தெரியாது என்றால் ஏன் நீ இதிலிருந்து விலகி இருக்கக் கூடாது?" மெகாம்பர் அவன் மனைவியைக் கேட்டான்.

"நீ பயங்கரமான தைரியசாலியாக மாறிவிட்டாய், பெரிய மாற்றம் திடீரென்று," என்று வெறுப்புடன் அவன் மனைவி சொன்னாள். ஆனால் அவளுடைய வெறுப்பில் பதுகாப்பான உணர்வு இல்லை. ஏதோ ஒன்றைப் பற்றி அவள் மிகவும் பயந்தாள்.

மெகாம்பர் சிரித்தான்; இதயத்திலிருந்து வந்த இயற்கையான சிரிப்பு. "எனக்குத் தைரியம் இருக்கிறது என்பது உனக்குத் தெரியும்," என்றான் அவன். "உண்மையாகவே எனக்குத் தைரியம் இருக்கிறது."

"அது தாமதமாக வரவில்லையா? மார்கோ மிகுந்த எரிச்சலுடன் சொன்னாள். பல ஆண்டுகளுக்கு முன்னால் முடிந்த அளவு உதவி செய்திருக்கிறாள்; அவர்கள் இப்போது சேர்ந்து வாழும் முறைக்கு அவர்களில் ஒருவரது தனிப்பட்ட தவறு காரணம் இல்லை.

"எனக்கு அப்படித் தோன்றவில்லை," என்றான் மெகாம்பர்.

மார்கோ ஒன்றும் பேசவில்லை. ஆனால் இருக்கையின் ஓரத்தில் பின்னால் சாய்ந்து உட்கார்ந்தாள்.

"அந்த எருமைக்குப் போதுமான நேரம் கொடுத்துவிட்டோம் என்று நினைக்கிறாயா?" வில்சனிடம் மெகாம்பர் உற்சாகத்துடன் கேட்டான்.

"நாம் போய்ப் பார்க்கலாம்," என்றான் வில்சன். "உங்களிடம் தோட்டா ஏதாவது மீதம் இருக்கிறதா?"

"துப்பாக்கித் தூக்கி கொஞ்சம் வைத்திருக்கிறான்."

வில்சன் சுவாஹிலி மொழியில் கூப்பிட்டான்; தலைகளில் ஒன்றைத் தோல் உரித்துக்கொண்டிருந்த, மூத்த துப்பாக்கித் தூக்கி நிமிர்ந்து நின்றான், அவனுடைய பாக்கெட்டிலிருந்து தோட்டாக்கள் நிறைந்த சிறு பெட்டியை வெளியே எடுத்தான், அவற்றைக் கொண்டுவந்து மெகாம்பரிடம் கொடுத்தான்; மெகாம்பர் தோட்டாக்கள் இருக்கும் பெட்டியை நிரப்பினான், மீதமிருந்தவற்றைப் பாக்கெட்டில் வைத்தான்.

"நீங்கள் ஸ்பிரிங்ஃபீல்ட் துப்பாக்கியினாலும் சுடலாம்," வில்சன் சொன்னான். "அதைப் பயன்படுத்திப் பழக்கப்பட்டவர் நீங்கள். மான்லிச்சர் துப்பாக்கியை மேடத்துடன் காரில் வைத்து

விட்டுப் போகலாம். உங்களுடைய கனமான துப்பாக்கியைத் துப்பாக்கித் தூக்கி கொண்டுவரட்டும். நான் கனமான பெரிய துப்பாக்கி வைத்திருக்கிறேன். நான் இப்போது அவற்றைப் பற்றி உங்களுக்குச் சொல்கிறேன்." மெகாம்பருக்கு கவலை உண்டாக்க வேண்டாம் என்ற எண்ணத்தில் கடைசிவரை அதை அவன் சொல்லாமலிருந்தான். "எருமை நம்மை நோக்கி வரும்போது அது தலையை உயர்த்தியபடி, முன்பக்கமாக நீட்டியபடி வரும். கொம்புகளின் பருத்த அடிப்பகுதியிலிருக்கும் எலும்புக் கவசம் அதன் மூளையைத் தாக்கும் எதையும் தடுத்துவிடும். அதைச் சுடுவதற்கான ஒரே முறை, அதை நேராக மூக்கில் சுடுவதுதான். தாக்குவதற்கு ஏற்ற மற்றும் ஒரு பகுதி அதன் மார்பு, அல்லது நீங்கள் அதன் பக்கவாட்டில் இருந்தால், அதன் கழுத்தில் அல்லது தோள்களில் சுடலாம். ஒரு முறை தாக்கப்பட்ட பிறகு, அதன்பின் அவை எத்தனை முறை சுட்டாலும் தாங்கக்கூடியவை. விளையாட்டுத்தனமாக எதுவும் செய்ய முயற்சிக்க வேண்டாம். எந்த முறையில் எளிதாகச் சுட முடியுமோ அந்த முறையைப் பின்பற்றுங்கள். அவர்கள் அந்தத் தலையின் தோலை உரித்து விட்டார்கள். நாம் புறப்படலாமா?"

அவன் துப்பாக்கித் தூக்கிகளைக் கூப்பிட்டான்; கையைத் துடைத்தபடி அவர்கள் வந்தார்கள், அவர்களில் வயதானவன் காரின் பின்பக்கத்தில் ஏறினான்.

"காங்கோனியை மட்டும் நான் கூட்டி வருகிறேன்," என்றான் வில்சன். மற்றவன் பறவைகளை விரட்டட்டும்."

திறந்தவெளியின் ஊடாக கார் மெதுவாக நகர்ந்தது; தாழ்வான சதுப்புநிலத்தின் ஊடாக ஒரு வறண்ட ஓடை சென்றது; அதன் ஓரமாக இருந்த பசுமையான நீண்ட இலைகள் கொண்ட புதர் மரங்கள் நிறைந்த ஒரு தனிப் பகுதியை நோக்கிக் கார் சென்றது மெகாம்பர், அவன் இதயம் படபடவென்று வேகமாகத் துடிப்பதை உணர்ந்தான்; மீண்டும் அவன் வாய் வறட்சி அடைந்தது; ஆனால் அது மனக்கிளர்ச்சியால் ஏற்பட்டது, பயத்தினால் அல்ல.

"இந்த இடத்தில்தான் அது உள்ளே நுழைந்தது," என்று வில்சன் சொன்னான்; அதன் பிறகு சுவாஹிலி மொழியில்

துப்பாக்கித் தூக்கியிடம் சொன்னான், "இரத்தச் சொட்டுகள் சிந்திய தடத்தைப் பார்."

புதர் பகுதிக்கு இணையாக கார் இருந்தது. மெகாம்பர், வில்சன், துப்பாக்கித் தூக்கி மூவரும் கீழே இறங்கினார்கள். மெகாம்பர், பின்னால் திரும்பி அவன் மனைவியைப் பார்த்தான்; அவள் பக்கத்தில் துப்பாக்கி இருந்தது, அவள் அவனைப் பார்த்துக்கொண்டிருந்தாள். அவளை நோக்கி கை அசைத்தான், பதிலுக்கு அவள் கை அசைக்கவில்லை. முன்பக்கமாக இருந்த அந்தப் புதர் அடர்த்தியாக இருந்தது; தரைப்பகுதி வறண்டு இருந்தது. நடுத்தர வயது துப்பாக்கித் தூக்கிக்கு அதிகமாக வியர்த்துக் கொட்டியது; வில்சன் அவனுடைய கண்களின் மேல் பகுதியில் தொப்பியை இழுத்துவிட்டிருந்தான்; அவனுடைய சிவந்த கழுத்து மெகாம்பருக்குக் கொஞ்சம் முன்னால் தெரிந்தது. திடீரென்று துப்பாக்கித் தூக்கி சுவாஹிலி மொழியில் வில்சனிடம் ஏதோ சொன்னான்; வில்சன் முன்பக்கமாக ஓடினான்.

"அது அங்கே செத்துக் கிடக்கிறது," வில்சன் சொன்னான். "சிறப்பான வேலை," என்று சொன்ன அவன், பின்பக்கமாகத் திரும்பி மெகாம்பரின் கையைப் பிடித்தான்; அவர்கள் ஒருவருக்கொருவர் பல் தெரியச் சிரித்தபடி கை குலுக்கினார்கள். அப்போது துப்பாக்கித் தூக்கி வெறித்தனமாகக் கத்தினான்; புதரின் பக்கவாட்டுப் பகுதியிலிருந்து, ஒரு நண்டைப்போல அவன் வேகமாக வெளியே வருவதை இருவரும் பார்த்தார்கள். எருமை வந்துகொண்டிருந்தது, அதன் மூக்கை முன்னால் நீட்டியபடி, வாயை இறுக்கமாக மூடியபடி, இரத்தம் சொட்டச் சொட்ட, பெருந் தலையை வெளியே நேராக நீட்டியபடி தாக்குவதற்காகப் பாய்ந்து வந்தது; அவர்களைப் பார்த்தபோது அதன் குழிவிழுந்த சிறிய கண்கள் இரத்தச் சிவப்பாக இருந்தன. முன்னாலிருந்த வில்சன் முழங்காலை மடித்து மண்டிபோட்டு அதைச் சுட்டுக்கொண்டிருந்தான்; மெகாம்பர் சுட்டான்; ஆனால் வில்சனின் துப்பாக்கி எழுப்பிய முழக்கத்தால், அவன் சுட்ட சத்தத்தை அவனால் கேட்க முடியவில்லை; கற்பலகை வெடித்துச் சிதறியதுபோல கொம்புகளின் பருத்த அடிப் பகுதியிலிருந்த எலும்புக் கவசத்திலிருந்து சிதறி வந்த சிறிய

துண்டுகளைப் பார்த்தான்; அதன் தலை குலுங்கியது, அதன் அகலமான மூக்குத்துவாரங்களில் மீண்டும் சுட்டான்; அதன் கொம்புகள் மீண்டும் குலுங்கியதையும் சிறிய துண்டுகள் சிதறிப் பறப்பதையும் பார்த்தான்; இப்போது அவன் வில்சனைப் பார்க்கவில்லை; கவனமாகக் குறிவைத்து மீண்டும் சுட்டான்; எருமையின் முழு உடம்பும் கிட்டத்தட்ட அவன் மீது இருந்தது; மூக்கை நீட்டியபடி அவனை நோக்கி வந்துகொண்டிருந்த எருமையின் தலைக்குச் சம நிலையில் நேராக அவனுடைய துப்பாக்கி இருந்தது; அந்தச் சிறிய கொடூரமான கண்களும் அந்தத் தலையும் கீழ்நோக்கிச் சரியத் தொடங்கியதைக் கண்டான்; திடீரென அளவுக்கு அதிகமான சூட்டுடன், கண் களைக் குருடாக்கவல்ல மின்வெட்டு ஒளியுடன் ஏதோ ஒன்று அதனுடைய தலைக்குள் படாரென வெடித்ததை உணர்ந்தான்; அவன் உணர்ந்தது அவ்வளவுதான்.

வில்சன் ஒரு பக்கமாக குனிந்தான், அவன் தோளில் ஒரு தோட்டா பாய்ந்தது. மெகாம்பர் அசையாமல் நின்றான்; அதன் மூக்கைக் குறிவைத்துச் சுட்டான்; ஒவ்வொரு முறையும் சற்று மேலே குறிவைத்துச் சுட்டான்; கற்பலகையிலான கூரையைத் தாக்குவதுபோல தடிமனான கொம்புகளைத் தாக்கி கூர்மையான குச்சிகளாகச் சிதறடித்தான்; காரில் இருந்த மிசஸ் மெகாம்பருக்கு அந்த எருமை மெகாம்பரைக் குத்திக் கிழிப்பதுபோல் தோன்றிய தால் 6.5 மான்லிச்சர் துப்பாக்கியால் எருமையைச் சுட்டாள்; அவளுடைய கணவனின் மண்டை ஓட்டின் அடிப்பகுதியில் தோராயமாக இரண்டு அங்குலத்துக்கு மேலே, ஒரு பக்கத்தில் அவனைத் தாக்கியிருந்தாள்.

வில்சன் மண்டியிட்டான், அவனுடைய பாக்கெட்டிலிருந்த கைக்குட்டையை எடுத்தான்; முடி குட்டையாக வெட்டப் பட்டிருந்த பிரான்சிஸ் மெகாம்பரின் தலை கிடந்த இடத்தில், தலை மீது பரப்பினான். இரத்தம் வடிந்து வறண்ட தளர்வான மண்ணுக்குள் இறங்கியது.

வில்சன் எழுந்து நின்றான், ஒரு பக்கமாகச் சரிந்து கிடந்த எருமையைப் பார்த்தான்; கால்கள் வெளியே நீட்டிக் கொண்டிருந்தன, குறைவான முடிகளுடைய அதன் வயிற்றில்

உண்ணிகள் ஊர்ந்துகொண்டிருந்தன. "ஓர் அற்புதமான எருமை," தானாகவே அவன் மூளை பதிவுசெய்தது. "ஐம்பது அங்குலத்துக்குக் குறைவில்லை, அல்லது இன்னும் அதிகமாக. இன்னும் அதிகமாக." டிரைவரைக் கூப்பிட்டான்; அந்த உடம்பின் மீது ஒரு போர்வையை விரிக்கச் சொன்னான்; அதன் அருகில் இருக்கச் சொன்னான். மோட்டார் காரை நோக்கி நடந்தான்; அந்த காரின் மூலையில் உட்கார்ந்திருந்த பெண் அழுதுகொண்டிருந்தாள்.

"அந்த நேரத்தில் செய்யக்கூடியதில் சிறப்பான செயல் அதுதான்," என்று உணர்ச்சியற்ற குரலில் சொன்னான். "அவர் உங்களை விட்டுப் பிரிந்துபோயிருப்பார்."

"நிறுத்து," என்றாள் அவள்.

"நிச்சயமாக, அது ஒரு விபத்து," என்றான். "அது எனக்குத் தெரியும்."

"நிறுத்து," என்றாள் அவள்.

"கவலைப்பட வேண்டாம்," என்றான் அவன். "ஒரு குறிப்பிட்ட அளவு கசப்பான அனுபவம் இருக்கத்தான் செய்யும்; சில புகைப்படங்கள் எடுக்கிறேன், அவை அதிகாரபூர்வமான விசாரணையின்போது மிகவும் பயனுள்ளவையாக இருக்கும். துப்பாக்கித் தூக்கிகளின் சாட்சியங்கள் இருக்கின்றன, டிரைவரின் சாட்சியமும் இருக்கிறது. உங்களுக்கு எந்தப் பிரச்சினையும் இருக்காது."

"நிறுத்து," என்றாள் அவள்.

"செய்யவேண்டிய வேலைகள் நிறைய இருக்கின்றன," என்றான் அவன். "ஒரு பாரவண்டியை நான் நைரோபிக்கு அனுப்பவேண்டியிருக்கும். அவரை ஏன் நீங்கள் நஞ்சு கொடுத்துக் கொல்லவில்லை? இங்கிலாந்தில் அப்படித்தான் செய்கிறார்கள்."

"நிறுத்து, நிறுத்து, நிறுத்து," அந்தப் பெண் கதறினாள்.

உணர்ச்சியற்ற நீல நிறக் கண்களால் வில்சன் அவளைப் பார்த்தான். "இப்போது நான் அனைத்தையும் கடந்துவிட்டேன்," என்றான். "கொஞ்சம் கோபமாக இருந்தேன். உங்கள் கணவனை விரும்பத் தொடங்கினேன்."

"ஓ, தயவுசெய்து அந்தப் பேச்சை நிறுத்து," என்றாள் அவள். "தயவுசெய், தயவுசெய்து அப்படிப் பேசுவதை நிறுத்து."

"அது மேலானது," என்றான் வில்சன். "தயவுசெய் என்பது மிகவும் மேலானது. இப்போது நான் நிறுத்துகிறேன்.

12. மருத்துவரும் மருத்துவரின் மனைவியும்

ஆயிரம். நடராஜன்

நிக்கின் அப்பாவுக்கு மரத்தடிகள் வெட்டுவதற்காக இந்தியக் குடியிருப்பிலிருந்து டிக் போல்டன் வந்தான். அவனுடைய மகன் எடியையும் பில்லி தபேஷா என்ற மற்றொரு இந்தியனையும் உடன் அழைத்து வந்தான். அவர்கள் வனப்பகுதியின் பின்வாசல் வழியாக உள்ளே வந்தார்கள்; எடி, நீளமான மர அறுவை வாளைச் சுமந்து வந்தான். அது அவனுடைய தோளில் மேலும்கீழும் ஆடியது; அவன் நடந்தபோது ஒரு இசையொலியை எழுப்பியது. பில்லி தபேஷா வளைவான கொக்கி பொருத்தப்பட்ட இரண்டு பெரிய நெம்புகோல்களைச் சுமந்து வந்தான். டிக் அவனுடைய கைகளுக்கு அடியில் மூன்று கோடாரிகள் வைத்திருந்தான்.

அவன் திரும்பி வாயிற்கதவை மூடினான். மற்றவர்கள் அவனுக்கு முன்னால் ஏரிக் கரையை நோக்கிப் போனார்கள்; அங்கே மரத்தடிகள் மணலில் புதைந்து கிடந்தன.

அந்தத் தடிகள் தண்ணீரில் ஏற்படுத்தப்பட்டிருந்த பெரிய மரத் தடுப்புகளிலிருந்து காணாமல் போயிருந்தன; அவை, ஏரியிலிருந்து அந்தத் தொழிற்சாலைக்கு மேஜிக் என்ற நீராவிக் கப்பலில் கீழ்நோக்கி இழுத்து வரப்பட்டவை. அவை அலை களால் கரைக்குக் அடித்துவரப்பட்டிருந்தன. அவற்றை ஒருவரும் எதுவும் செய்யாவிட்டால், சீக்கிரமாகவோ, கொஞ்ச நாட்கள் கழித்தோ மேஜிக்கின் பணியாளர்கள் துடுப்புப்படகில் கரையோரமாக வருவார்கள், அவற்றைப் பார்ப்பார்கள், அவற்றில் வளையங்கள் பொருத்தப்பட்ட ஆணிகளை அடிப் பார்கள், ஏரிக்குள் இழுத்துப் போவார்கள், அவற்றைப் பயன் படுத்தி ஒரு புதிய மரத்தடுப்பு ஏற்படுத்துவார்கள். ஆனால் அவற்றைத் தேடி மர வியாபாரிகள் ஒருபோதும் வர

மாட்டார்கள்; அந்த ஒரு சில தடிகளின் மதிப்பு அவற்றைத் தேடி எடுப்பதற்கு கப்பல் பணியாளர்களுக்குக் கொடுக்கவேண்டிய கூலியைவிடக் குறைவாக இருக்கும். அவற்றைத் தேடி ஒருவரும் வரவில்லையானால், அவை அங்கேயே கிடக்கும், ஏரிக்கரையில் தண்ணீருக்கு அடியில் அழுகி மக்கிப் போகும்.

இப்படித்தான் நடக்கும் என்று நிக்கின் அப்பா எப்போதும் அனுமானம் செய்தார்; அந்த மரத்தடிகளை மர அறுவை வாளால் அறுத்து, அவற்றை ஆப்பு வைத்துப் பிளந்து ஒரே அளவுள்ள கட்டைகளாகவும் திண்ணமான பலகைகளாகவும் வெட்டுவதற்கு இந்தியக் குடியிருப்பிலிருந்து இந்தியர்களைக் கூலிக்கு அமர்த்தினார்; அவற்றைத் திறந்தவெளியில் நெருப்பு மூட்டும் இடத்தில் பயன்படுத்தினார். டிக் போல்டன் அங்கேயிருந்த ஒரு சின்ன வீட்டைச் சுற்றி நடந்து அதைக் கடந்து ஏரிக்கு வந்தான். அங்கே நான்கு தடிகள் மணலில் புதைந்து கிடந்தன. எடி வாளின் கைப்பிடிகளில் ஒன்றை ஒரு மரக்கவளியில் மாட்டி வாளைத் தொங்கவிட்டான். டிக் மூன்று கோடாரிகளையும் ஒரு சின்ன தளத்தில் கீழே வைத்தான். டிக் இனக்கலப்பில் பிறந்தவன்; ஏரியைச் சுற்றி வாழ்ந்த விவசாயிகளில் பலர் உண்மையில் அவன் வெள்ளை இனத்தவன் என்று நம்பினார்கள். அவன் ஒரு பெரிய சோம்பேறி, ஆனால் வேலை செய்யத் தொடங்கிவிட்டால் சிறந்த வேலைக்காரன். அவனுடைய பாக்கெட்டிலிருந்து ஒரு துண்டுப் புகையிலை எடுத்தான், ஒரு கடி கடித்தான்; எடியுடனும் பில்லி தபேஷாவுடனும் ஒஜிப்வே மொழியில் பேசினான்.

நெம்புகோல்களின் முனைகளை மரத்தடிகள் ஒன்றில் இறக்கினார்கள், அதற்கு எதிராகத் தடியை அசைத்து அதை மணலிலிருந்து தளர்த்தினார்கள். அவர்களின் உடல் எடையை நெம்புகோலுக்கு எதிராக அழுத்தினார்கள். அந்தத் தடி மணலில் நகர்ந்தது. டிக் போல்டன் நிக்கின் அப்பா பக்கமாகத் திரும்பினான்.

"நல்லது, டாக்," என்றான். "நீங்கள் திருடியுள்ள இந்தத் தடிகள் தரமானவை."

"அப்படிப் பேசாதே, டிக்," என்றார் டாக்டர். "அவை தண்ணீரில் நகர்ந்து வந்தவை."

எடியும் பில்லி தபேஷாவும் ஒரு தடியை உலுக்கி ஈர மணலிலிருந்து வெளியே எடுத்தார்கள்; அதைத் தண்ணீரை நோக்கி உருட்டினார்கள்.

"அதைத் தண்ணீருக்குள் போடு," டிக் போல்டன் கத்தினான்.

"எதற்காக அப்படிச் செய்கிறாய்?" டாக்டர் கேட்டார்.

"அதைக் கழுவுவதற்காக. அறுவை வாளின் பாதுகாப்பைக் கருதி அதிலிருக்கும் மணலைத் துப்புரவு செய்ய வேண்டும். அது யாருக்குச் சொந்தமானது என்று நான் பார்க்க விரும்புகிறேன்," என்றான் டிக்.

அந்தத் தடி தற்செயலாக ஏரியில் மிதந்து வந்திருந்தது. எடியும் பில்லி தபேஷாவும் சூரிய வெப்பத்தால் வியர்த்தபடியே அவர்களுடைய நெம்புகோல்களின் மீது சாய்ந்து நின்றார்கள். டிக் மணலில் முட்டி போட்டான்; தடியின் முடிவில் சுத்தியல் அடி ஏற்படுத்தியிருந்த அடையாளத்தைப் பார்த்தான்.

"இது ஒயிட் அண்ட் மெக்நேலிக்குச் சொந்தமானது," எழுந்து நின்று அவனுடைய கால் சட்டையின் முட்டிப் பகுதியிலிருந்த மணலைத் துடைத்தபடியே அவன் சொன்னான்.

டாக்டர் மிகவும் சங்கடப்பட்டார்.

"அப்படியானால் நீ அதை அறுக்காமல் விடுவது நல்லது, டிக்," என்று அவர் உடனடியாகச் சொன்னார்

"உணர்ச்சிவசப்பட வேண்டாம் டாக்," என்றான் டிக். "உணர்ச்சிவசப்பட வேண்டாம். நீங்கள் யாரிடமிருந்து திருடினீர்கள் என்பது பற்றி நான் கவலைப்படவில்லை. அது என் வேலையும் இல்லை."

"அந்தத் தடிகள் திருடப்பட்டவை என்று நீ நினைத்தால், அவற்றை அப்படியே விட்டுவிடு; உன்னுடைய கருவிகளை எல்லாம் எடுத்துக்கொண்டு உன் குடியிருப்புக்குத் திரும்பிப் போ," என்றார் டாக்டர். அவர் முகம் சிவந்திருந்தது.

"யோசிக்காமல் பேச வேண்டாம், டாக்," என்றான் டிக். புகையிலைச் சாற்றை மரத்தடி மீது துப்பினான். அது தண்ணீரோடு கலந்து கீழே வடிந்தது. "அவை திருடப்பட்டவை

என்று எனக்குத் தெரிந்த அளவு உங்களுக்கும் தெரியும். அது எனக்கு எந்த வேறுபாட்டையும் உண்டுபண்ணவில்லை."

"அப்படியானால் சரி. அவை திருடப்பட்டவை என்று நீ நினைத்தால், உன்னுடைய பொருட்களை எல்லாம் எடுத்துக்கொண்டு வெளியே போ.

"ஒரு நிமிடம், டாக்-----"

"உன்னுடைய பொருட்களை எடுத்துக்கொண்டு வெளியேறு."

"கொஞ்சம் கேளுங்கள், டாக்."

"மீண்டும் ஒரு முறை என்னை நீ டாக் என்று கூப்பிட்டால், உன்னுடைய மேல் கோரைப்பற்களை உடைத்து உன் தொண்டைக்குள் அனுப்புவேன்."

"ஓ, வேண்டாம், நீங்கள் அப்படிச் செய்ய மாட்டீர்கள், டாக்,"

டிக் போல்டன் டாக்டரைப் பார்த்தான். டிக் உருவத்தில் பெரியவன். அவன் எவ்வளவு பெரியவனாக இருந்தான் என்று அவனுக்குத் தெரியும். அவன் சண்டைபோட விரும்பினான். மகிழ்ச்சியாக இருந்தான். எடியும் பில்லி தபேஷாவும் அவர்களுடைய நெம்புகோல்களில் சாய்ந்து நின்றார்கள், டாக்டரைப் பார்த்தார்கள். டாக்டர் அவருடைய கீழ் உதட்டி லிருந்த தாடியை மென்றார்; டிக் போல்டனைப் பார்த்தார். அதன் பிறகு அவர் வேறு பக்கமாகத் திரும்பினார்; குன்றில் மேல்நோக்கி நடந்தார், வீட்டுக்குப் போனார். அவருடைய பின்புறத்தைப் பார்த்து அவர் எவ்வளவு கோபமாக இருந்தார் என்பதை அவர்களால் பார்க்க முடிந்தது. குன்றில் அவர் மேல்நோக்கி நடந்ததையும் வீட்டுக்குள் போனதையும் அவர்கள் அனைவரும் பார்த்தார்கள்.

ஓஜிப்வே மொழியில் டிக் ஏதோ சொன்னான். எடி சிரித்தான், ஆனால் பில்லி தபேஷா ஆழ்ந்த சிந்தனையில் இருப்பவனாகத் தோன்றினான். அவனுக்கு ஆங்கிலம் புரியவில்லை, ஆனால் தகராறு நடந்துகொண்டிருந்தபோது முழு நேரமும் அவனுக்கு வியர்த்துக் கொட்டியது. அவன் உடல் பருமனாக இருந்தது; அவனுக்கு ஒரு சீனனைப்போல கொஞ்ச முடிகளுடைய மீசை இருந்தது. இரண்டு நெம்புகோல்களையும் அவன் கையில்

எடுத்தான். டிக் கோடாரிகளை எடுத்தான்; எடி, மரத்திலிருந்த வாளை எடுத்தான். அவர்கள் புறப்பட்டார்கள், சிறிய வீட்டைக் கடந்து மேல்நோக்கி நடந்தார்கள்; பின்பக்க வாசல் வழியாக வெளியேறி வனத்துக்குள் போனார்கள். டிக் வாசற் கதவை திறந்தபடியே விட்டிருந்தான். பில்லி தபேஷா திரும்பிப் போனான்; அதை இழுத்துக் கட்டினான். வனத்தின் வழியாகப் போனார்கள்.

டாக்டர், வீட்டில் அவருடைய அறையில் படுக்கை மீது உட்கார்ந்திருந்தார், அலமாரிக்கு அருகில் தரையில் ஒரு கட்டு மருத்துவ இதழ்கள் கிடப்பதைப் பார்த்தார். இன்னமும் அவை பொதியுறைகள் பிரிக்கப்படாமலிருந்தன. அது அவருக்கு எரிச்சலூட்டியது.

"நீ மீண்டும் வேலைக்குப் போகவில்லையா, அன்பே," டாக்டரின் மனைவி கேட்டார்; ஜன்னல் திரைகள் இழுத்து விடப்பட்டிருந்த அறையில் அவர் படுத்திருந்தார்.

"இல்லை."

"ஏதாவது பிரச்சினையா?"

"எனக்கு டிக் போல்டனுடன் ஒரு தகராறு ஏற்பட்டது."

"ஓ," என்றார் அவருடைய மனைவி. "நீ உன்னுடைய பொறுமையை இழக்கவில்லை என்று நம்புகிறேன், ஹென்றி."

"இல்லை," என்றார் டாக்டர்.

"ஒன்றை நினைவில் வைத்துக்கொள், தன்னுடைய கோபத்தை அடக்கி ஆள்பவன் எவனோ, அவன் ஒரு நகரத்தை பிடிப்ப வனைவிடப் பெரியவன்," என்று அவருடைய மனைவி சொன்னார். அவர் ஒரு கிறிஸ்தவ விஞ்ஞானி. அவருடைய திருவிவிலியமும், அவருக்கான சயன்ஸ் அண்ட் ஹெல்த் இதழின் ஒரு பிரதியும், அவருடைய குவார்ட்டர்லியும், அந்த இருட்டடிக்கப்பட்ட அறையில் அவருடைய படுக்கைக்குப் பக்கத்தில் இருந்த மேஜைமேல் இருந்தன.

அவருடைய கணவன் பதில் சொல்லவில்லை. அவர் இப்போது ஒரு வேட்டைத் துப்பாக்கியைத் துப்புரவு செய்தபடி

அவருடைய படுக்கைமேல் உட்கார்ந்திருந்தார், திண்ணமான மஞ்சள் நிறத் தோட்டாக்கள் நிரம்பிய பெட்டியை உள்ளே தள்ளினார்; மீண்டும் அவற்றை வெளியே கொட்டினார். படுக்கையில் அவை பரவலாகக் கிடந்தன.

"ஹென்றி," அவருடைய மனைவி கூப்பிட்டார். ஒரு நொடி இடைவெளி விட்டாள். "ஹென்றி!"

"சொல்," என்றார் டாக்டர்.

"அது எது பற்றிய தகராறு, அன்பே?"

"பெரிதாக ஒன்றும் இல்லை."

"என்னிடம் சொல், ஹென்றி. தயவுசெய்து என்னிடமிருந்து எதையும் மறைக்காதே. எது பற்றிய பிரச்சினை அது?"

"சொல்கிறேன், நிமோனியாவிலிருந்து அவனுடைய இந்திய மனைவியை நான் காப்பாற்றியதற்காக டிக் எனக்கு நிறைய பணம் தர வேண்டும்; அந்தப் பணத்தை அவன் வேலை செய்த கூலியிலிருந்து எனக்குத் தர வேண்டாம் என்பதற்காக என்னுடன் தகராறு செய்ய விரும்பினான் என்று அனுமானிக்கிறேன்."

அவருடைய மனைவி அமைதி காத்தார். டாக்டர், அவருடைய துப்பாக்கியை ஒரு துணியால் கவனமாகத் துடைத்தார். மீண்டும் சுருள் வில்லுக்கு எதிராகத் தோட்டாக்களை பெட்டிக்குள் தள்ளினார். அவருடைய முழங்கால்களின் மேல் துப்பாக்கியை வைத்தார். அப்படிச் செய்வது அவருக்கு மேலதிகமாகப் பிடிக்கும். அதன் பிறகு, இருட்டாக்கப்பட்ட அறையிலிருந்து வந்த அவருடைய மனைவியின் குரலைக் கேட்டார்.

"அன்பனே, அப்படி எவரும் செய்வார் என்று நான் நினைக்க வில்லை, உண்மையிலேயே நான் அப்படி நினைக்கவில்லை."

"அப்படி நினைக்கவில்லையா?" டாக்டர் கேட்டார்.

"இல்லை. வேண்டுமென்றே அப்படிப்பட்ட ஒரு காரியத்தை எவரும் செய்வார் என்று உண்மையிலேயே என்னால் நம்ப முடியவில்லை."

டாக்டர் எழுந்து நின்றார்; அலங்கார அறைகலனுக்குப் பின்புறத்தில் மூலையில் துப்பாக்கியை வைத்தார்.

"அன்பனே, நீ வெளியே போகிறாயா?"

"நடைப்பயிற்சி செய்யப் போகலாம் என்று நினைக்கிறேன்," என்றார் டாக்டர்.

"அன்பனே, நிக்கைப் பார்த்தால் அவனுடைய அம்மா அவனைப் பார்க்க விரும்புவதாக அவனிடம் சொல்வாயா?" அவருடைய மனைவி சொன்னார்.

டாக்டர் வெளியே முன் முற்றத்துக்குப் போனார். அவருக்கு பின்னால் இரண்டாவதாக இருந்த வலைக் கதவு பெருஞ் சத்தத்துடன் மூடியது. அந்தக் கதவு சத்தமாக மூடியபோது, அவருடைய மனைவி மூச்சை இழுத்து நிறுத்திய சத்தத்தைக் கேட்டார்.

அவருடைய மனைவியின் திரை இழுத்துவிடப்பட்டிருந்த ஜன்னலின் வெளிப்புறம் நின்று, "சாரி," என்றார்

"பரவாயில்லை அன்பனே," என்றார் டாக்டரின் மனைவி.

வாசலுக்கு வெளியே நிலவிய வெப்பமான சூழலில் நடந்தார்; அங்கேயிருந்த பாதையில் நடந்து ஹெம்லாக் என்ற நஞ்சுச் செடிகள் நிறைந்த பகுதிக்குள் நுழைந்தார். இந்த மாதிரி வெக்கையாக இருந்த நாளில்கூட அந்தக் காட்டுக்குள் குளிர்ச்சியாக இருந்தது. முதுகுப்புறமாக ஒரு மரத்தில் சாய்ந்து உட்கார்ந்து வாசித்துக்கொண்டிருந்த நிக்கைப் பார்த்தார்.

"நீ உன் அம்மாவைப் போய்ப் பார்க்க வேண்டும் என்று அவர் விரும்புகிறார்," என்று சொன்னார்.

"நான் உங்களுடன் வர விரும்புகிறேன்," என்றான் நிக்.

டாக்டர் குனிந்து அவனைப் பார்த்தார்.

"அப்படியானால் சரி, வா போகலாம்," என்று அவனுடைய அப்பா சொன்னார். "புத்தகத்தை என்னிடம் கொடு, அதை நான் என் பாக்கெட்டில் வைக்கிறேன்."

"அப்பா, கறுப்பு அணில்கள் எங்கே இருக்கின்றன என்று எனக்குத் தெரியும்," நிக் சொன்னான்.

"சரி போகலாம்," என்றார் அவனுடைய அப்பா. "நாம் அங்கே போகலாம்."

13. கிளிமஞ்சாரோ மலையின் பனி

ஆயிரம். நடராஜன்

பனியால் மூடப்பட்ட கிளிமஞ்சாரோ, ஆப்பிரிக்காவின் உயரமான மலை என்று சொல்லப்படுகிறது, 19,710 அடி உயரமுடையது. அதன் மேற்குத் திசையிலுள்ள சிகரம், மசாய் மொழியில் 'ந்கேஜ் ந்காய்', இறைவனின் இல்லம் என்று அழைக்கப்படுகிறது. அதன் மேற்குத் திசை சிகரத்துக்கு அருகில் ஒரு சிறுத்தையின் சடலம் உலர்ந்து, பனியில் உறைந்து கிடக்கிறது. அந்தச் சிறுத்தை, அந்த உயரத்தில் என்ன தேடிக் கொண்டிருந்தது என்று ஒருவரும் தெளிவுபடுத்தவில்லை.

கிளிமஞ்சாரோவின் மூடுபனி.

"இதில் வியக்கத்தக்கது என்னவென்றால் அது வலிக்க வில்லை," என்று சொன்னான் அவன். "அப்படி இருப்பதால்தான் அது எப்போது தொடங்குகிறது என்று உனக்குத் தெரியவரும்."

"உண்மையாகவா?"

"நிச்சயமாக. ஆனாலும் அதிலிருந்து வரும் துர்நாற்றத்துக்காக நான் மிகவும் வருத்தப்படுகிறேன். நிச்சயமாக அது உன்னைத் தொந்தரவு செய்யும்."

"சொல்லாதே! தயவுசெய்து அப்படிச் சொல்லாதே."

"அவற்றைப் பார்," என்றான். "அவற்றை இப்படி வரச் செய்வது இந்தக் காட்சியா அல்லது இந்த நாற்றமா?"

அந்த மனிதன் படுத்திருந்த கட்டில் ஈங்கை மரத்தின் பரந்து விரிந்த நிழலில் கிடந்தது; அந்த நிழலுக்கு அப்பால் வெளியே சமவெளியில் பிரகாசமான ஒளியைப் பார்த்தான். அங்கே மூன்று பெரிய பறவைகள் அசிங்கமாகக் குத்திட்டு உட்கார்ந்திருந்தன;

மேலும் பன்னிரண்டு பறவைகள் வானில் பறந்தன; அவை கடந்துபோகும்போது, வேகமாக நகர்ந்து செல்லும் நிழல்களை ஏற்படுத்தின.

"வாகனம் பழுதடைந்த நாளிலிருந்து அவை அங்கேயே இருக்கின்றன," என்றான் அவன். "இன்றுதான் முதல் முறையாக அவை தரையில் இறங்கியிருக்கின்றன. எப்போதாவது நான் அதை ஒரு கதையில் பயன்படுத்த விரும்பினால் உதவும் என்று நினைத்து, முதலில் அவை எவ்வளவு எச்சரிக்கையாகப் பறக்கத் தொடங்குகின்றன என்று கவனித்தேன். இப்போது அது வேடிக்கையாக இருக்கிறது."

"அது பற்றி நீ எழுதாமலிருப்பது நல்லது என்று நினைக்கிறேன்," அவள் சொன்னாள்.

"நான் சும்மா பேசிக்கொண்டிருக்கிறேன். நான் பேசினால் எனக்கு இதமாக இருக்கிறது. ஆனால் நான் உன்னைத் தொந்தரவு செய்ய விரும்பவில்லை."

"நீ பேசிக்கொண்டிருப்பது என்னைத் தொந்தரவு செய்ய வில்லை என்று உனக்குத் தெரியும்," என்றாள். "என்னால் எதுவும் செய்ய முடியவில்லையே என்றுதான் நான் அவ்வளவு அதிகமாகப் பதற்றமடைகிறேன். விமானம் வரும் வரை முடிந்த அளவு இந்தச் சூழ்நிலையை நாம் எளிதாகக் கையாளலாம் என்று நினைக்கிறேன்."

"அல்லது அந்த விமானம் வராத வரை."

"நான் உனக்கு என்ன செய்ய வேண்டும் என்று தயவுசெய்து சொல். என்னால் செய்ய முடிந்தது ஏதோ ஒன்று இருக்கத்தான் வேண்டும்."

"நீ என்னுடைய காலை நீக்கிவிடலாம்; அப்படிச் செய்தால், நான் அதை நம்பவில்லை என்றாலும், அது அந்த நாற்றத்தைத் தடுக்கலாம். அல்லது நீ என்னைச் சுட்டுவிடலாம். இப்போது நீ நன்றாகச் சுடுகிறாய். உனக்கு சுடுவதற்குக் கற்றுக்கொடுத்தேன், இல்லையா?"

"தயவுசெய்து அப்படிப் பேசாதே. உனக்காக நான் வாசிக்கக் கூடாதா?"

"என்ன வாசிப்பாய்?"

"அந்தப் புத்தகத்தில் நாம் வாசித்திராத எதுவானாலும்."

"அதை என்னால் உன்னிப்பாகக் கேட்க முடியவில்லை," என்றான். "பேசுவதுதான் மிகவும் எளிதானது. நாம் சண்டை போடலாம்; நேரத்தைக் கடத்த அது உதவியாக இருக்கும்."

"நான் சண்டை போட மாட்டேன். நான் ஒருபோதும் சண்டை போட விரும்பவில்லை. நாம் எவ்வளவு பதற்றம் அடைந்தாலும் சரி, இதற்கு மேலும் நாம் சண்டை போட வேண்டாம். ஒருவேளை, மற்றொரு வாகனத்துடன் அவர்கள் திரும்பி வரலாம். ஒருவேளை விமானம் வந்தாலும் வரலாம்."

"நான் இங்கேயிருந்து போக விரும்பவில்லை," என்றான் அந்த மனிதன். "அது உனது துயரத்தை எளிதாக்கலாம் என்பதைத் தவிர இங்கிருந்து போவதில் எந்தப் பயனும் இல்லை."

"அது கோழைத்தனம்."

"இது போன்ற சொற்களால் ஒரு மனிதனை அவமானப் படுத்தாமல், எந்த அளவு முடியுமோ அந்த அளவு துயர மில்லாமல் அவனைச் சாகவிட மாட்டாயா? என்னிடம் கத்திப் பேசுவதால் என்ன கிடைக்கப் போகிறது?"

"நீ சாகப் போவதில்லை."

"முட்டாள்தனமாகப் பேசாதே. இப்போது நான் செத்துக் கொண்டிருக்கிறேன். அந்த வேசியின் பிள்ளைகளைக் கேட்டுப் பார்." பெரிய அசிங்கமான பறவைகள் உட்கார்ந்திருந்த திசையில் அவன் பார்த்தான்; அவற்றின் முடியில்லாத் தலைகளை அவை வளைந்த இறகுகளுக்குள் நுழைத்து வைத்திருந்தன. நாலாவது பறவை சரிவாகப் பறந்து வந்து தரையில் இறங்கியது; விரைவாக ஓடியது; அதன்பின் மற்ற பறவைகளை நோக்கி மெதுவாக அசைந்து நடந்து போனது.

"அவை ஒவ்வொரு முகாமைச் சுற்றியும் இருக்கின்றன. ஒருபோதும் அவற்றை நீ கவனித்ததில்லை. நீ அதை விடாத வரை உன்னால் சாக முடியாது."

"அதை நீ எங்கே வாசித்தாய்? நீ ஒரு பெரிய முட்டாளாய் இருக்கிறாய்."

"நீ வேறு ஒருவரைப் பற்றி அப்படி நினைத்திருக்கலாம்."

"இயேசுவே," என்றான் அவன். "அதுதான் என் தொழிலாக இருந்தது."

அவன் கொஞ்ச நேரம் அமைதியாகப் படுத்திருந்தான்; அதன் பிறகு சமவெளியில் புதர்களின் எல்லை வரை வீசிய வெப்ப அலைகளைப் பார்த்தான். அங்கே மஞ்சள் நிறப் பின்னணியில் நின்ற சிறுவகை மான்கள் வெள்ளை நிறத்தில் மிகவும் சின்னதாகத் தெரிந்தன. வெகுதூரத்தில், புதர்களின் பச்சை நிறப் பின்னணியில் வெள்ளையாகத் தெரிந்த வரிக்குதிரை கூட்டத்தைக் கண்டான். மலைக்குன்றின் அருகில், பெரிய மரங்களுக்கு அடியில் அமைக்கப்பட்டிருந்த இந்த முகாம் மனதுக்கு உகந்ததாக இருந்தது. இங்கே நல்ல தண்ணீர் கிடைத்தது. மிக அருகில், வறண்ட பகுதியில் கிட்டத்தட்ட தண்ணீர் வற்றிய குளம் ஒன்று இருந்தது; காலை வேளைகளில் அங்கேயிருந்து மண் கௌதாரிப் பறவைகள் பறந்து சென்றன.

"நான் வாசிப்பதை நீ விரும்பவில்லையா?" என்று அவள் கேட்டாள். அவனுடைய கட்டிலுக்கு அருகில் ஒரு கித்தான் நாற்காலியில் அவள் உட்கார்ந்திருந்தாள். "தென்றல் காற்று வந்துகொண்டிருக்கிறது."

"வேண்டாம். நன்றி."

"அந்த வாகனம் வந்தாலும் வரலாம்."

"அந்த வாகனத்தை நான் கொஞ்சம்கூடப் பொருட்படுத்த வில்லை."

"நான் பொருட்படுத்துகிறேன்."

"என்னால் பொருட்படுத்த முடியாத பலவற்றை நீ பொருட் படுத்துகிறாய்."

"அவ்வளவு அதிகமில்லை, ஹேரி."

"கொஞ்சம் மது குடிக்கலாமா?"

"அது உனக்குக் கெடுதலானது என்று கருதப்படுகிறது. எல்லா வகையான மதுவையும் தவிர்க்க வேண்டும் என்று பிளாக் என்ற வீட்டுவைத்தியக் குறிப்புகள் அடங்கிய புத்தகத்தில் சொல்லப்பட்டிருக்கிறது. நீ குடிக்கக் கூடாது."

"மோலோ!" என்று அவன் கத்தினான்.

"எஸ் பாஸ்."

"விஸ்கியும் சோடாவும் கொண்டுவா."

"எஸ் பாஸ்."

"நீ குடிக்கக் கூடாது," என்றாள் அவள். "நீ விட்டுவிட வேண்டும் என்று நான் சொன்னது இதைத்தான். அது உனக்குத் தீமையானது என்று அந்தப் புத்தகம் சொல்கிறது. அது உனக்குத் தீமையானது என்று எனக்குத் தெரியும்."

"இல்லை," என்றான் அவன். "அது எனக்கு நல்லது."

ஆக, இப்போது எல்லாமே முடிந்துவிட்டது என்று நினைத்தான். அதனால் அதைக் குடித்து முடிக்க ஒருபோதும் அவனுக்கு ஒரு வாய்ப்பு கிடைக்காது. இந்த முறையில்தான் மது குடிப்பதைப் பற்றிய அவர்களின் உரையாடல் ஒரு வாய்ச்சண்டையுடன் முடிவுக்கு வந்தது. அவனுடைய வலது காலில் இரத்த ஓட்டம் தடைபட்டு தொற்று ஏற்பட்ட நாள் முதல் அவனுக்கு வலியே இல்லை. வலியுடன் சேர்ந்து பெரும் பயமும் போய்விட்டது. இப்போது அவன் உணர்ந்ததெல்லாம் அதிக உடல் சோர்வும் கோபமும்தான்; அதுதான் அதன் முடிவாயிற்று. இந்த நிலையில் அந்த வாகனம் வந்துகொண்டிருந்தது என்பதில் அவனுக்கு எந்த ஆர்வமும் இல்லை.

பல ஆண்டுகளாக அது அவன் மனதை ஆக்கிரமித்திருந்தது. ஆனால் இப்போது அது இருக்கிறது என்பது அவனுக்கு ஒரு பொருட்டாகவே தோன்றவில்லை. அதிக அளவு சோர்வடைந் திருந்தது அதை எவ்வளவு எளிதாக்கியது என்பது வினோதமாக இருந்தது.

எழுதுவதற்கென்று இதுவரை அவன் சேமித்து வைத்திருந்த வற்றைப் பற்றி நன்றாக எழுதுவதற்குத் தேவையான அளவு அவனுக்குத் தெரியும் வரை, இப்போது அவற்றைப் பற்றி

அவன் ஒருபோதும் எழுதப்போவதில்லை. அவற்றை எழுது வதற்கு முயற்சி செய்து அதில் அவன் தோல்வி அடைய வேண்டிய தேவையும் இல்லை. ஒருவேளை, ஒருபோதும் அதை நீ எழுத முடியாமல் போகலாம். அதனால்தான் நீ எழுதுவதைத் தள்ளிப்போட்டாய்; எழுதத் தொடங்குவதைத் தாமதப்படுத்தினாய். ஆனால் இப்போது இருக்கும் நிலையில் ஒருபோதும் அது பற்றி அவன் அறியப்போவதில்லை.

“நாம் இங்கே வந்திருக்கவே கூடாது என்று நினைக்கிறேன்,” என்றாள் அந்தப் பெண். மதுக்கிண்ணத்தைக் கையில் ஏந்தியபடி, அவளுடைய உதட்டைக் கடித்தபடி அவள் அவனைப் பார்த்துக்கொண்டிருந்தாள். “பாரிஸில் ஒருபோதும் உனக்கு இது போன்று நடந்திருக்காது. பாரிஸை விரும்புவதாக நீ எப்போதும் சொல்வாய். நாம் பாரிஸில் தங்கியிருக்கலாம் அல்லது வேறு எங்கேயாவது போயிருக்கலாம். எங்கேயானாலும் நான் வந்திருப்பேன். நீ எங்கே போக விரும்பினாயோ அங்கே நான் வருவேன் என்று சொன்னேன். நீ வேட்டையாட விரும்பி யிருந்தால் நாம் ஹங்கேரியில் வேட்டையாடியிருக்கலாம்; வசதியாக வாழ்ந்திருக்கலாம்.”

“உன்னுடைய பாழாய்ப் போன பணம்,” என்றான் அவன்.

“நீ இப்படிப் பேசுவது நியாயமானதில்லை,” என்றாள் அவள். “எந்த அளவு அது எனக்குச் சொந்தமானதோ அந்த அளவு எப்போதுமே அது உனக்கும் சொந்தமானதுதான். நான் அனைத்தையும் துறந்துவிட்டு, நீ எங்கெல்லாம் போக விரும்பி னாயோ அங்கெல்லாம் வந்தேன்; நீ செய்ய விரும்பியதை யெல்லாம் செய்திருக்கிறேன். ஆனால், ஒருபோதும் நாம் இங்கே வந்திருக்கக் கூடாது என்று நினைக்கிறேன்.”

“ஆனால் உனக்கு அது பிடித்திருப்பதாகச் சொன்னாய்.”

“நீ நல்ல உடல்நலத்துடன் இருந்தபோது சொன்னேன். ஆனால் இப்போது அதை வெறுக்கிறேன். உன்னுடைய காலுக்கு ஏன் அப்படி ஒரு நிலைமை ஏற்பட வேண்டும் என்று எனக்குத் தெரியவில்லை. நாம் என்ன செய்தோம் நமக்கு இப்படி ஒரு நிலைமை எற்படுவதற்கு?”

"அதை நான் முதல் முறை சொறிந்தபோது அதன் மீது அயோடின் தடவ மறந்ததுதான் நான் செய்த தவறு என்று நினைக்கிறேன். அதன் பின்னர், எனக்கு ஒருபோதும் தொற்று பரவவில்லை என்பதால் அதை நான் கவனிக்காமல் விட்டு விட்டேன். பின்னாட்களில் அது மோசமான நிலை அடைந்த போது, மற்றொரு கிருமிநாசினி தீர்ந்துவிட்டதால், திறன் குறைந்த கார்பாலிக் கரைசலை அதில் தடவினேன்; ஒருவேளை, அதுதான் நுண்ணிய இரத்த நாளங்களைச் செயலிழக்கச் செய்து, காலுக்குச் சென்ற இரத்த ஓட்டத்தை நிறுத்தி அங்கே சதை அழுகலை ஏற்படுத்தியிருக்கலாம்." அவன் அவளைப் பார்த்து, "வேறென்ன" என்றான்.

"நான் அந்தப் பொருளில் சொல்லவில்லை."

"கென்யாவின் கிகூயு இனத்தைச் சேர்ந்த ஒரு அரைகுறையான டிரைவருக்குப் பதிலாக ஒரு நல்ல மெக்கானிக்கை அமர்த்தி யிருந்தால், அவன் அந்த வாகனத்தின் எண்ணெய் அளவைப் பரிசோதித்திருப்பான்; அந்த வாகனத்தின் பேரிங்கை சேதப் படுத்தியிருக்க மாட்டான்."

"நான் அந்தப் பொருளில் சொல்லவில்லை."

"என்னை அடைவதற்காக, நீ உன்னுடைய சொந்தங்களையும், சாரடோகா மாவட்டத்திலிருக்கும் சபிக்கப்பட்ட உன்னுடைய ஓல்ட் வெஸ்ட்பரி கிராமத்தையும் விட்டு வராமல் இருந் திருந்தால், பாம் பீச் நகரத்தின் மக்கள் என்னுடன் சண்டை போட்டிருக்க மாட்டார்கள்."

"ஏன் அப்படிச் செய்தேன், உன்னைக் காதலித்தேன். நீ சொல்வது நியாயமானதில்லை. இப்போதும் நான் உன்னைக் காதலிக்கிறேன். நான் எப்போதும் உன்னைக் காதலிப்பேன். நீ என்னைக் காதலிக்கவில்லையா?"

"இல்லை," என்று சொன்னான் அவன். "நான் அப்படிக் கருதவில்லை. நான் ஒருபோதும் அப்படிக் கருதியதில்லை."

"ஹேரி, நீ என்ன சொல்கிறாய்? உனக்கு மூளை பிசகிவிட்டது."

"இல்லை. மூளை பிசகுவதற்கு எனக்குத் தலையே இல்லை."

“அதைக் குடிக்காதே,” என்றாள் அவள், “அன்பனே, தயவுசெய்து அதைக் குடிக்காதே. நம்மால் செய்ய முடிந்த அனைத்தையும் நாம் செய்யவேண்டியிருக்கிறது.”

“அதை நீ செய். நான் சோர்வடைந்துவிட்டேன்.”

இப்போது அவனது மனதில் துருக்கியிலுள்ள கராகட்ச் நகரத்தின் இரயில் நிலையத்தைக் கண்டான்; அவன் அவனுடைய பெட்டியுடன் நின்றுகொண்டிருந்தான்; சிம்ப்லான் – அபென்டின் இரயிலின் முகப்பு விளக்கு இருட்டைக் கிழித்துக்கொண்டு இப்போது வருகிறது. போரில் பின்வாங்கியபின், அப்போது அவன் திரேஸ் பகுதியை விட்டு போய்க்கொண்டிருந்தான். காலையில், ஜன்னல் வழியாக புல்கஃபா பகுதியிலிருந்த மலைகள் மீது படர்ந்திருந்த பனியைப் பார்த்தபடியே காலை உணவு சாப்பிடும்போது எழுதுவதற்காக அவன் பாதுகாத்து வைத்திருந்தவற்றுள் அதுவும் ஒன்று. நான்சென்னுடைய செயலாளர் அந்த முதியவரைப் பார்த்து பனியா பொழிகிறது என்று கேட்டாள்; முதியவர் வெளியே பார்த்தார், அதன்பின், இல்லை, அது பனி இல்லை என்று சொன்னார். பனிப்பொழிவுக்கு இன்னும் காலம் இருக்கிறது. அந்தச் செயலாளர் அங்கிருந்த மற்றப் பெண்களிடம் அதை அப்படியே திரும்பச் சொன்னாள், இல்லை, நீங்கள் பாருங்கள். இது பனி இல்லை. அந்தப் பெண்கள் அனைவரும் சேர்ந்து சொன்னார்கள், இது பனி இல்லை, நாம் எல்லோரும் தவறாகப் புரிந்துகொண்டோம். ஆனால் அப்போது பொழிந்தது பனிதான். அவர் மக்கள்தொகையின் பறிமாற்றத்தை உருவாக்கியபோது அவர்களைப் பனிக்குள் அனுப்பினார். அவர்கள் பனியின் மீது கால்களை அழுத்தமாகப் பதித்து நடந்து சென்றார்கள்; அந்தக் குளிர்காலத்தில் அவர்கள் சாகும்வரை தொடர்ந்து நடந்தார்கள்.

அந்த ஆண்டு கிறிஸ்துமஸ் வாரம் முழுவதும் ஆஸ்திரியாவின் ட்சாகான்ஸ் கிராமத்திலுள்ள குயெர்டல் பள்ளத்தாக்கில் பனி பொழிந்தது; அந்த ஆண்டு அவர்கள் விறகுவெட்டியின் வீட்டில் வசித்தார்கள். அங்கேயிருந்த ஒரு பெரிய சதுரமான பீங்கான் அடுப்பு அந்த அறையின் பாதி இடத்தை ஆக்கிரமித்திருந்தது. பீச் வகை மரங்களின் இலைகளால் நிரப்பப்பட்ட படுக்கைகளில்

அவர்கள் தூங்கினார்கள். அந்த நேரத்தில், இராணுவத்திலிருந்து தப்பி ஓடிவந்த ஒருவன் அங்கே வந்தான்; பனியினால் அவன் பாதங்களில் இரத்தம் வழிந்தது. போலீசார் அவனைத் துரத்திய படி அவன் பின்னால் வந்துகொண்டிருப்பதாகச் சொன்னான். அவனுக்கு அவர்கள் கம்பளி காலுறை கொடுத்தார்கள். பனியில் பதிந்திருந்த அவனுடைய கால்தடம் கரைந்து மறையும் வரை அங்கே வந்த துணை இராணுவத்தினரிடம் பேச்சுக்கொடுத்த படியே நேரத்தைக் கடத்தினார்கள்.

ஆஸ்திரியாவின் ஷ்ரன்ஸ் நகராட்சிப் பகுதியில் கிறிஸ்துமஸ் நாளன்று பொழிந்த பனி பளிச்சென்று இருந்தது. மதுக் கூடத்திலிருந்து நீ வெளியே பார்த்தபோது உன் கண்கள் வலித்தன; மக்கள் அனைவரும் தேவாலயத்திலிருந்து வீட்டுக்குத் திரும்பி வந்துகொண்டிருப்பதைக் கண்டாய். பனி படர்ந்த தேவதாரு மரங்கள் நிறைந்த செங்குத்தான மலைக்குன்றுகளை ஒட்டி ஓடிய ஆற்றின் பக்கமாக இருந்த சாலை வழியாக அவர்கள் மேல்நோக்கி நடந்து சென்றார்கள். அந்தச் சாலை, பனிச்சறுக்கு வண்டிகளால் சமப்படுத்தப்பட்டிருந்தது. சாலையிலிருந்த உறை பனி குதிரைகளின் சிறுநீரால் மஞ்சள் நிறமாக மாறியிருந்தது. அவர்கள் தோளில் கனமான பனிச்சறுக்குப் பலகைகளைச் சுமந்து சென்றார்கள். மேடுள்னெர்ஹஸ் முகாமின் மேல் பகுதியில் சறுக்குப் பனிப்பாறைகளிலிருந்து அவர்கள் கீழ்நோக்கி ஓடினார்கள். பார்ப்பதற்கு பனி, கேக் போன்று மென்மையாக இருந்தது; மாவு போன்று லேசாக இருந்தது. ஒரு பறவையைப் போல வேகமாகச் சரிவில் இறங்கியபோது, பனிப்பாறை சத்தம் எழுப்பாமல் கீழ்நோக்கி வேகமாகப் பாய்ந்து வந்தது அவனுக்கு நினைவிருந்தது.

மேடுள்னெர்ஹசின் அடிவார முகாமில் அவர்கள் ஒரு வாரக் காலம் பனிப்பொழிவால் கட்டுண்டு கிடந்தார்கள். அந்த நேரத்தில், பனிப்பொழிவுடன் கூடிய கொடும் புயல் வீசியபோது லாந்தர் விளக்கின் புகைமண்டலம் நிறைந்த அறையில் அவர்கள் சீட்டு விளையாடினார்கள். பணயத் தொகை, இதுவரை இல்லாத அளவு அதிகமாக இருந்தது. ஹெர் லெண்ட் அதிகப் பணம் இழந்தான். முடிவில் அனைத்தையும் இழந்தான். எல்லாவற்றையும், பனிச்சறுக்கு விளையாட்டுப் பள்ளியில்

கிடைத்த பணத்தையும், அந்தப் பருவகாலத்தில் கிடைத்த இலாபத்தையும் இழந்தான். அடுத்து, அவனுடைய முதலையும் இழந்தான். நீண்ட மூக்கு உடைய அவன், சீட்டுகளைப் பார்க்காமல் கையில் எடுத்து அதன்பின் அவற்றைத் திறந்து பார்ப்பதை அவனால் காண முடிந்தது. அப்போது அங்கே சூதாட்டம் தொடர்ந்து நடந்துகொண்டிருந்தது. நீ பனிப்பொழிவு இல்லாதபோதும் சூதாடினாய்; பனிப்பொழிவு மிகவும் அதிகமாக இருந்தபோதும் சூதாடினாய். அவன் வாழ்க்கையில் அவன் சூதாட்டத்தில் செலவிட்ட தருணங்களையெல்லாம் நினைத்துப் பார்த்தான்.

ஆனால் ஒருபோதும் அவன் அதைப்பற்றி ஒரு வரிகூட எழுதவில்லை. அந்தக் குளிர் நிறைந்த ஒளி மிகுந்த கிறிஸ்துமஸ் நாளைப் பற்றியோ, சமவெளிக்கு அப்பால் இருந்த மலைகள் பற்றியோ, பார்க்கர், எல்லை கடந்து பறந்துசென்று ஆஸ்திரிய அதிகாரிகளின் விடுமுறை இரயில் மீது கூண்டு வீசியதைப் பற்றியோ, அவர்கள் சிதறி ஓடியபோது அவர்களை இயந்திரத் துப்பாக்கியால் சுட்டுப் பொசுக்கியது பற்றியோ ஒரு வரிகூட எழுதவில்லை. அதன்பிறகு பார்க்கர் உணவுக்கூடத்துக்கு வந்து அதைப் பற்றி சொல்லத் தொடங்கியதும், அவன் சொல்லும்போது அங்கே எவ்வளவு அமைதி நிலவியது என்பதும், அதன்பின் யாரோ ஒருவர் அவனைப் பார்த்து, “வேசி பெற்ற கொடூரக் கொலைகாரனே, ” என்று சொன்னதும் அவனுக்கு நினைவிருந்தது.

பின்னாட்களில், அவர்கள் கொன்ற அதே ஆஸ்திரியர்களுடன் தான் அவன் பனிச்சறுக்கு விளையாட்டு விளையாடினான். இல்லை, அதே ஆஸ்திரியர்கள் அல்ல. அவன் அந்த ஆண்டு முழுவதும் ஹான்சுடன் பனிச்சறுக்கு விளையாட்டு விளை யாடினான். அந்த ஹான்ஸ், கைசர் ஜாகிர்ஸ் என்ற ஆல்பைன்ஸ் இராணுவப் படைப்பிரிவைச் சேர்ந்தவன்; மர அறுவை நிலையத்தின் மேல்பகுதியிலிருந்த பள்ளத்தாக்கில் அவர்கள் முயல் வேட்டையாடினார்கள். அப்போது, அவர்கள் பசுபியோ நகரில் நடந்த சண்டையைப் பற்றியும், பெர்டிகாரா, அசலோன் ஆகிய நகரங்கள் மீது நடத்தப்பட்ட தாக்குதல்கள் பற்றியும் பேசினார்கள்; அதைப் பற்றி ஒரு வார்த்தைகூட ஒருபோதும் அவன் எழுதவில்லை. இத்தாலியின் உம்பிரியன் மலைகளுக்கு

மத்தியில் அமைந்துள்ள மாண்டே காரோனா என்ற புனிதமான மலை மீது நடத்தப்பட்ட தாக்குதல் பற்றியும், இத்தாலியின் செற்றே காமின், அர்சியரோ நகரங்கள் மீது நடத்தப்பட்ட தாக்குதல்கள் பற்றியும் அவன் ஒருபோதும் ஒரு வார்த்தைகூட எழுதவில்லை.

எத்தனை குளிர்காலங்களில் அவன் ஆஸ்திரியாவின் வொரார்ல்பெர்க், ஆர்ல்பெர்க் ஆகிய குளிர்கால உல்லாச போக்கிடங்களில் வாழ்ந்திருந்தான்? நான்கு குளிர்காலங்கள். அந்தக் காலகட்டத்தில் பரிசுப் பொருள்களும், செரி பழச் சுவையுள்ள தரமான பிராந்தியும் வாங்குவதற்கு அவர்கள் புளூடென்ஸ் நகரத்துக்குள் நடந்து சென்றபோது அங்கே விற்பனைக்காக நரி வைத்திருந்த மனிதனை நினைத்துப் பார்த்தான். மலைமுகட்டின் மேலிருந்த பனி, மாவாக மாறி கீழ்நோக்கி வழுக்கி வேகமாக வந்தபோது, "ஹை! ஹோ! ரோலி சொன்னான்" என்று பாடிக்கொண்டு செங்குத்தாக இறங்கிய கடைசி தூரத்தைக் கடக்க நீ கீழ்ப்பக்கமாக ஓடினாய்; நேராக ஓடினாய்; மூன்று திருப்பங்களில் ஓடி பழத்தோட்டத்தைக் கடந்தாய்; வாய்க்காலின் குறுக்கே ஓடினாய்; சத்திரத்துக்குப் பின்பக்கமிருந்த பனி படர்ந்திருந்த சாலையை அடைந்தாய். உன்னுடைய காலணிகளையும் பனிச்சறுக்கு கட்டைகளையும் இணைத்திருந்த கயிற்றுக் கட்டை அடித்துத் தளர்த்தினாய்; பனிச்சறுக்கு கட்டைகளை உதைத்து விடுவித்தாய்; அவற்றைச் சத்திரத்தின் மரச் சுவர் மீது சாய்வாக வைத்தாய். சத்திரத்தின் ஜன்னல் வழியாக விளக்கின் ஒளி வெளியே வந்துகொண்டிருந்தது; உள்ளே நிலவிய புகை மண்டலமும் புதிய ஒயினின் மணமும் இணைந்து உண்டாக்கிய கதகதப்பில் அவர்கள் அக்கார்டியன் என்னும் காற்றிசைக் கருவியை வாசித்துக்கொண்டிருந்தார்கள். இவை அனைத்தையும் அவன் நினைத்துப் பார்த்தான்.

"பாரிஸ் நகரில் நாம் எங்கே தங்கினோம்?" என்று இப்போது ஆப்பிரிக்காவில் அவனுக்குப் பக்கத்தில் ஒரு கித்தான் நாற்காலியில் உட்கார்ந்திருந்த அந்தப் பெண்ணிடம் அவன் கேட்டான்.

"கிரிலோன் விடுதியில் தங்கினோம். அது உனக்குத் தெரியுமே."

“எனக்கு அது ஏன் தெரிந்திருக்க வேண்டும்?”

“எப்போதும் அங்கேதான் நாம் தங்கினோம்.”

“இல்லை. எப்போதும் இல்லை.”

“அங்கேயும், புனித ஜெர்மையினிலுள்ள பவிலியன் ஹென்ரி-குவாட்ரேயிலும் தங்கினோம். உனக்கு அது பிடித்திருந்ததாகச் சொன்னாய்.”

“பிடித்திருப்பது என்பது ஒரு சாணக் குவியல்,” என்றான் ஹேரி. “கூவுவதற்காக அதன் மீது ஏறி நிற்கும் சேவல் நான்.”

“நீ இங்கேயிருந்து போகவேண்டியிருந்தால்,” என்றாள் அவள். “இங்கே நீ விட்டுச் செல்லும் எல்லாவற்றையும் கட்டாயமாக அழிக்கவேண்டுமா? நான் சொல்லவந்தது, நீ இங்கேயிருந்து அனைத்தையும் எடுத்துச் செல்ல வேண்டுமா? உன்னுடைய குதிரையையும் உன்னுடைய மனைவியையும் நீ கொல்ல வேண்டுமா? உன்னுடைய குதிரைச் சேணத்தையும் தற்காப்புக் கவசத்தையும் எரிக்க வேண்டுமா?”

“ஆமாம்,” என்றான் அவன். “உன்னுடைய சபிக்கப்பட்ட பணம்தான் எனக்குக் கவசமாக இருந்தது. என்னுடைய அழிவின் கருவியும் அதுதான்; என்னுடைய வாழ்வின் கவசமும் அதுதான்.”

“அப்படிச் சொல்லாதே.”

“சரி. நான் பேசுவதை நிறுத்திவிடுகிறேன். நான் உன்னை புண்படுத்த விரும்பவில்லை.”

“கொஞ்சம் காலம் கடந்து சொல்கிறாய்.”

“அப்படியானால் சரி. நான் உன்னைத் தொடர்ந்து புண்படுத்து கிறேன். அது இன்னும் மகிழ்ச்சி தருவதாய் இருக்கிறது. உண்மையிலேயே, நான் உன்னுடன் எப்போதும் செய்ய விரும்பிய ஒரே ஒரு செயலை இப்போது என்னால் செய்ய முடியவில்லை.”

“ஓ... அது உண்மையில்லை. நீ பல செயல்களைச் செய்ய விரும்பினாய்; நீ செய்ய விரும்பிய அனைத்தையும் நான் செய்தேன்.”

"ஓ.. இயேசுவே, தற்பெருமை பேசுவதை நிறுத்து. நிறுத்துவாயா?"

அவன் அவளைப் பார்த்தான்; அவள் அழுதுகொண்டிருப்பதைக் கண்டான்.

"கவனமாகக் கேள். நான் இப்படிச் செய்வது எனக்கு மகிழ்ச்சி அளிப்பதாக இருக்கிறது என்று நினைக்கிறாயா? நான் ஏன் இப்படிச் செய்துகொண்டிருக்கிறேன் என்று எனக்குத் தெரியவில்லை. நீ உன்னை உயிரோடு வைத்திருப்பதற்காக என்னுடைய இந்தச் செயல் உன்னைக் கொல்ல முயற்சி செய்கிறது என்று நினைக்கிறேன். நாம் பேச ஆரம்பித்தபோது நான் சரியாகத்தான் இருந்தேன். இப்படிப் பேசத் தொடங்க வேண்டும் என்று நான் நினைக்கவில்லை; ஆனால் இப்போது, வழக்கத்துக்கு மாறாகச் செயல்படும் ஒரு முட்டாளைப் போல நான் பித்துப்பிடித்து அலைகிறேன்; என்னால் எவ்வளவு முடியுமோ அந்த அளவு உன்னைச் சித்திரவதை செய்யும் கொடூரனாக இருக்கிறேன். என் அன்பே, நான் சொல்வது எதையும் பொருட்படுத்தாதே. நான் உன்னைக் காதலிக்கிறேன், நான் உன்னை உண்மையாகவே காதலிக்கிறேன். நான் உன்னைக் காதலிக்கிறேன் என்பது உனக்குத் தெரியும். உன்னைக் காதலிப்பதைப் போல வேறு எந்த ஒரு பெண்ணையும் நான் ஒருபோதும் காதலித்ததில்லை."

வயிற்றுப் பிழைப்புக்காக அவனுக்கு நன்றாகப் பழக்கப் பட்ட பொய் சொல்லும் வித்தைக்குள் நுழைந்தான்.

"நீ என்னிடம் இனிமையாக நடந்துகொள்கிறாய்."

"அடி சிறுக்கியே," என்றான் அவன். "பணக்காரச் சிறுக்கியே, அது கவிதை. இப்போது நான் கவிதைகள் நிறைந்தவனாக இருக்கிறேன். அழுகலும் கவிதையும். அழுகிப்போன கவிதைகள்."

"அந்தப் பேச்சை நிறுத்து. ஹேரி, இப்போது ஏன் நீ ஒரு பிசாசாக மாற வேண்டும்?"

"நான் எதையும் துறக்க விரும்பவில்லை," என்றான் அம் மனிதன். "எந்தப் பொருளையும் இங்கே விட்டுச்செல்ல விரும்பவில்லை."

இப்போது அந்தி நேரம்; ஏற்கனவே அவன் தூக்கத்தில் இருந்தான். மலைக்குப் பின்னால் சூரியன் மறைந்துவிட்டது; அந்தச் சமவெளி முழுவதும் ஒரு நிழல் படர்ந்திருந்தது: முகாமுக்கு மிக அருகில் சிறுவகை விலங்குகள் இரை எடுத்துக் கொண்டிருந்தன; விரைவாகத் தலைகளைத் தாழ்த்தியபடியும், வால்களை ஆட்டியபடியும், இப்போது புதரிலிருந்து வெகுதூரம் விலகி வந்திருந்ததையும் அவன் பார்த்தான்; பறவைகள் இப்போது தரையில் இல்லை; பெருங்கூட்டமாக ஒரு மரத்தில் உட்கார்ந்திருந்தன. மேலும் பல பறவைகள் அங்கே இருந்தன. அவனுடைய உதவியாளன் படுக்கைக்கு அருகில் உட்கார்ந்திருந்தான்.

"அம்மையார் வேட்டையாடச் சென்றுவிட்டார்," என்று அந்தப் பையன் சொன்னான். "ஐயாவுக்கு ஏதாவது வேண்டுமா?"

"எதுவும் வேண்டாம்."

அவள் இறைச்சிக்காக வேட்டையாடச் சென்றிருந்தாள். அங்கே தெரிந்த காட்சிகளை அவன் எவ்வளவு ஆர்வமாகப் பார்ப்பான் என்பதை அறிந்திருந்த அவள், அங்கிருந்து மிகவும் தூரமாகச் சென்றிருந்தாள்; அவனால் பார்க்க முடிந்த அந்தச் சின்னச் சமவெளிப் பகுதியின் அமைதியை அவள் குலைக்க விரும்பவில்லை. எப்போதும் ஆழ்ந்து சிந்திக்கும் திறன் படைத்தவள் அவள் என்று அவன் நினைத்தான். அவள் அறிந்திருந்ததைப் பற்றியும், அவள் வாசித்திருந்ததைப் பற்றியும், அவள் எப்போதாவது கேட்டறிந்திருந்ததைப் பற்றியும், அவற்றில் எதைப் பற்றியும் அவள் ஆழ்ந்து சிந்திப்பாள் என்றும் அவன் நினைத்தான்.

அவளுடன் அவன் இணைந்தபோது, அவன் ஏற்கனவே அனைத்தையும் இழந்திருந்தான் என்பது அவளுடைய தவறு இல்லை. நீ சொன்னது எதையும் நீ உண்மையாகச் சொல்ல வில்லை என்பதையும், பழக்கவழக்கத்தினால் மட்டுமே அப்படிப் பேசினாய் என்பதையும், வசதியாக வாழ்வதற்காகப் பேசினாய் என்பதையும் ஒரு பெண்ணால் எப்படி அறிய முடியும்? அவன் பேசியது எதையும் அவன் உண்மையாகப் பேசவில்லை என்ற நிலையை அவன் அடைந்த பிறகு, பெண்களிடத்தில் அவன்

உண்மையாகப் பேசியபோது கிடைத்ததைவிட அவனுடைய பொய்கள் அதிகப்படியான வெற்றிகளைப் பெற்றுத் தந்தன.

சொல்வதற்கு அவனிடத்தில் உண்மை எதுவும் இல்லை என்பதைவிட அவன் பொய் சொன்னது ஒன்றும் பெரிதில்லை. அவனுக்கென ஒரு வாழ்க்கையை அவன் வாழ்ந்திருந்தான். அந்த வாழ்க்கை ஒரு முடிவுக்கு வந்தது. அதன்பின் அவன் அதே வாழ்க்கையை, வெவ்வேறு ஆட்களுடனும் அதிகப் பணத்துடன் இருந்தவர்களுடனும், அதே இடங்களிலும் சில புதிய இடங்களிலும் சிறந்த வசதிகளுடன் மீண்டும் வாழ்ந்தான்.

சிந்திப்பதிலிருந்து நீ விலகி நின்றாய்; எல்லாமே உன்னத மானவையாக இருந்தன. நல்ல எண்ணங்கள் வாய்க்கப் பெற்றிருந்தாய், அதனால், பெரும்பான்மையானவர்கள் பல துண்டுகளாக உடைந்து சிதறியதைப் போல நீ உடைந்து சிதறவில்லை; நீ செய்துகொண்டிருந்த வேலைகளை இனி நீ செய்ய முடியாத நிலையில், அந்த வேலைகள் சம்பந்தமான எதைப்பற்றியும் பொருட்படுத்த வேண்டியதில்லை என்ற மனப்பான்மையை உருவாக்கிக்கொண்டாய். ஆனால் இந்த மக்களைப் பற்றி எழுதுவாய் என்றும்; பெரிஞ் செல்வந்தர்களைப் பற்றியும்; உண்மையில் அவர்களில் ஒருவன் நீ இல்லை என்றும்; அவர்கள் நாட்டிலிருக்கும் நீ ஒரு உளவாளி என்றும்; நீ அதை விட்டுவிடுவாய் என்றும்; அது பற்றி எழுதுவாய் என்றும்; அவன் எதைப் பற்றி எழுதிக்கொண்டிருந்தான் என்பதை அறிந்த யாரோ ஒருவனால் ஒரு முறை அது எழுதப்படும் என்றும் உனக்கு நீயே சொல்லிக்கொண்டாய். ஆனால் அது பற்றி அவன் ஒருபோதும் எழுதவில்லை; ஏனென்றால், எழுதாத ஒவ்வொரு நாளும் அவன் சுகமாக வாழ்ந்தான், அப்படி வாழ்ந்ததை அவன் அடியோடு வெறுத்தான். அது அவன் திறமையை மழுங்கச் செய்தது, எழுத வேண்டும் என்ற அவனது விருப்பத்தை வலுவிழக்கச் செய்தது. அதனால் இறுதியில் அவன் எழுதவே இல்லை. அவன் எழுதாதபோது, அவனுக்குத் தெரிந்த மக்கள் அனைவரும் இப்போது முன்னைவிடப் பெரும் வசதியுடன் வாழ்ந்தார்கள். அவனுடைய வாழ்க்கை வளமாக இருந்த காலத்தில், அவன் ஆப்பிரிக்காவில் இருந்தபோதுதான் மகிழ்ச்சியின் உச்சத்தில் இருந்தான். அதனால் அதை மீண்டும் தொடங்குவதற்காக

அவன் இங்கே வந்திருந்தான். காட்டுப்பகுதியில் மிருகங்களைப் பார்க்க மிகக் குறைந்த வசதியுடன் இந்தப் பயணத்தை அவர்கள் மேற்கொண்டிருந்தார்கள். அங்கே கடினமான வாழ்க்கையும் இல்லை, சொகுசான வாழ்க்கையும் இல்லை. அவன் மீண்டும் பழைய வாழ்க்கை முறைக்குத் திரும்ப இந்த முறையில் பயிற்சி மேற்கொள்ளலாம் என்று எண்ணியிருந்தான். போராளி ஒருவன் அவனுடைய உடம்பிலுள்ள கொழுப்பைக் கரைப்பதற்காக மலைகளில் ஏறி உடம்பை வருத்தி உழைத்துப் பயிற்சி எடுத்தது போல, ஏதோ ஒரு வகையில் அவனுடைய ஆணவத்தை அடக்கிவிடலாம் என்றும் எண்ணியிருந்தான்.

அது அவளுக்குப் பிடித்திருந்தது. அவள் அதை விரும்பியதாகச் சொன்னாள். புதிய மக்களையும் மகிழ்ச்சியான இதமான சூழலையும் உள்ளடக்கி அவளைப் பரவசப்படுத்திய எதுவானாலும் அவளுக்குப் பிடித்திருந்தது. வேலை செய்ய வேண்டும் என்ற ஆர்வம் மீண்டும் வலிமை பெற்று வருவது போன்ற மாயையில் அவன் இருந்தான். இப்போது அது இந்த முறையில்தான் முடிவுற்றது என்றால், அது இந்த முறையில்தான் முடிவுற்றது என்பதை அவன் அறிந்திருந்ததால், முதுகு ஒடிந்துவிட்டதால் தன்னைத் தானே கடித்துக்கொள்ளும் ஏதோ ஒரு பாம்பைப்போல் அவன் மாறக் கூடாது. அது இந்தப் பெண்ணினுடைய தவறு இல்லை. அது இந்தப் பெண் இல்லை என்றால் அது மற்றொரு பெண்ணாக இருந்திருக்கும். ஒரு பொய்யைச் சொல்லி அவன் வாழ்ந்தானென்றால் அந்தப் பொய்யாலேயே அவன் சாக முயற்சி செய்ய வேண்டும். அந்தக் குன்றுக்கு அப்பால் துப்பாக்கிச் சுடும் சத்தத்தை அவன் கேட்டான்.

இந்த நல்ல பெண், இந்தப் பணக்காரச் சிறுக்கி, இந்தப் பாசமிகு பராமரிப்பாளர், அவனுடைய ஆற்றலை அழிப்பவள், சிறப்பாகச் சுட்டாள். முட்டாள்தனம். அவனுடைய ஆற்றலை அவனே அழித்திருந்தான். இந்தப் பெண் அவனை நன்றாகப் பராமரித்தாள் என்பதற்காக அவள் மீது அவன் ஏன் பழி சுமத்த வேண்டும்? அவனுக்கிருந்த ஆற்றலைப் பயன்படுத்தாமலும், அவனே அவனையும், அவன் எதில் நம்பிக்கை வைத்தானோ அதனையும் காட்டிக் கொடுத்ததாலும், அவனுடைய புலனறிவின்

கூர்மையை மழுங்கச் செய்யும் அளவுக்கு அதிகமாகக் குடித்த தாலும், அவனுடைய சோம்பேறித்தனத்தாலும், மந்தமான மன நிலையாலும், மற்றவர்களைவிட அவன் உயர்வானவன் என்ற மமதையாலும், தற்பெருமையாலும், விருப்பு வெறுப்புகளாலும், எந்த முறையைப் பின்பற்றியும் சாதிக்கலாம் என்ற குறுக்கு புத்தியாலும் அவனே அவனுடைய ஆற்றலை அழித்திருந்தான். என்ன இது? பழைய புத்தகங்களின் ஒரு பெயர்ப் பட்டியலா? எது எப்படி இருந்தாலும் அவனுடைய திறமைதான் என்ன? அது அவனுடைய திறமைதான், ஒப்புக்கொள்ளலாம், ஆனால் அதை அவன் பயன்படுத்துவதற்குப் பதிலாக அதை வைத்து தவறான வழியில் பயன் அடைந்தான். ஒருபோதும் அவன் ஏதாவது ஒன்றைச் செய்து முடித்தான் என்பது எதுவும் இல்லை; ஆனால் அவனால் செய்யக்கூடியது என்பதுதான் எப்போதும் இருந்தது. பேனாவையோ பென்சிலையோ பயன்படுத்தி வாழ்வதற்குப் பதிலாக அவன் வேறு ஏதோ ஒன்றைத் தேர்ந்தெடுத்திருந்தான். அவன் வேறு ஒரு பெண் மீது காதல் கொண்டபோது, அந்தப் பெண், முந்தைய பெண்ணைவிட அதிகமாகப் பணம் வைத்திருக்க வேண்டும் என்று அவன் நினைத்தது வினோதமானதும்கூட, வினோதமானதுதானே? இப்போது இந்தப் பெண்ணைப் பொறுத்தவரை, அவன் அவளை உண்மையாகக் காதலிக்கவில்லை, அவளிடம் பொய் மட்டுமே சொல்லிக்கொண்டிருக்கிறான் என்றபோதும், மற்றவர்களைவிட இந்தப் பெண் மிக அதிகமாகப் பணம் வைத்திருந்தாள். அங்கேயிருந்த பணம் எல்லாம் இந்தப் பெண்ணிடம் இருந்தது. இதற்கு முன்னால், இந்தப் பெண்ணுக்கு கணவனும் குழந்தைகளும் இருந்தார்கள், காதலர்களும் இருந்தார்கள். அந்தக் காதலர்கள் மீது அதிருப்தி அடைந்திருந்தாள். இந்தப் பெண் அவனை ஒரு எழுத்தாளனாக, ஒரு மனிதனாக, ஒரு துணைவனாக, ஒரு பெருமைமிகு உடைமையாகக் கருதி அவன் மீது ஆழ்ந்த காதல் கொண்டாள். இந்தப் பெண்ணை அவன் அறவே காதலிக்கவில்லை என்றபோதும், அவளிடம் அவன் பொய் சொல்லிக்கொண்டிருந்தான் என்றபோதும், அவன் அவளை உண்மையாகவே காதலித்தபோது அவளுக்குக் கொடுத்ததை விட இப்போது அவளுடைய பணத்துக்காக அவனால் அவளுக்கு

அதிகமாகக் கொடுக்க முடிந்தது என்பது வினோதமாக இருந்தது.

நாம் என்ன செய்கிறோமோ அதற்குத் தகுந்தாற்போல் நமது தகுதியை வளர்த்துக்கொள்ள வேண்டும் என்று அவன் நினைத்தான். இருந்தாலும், நீ வாழ்வதற்காக எப்படிப் பணம் சம்பாதிக்கிறாயோ அங்கேதான் உன் திறமை இருக்கிறது. அவனுடைய வாழ்க்கை முழுவதும் ஏதோ ஒரு வகையில் அவனுடைய வீரியத்தை அவன் விற்றுவிட்டான். உன்னுடைய அன்பு அதிக ஈடுபாடு இல்லாததாக இருந்தபோது, பணத்துக்காக மிகுந்த மதிப்புள்ள சேவைகளைக் கொடுக்கிறாய். அது அவனுக்குத் தெரியும்; ஆனால் அதுபற்றி அவன் ஒருபோதும் எழுத மாட்டான்; இப்போதும்கூட எழுத மாட்டான். எழுதுவதற்கு அது மிகுந்த தகுதியுடையதாக இருந்தாலும் அது பற்றி அவன் எழுத மாட்டான்.

இப்போது அவள் அவன் பார்வையில் பட்டாள்; திறந்த வெளியின் குறுக்கே முகாமை நோக்கி நடந்து வந்து கொண்டிருந்தாள். குதிரை ஏற்றத்தின்போது பயன்படுத்தப்படும் ஜோத்பூர் கால்சட்டை அணிந்திருந்தாள், துப்பாக்கியைச் சுமந்து வந்தாள். சிறுவர்கள் இருவரும் ஒரு சிறுவகை மானைத் தோளில் தொங்கவிட்டிருந்தார்கள்; அவளுக்குப் பின்னால் தொடர்ந்து நடந்து வந்துகொண்டிருந்தார்கள். இன்னமும் அவள் ஒரு அழகான பெண்ணாக இருக்கிறாள் என்று அவன் நினைத்தான். அவள் கண்ணுக்கினிய உடலமைப்புடன் இருந்தாள். படுக்கையில் மிகுந்த செயல் திறனும் ஈடுபாடும் உடையவளாக இருந்தாள். அவள் அழகாக இல்லை, ஆனால் அவள் முகம் அவனுக்குப் பிடித்திருந்தது. அவள் மிகவும் அதிகமாக வாசித்தாள், குதிரையேற்றத்திலும் வேட்டையாடுவதிலும் ஈடுபாடு கொண்டிருந்தாள், நிச்சயமாக, அவள் அளவுக்கு அதிகமாக மது குடித்தாள். ஒப்பீட்டளவில் அவள் இளம் பெண்ணாக இருந்தபோதே அவளுடைய கணவன் இறந்துவிட்டான். அப்போதுதான் பெரியவர்களாகியிருந்த இரண்டு குழந்தைகளையும் கொஞ்ச காலம் அர்ப்பணிப்புடன் கவனித்தாள். அவளுடைய குழந்தைகளுக்கு அவள் தேவைப் படவில்லை; அவள் அவர்கள் அருகில் இருந்தபோதும், அவளுடைய குதிரை லாயத்தில் இருந்தபோதும், புத்தகங்களோடு

இருந்தபோதும், மது பாட்டில்களோடு இருந்தபோதும் அவர்கள் கூச்சப்பட்டார்கள். இரவு உணவுக்கு முன்னால் மாலையில் வாசிப்பதும், வாசிக்கும்போது ஸ்காட்ச் விஸ்கியும் சோடாவும் கலந்து குடிப்பதும் அவளுக்குப் பிடித்திருந்தது. இரவு சாப்பாட்டு நேரத்தில் அவள் ஓரளவு நல்ல போதையில் இருந்தாள்; சாப்பிடும்போது ஒரு பாட்டில் ஒயின் குடித்தபின், வழக்கமாக, தூக்கம் வரும் அளவு போதையில் இருப்பாள்.

அவளுக்குக் காதலர்கள் கிடைப்பதற்கு முன்னால் நடந்தது இது. அவளுக்குக் காதலர்கள் கிடைத்த பிறகு அவள் அந்த அளவு அதிகமாகக் குடிக்கவில்லை; ஏனென்றால், தூக்கம் வருவதற்காக அவள் போதையில் இருக்கவேண்டிய தேவை இல்லை. ஆனால் அந்தக் காதலர்கள் அவளைச் சலிப்படையச் செய்தார்கள். அவள் திருமணம் செய்திருந்த மனிதன் அவளை ஒருபோதும் சலிப்படையச் செய்ததில்லை; ஆனால், இந்த மனிதர்கள் அவளை மிக அதிகமாகச் சலிப்படையச் செய்தார்கள்.

அதன் பிறகு, அவளுடைய இரண்டு குழந்தைகளில் ஒன்று விமானம் விழுந்து நொறுங்கிய விபத்தில் இறந்துவிட்டது. அது நடந்து முடிந்த பிறகு அவள் காதலர்களை விரும்பவில்லை. மது, மயக்க மருந்துபோல் செயல்படாததால் அவள் வேறொரு வாழ்க்கை முறையை உருவாக்க வேண்டியிருந்தது. திடீரென, தனிமை அவளைத் தீவிரமாகத் திகிலடையச் செய்தது. அவள் மரியாதை வைத்திருந்த ஒருவன் அவளுடன் இருப்பதை விரும்பினாள்.

அது மிகவும் இயல்பானதாகத் தொடங்கியது. அவன் எழுதியது அவளுக்குப் பிடித்திருந்தது. அவன் வாழ்ந்த வாழ்க்கையை எண்ணி அவள் எப்போதும் பொறாமைப்பட்டாள். அவன் என்ன செய்ய விரும்பினானோ அதை அவன் அப்படியே செய்தான் என அவள் நினைத்தாள். என்னென்ன வழிகளில் அவனை அடைந்தாள் என்பதும், இறுதியில் என்ன முறையில் அவனுடன் காதலில் விழுந்தாள் என்பதும் எல்லாமே அவளுக்கென ஒரு புதிய வாழ்க்கையை அவள் கட்டமைத்ததில் ஒரு முறையான முன்னேற்றத்தின் பகுதியாக இருந்தது; அவன், அவனுடைய பழைய வாழ்க்கையில் மிச்சமிருந்த திறமையைத் துறந்தான், இந்த வாழ்க்கையை அடைந்தான்.

அவனுடைய பாதுகாப்புக்காக அவன் அதைத் துறந்தான், வசதியான வாழ்க்கைக்காகவும்தான், அதை மறுப்பதற்கில்லை; வேறு என்ன காரணம் இருக்க முடியும்? அது அவனுக்குத் தெரியாது. அவன் விருப்பப்பட்டது எதுவாக இருந்தாலும் அதை அவள் அவனுக்கு வாங்கிக் கொடுத்திருப்பாள். அது அவனுக்குத் தெரியும். அவள் ஒரு அதி அற்புதமான பெண்ணாகவும் இருந்தாள். மற்ற எந்தப் பெண்ணுடனும் இருந்தது போல, அவன் விரைவாக அவளுடன் படுக்கையில் இருப்பான்; உண்மையில் அவளுடன்தான் விரைவாகப் படுக்கையில் இருந்தான். ஏனென்றால் அவள் மற்றவர்களைவிட பணக்காரியாக இருந்தாள்; ஏனென்றால் அவள் இனிமையானவளாகவும் ரசனைத்தன்மை உடையவளாகவும் இருந்தாள்; ஏனென்றால் அவள் ஒருபோதும் பொதுவெளியில் அழுது ஆர்ப்பாட்டம் செய்யாதவளாக இருந்தாள். மீண்டும் அவள் அமைத்துக்கொண்ட இந்த வாழ்க்கை இப்போது ஒரு முடிவுக்கு வருகிறது. ஏனென்றால், இரண்டு வாரங்களுக்கு முன்னால் அவனுடைய முழங்காலில் ஒரு முள் கிழித்தபோது அவன் அயோடின் பயன்படுத்தவில்லை. அப்போது, தலைகளை உயர்த்திபடி, கூர்மையாகப் பார்த்தபடி, நாசித் துவாரங்களால் காற்றில் எதையோ தேடியபடி, அவற்றைப் புதருக்குள் வேகமாக ஓடி மறையச் செய்யும் முதல் சத்தத்தைக் கேட்பதற்கு ஆயத்தமாகக் காதுகளை அகலமாக விரித்துவைத்தபடி நின்றுகொண்டிருந்த மான்களின் கூட்டத்தைப் படம்பிடிக்க முயற்சி செய்தவாறு அவர்கள் முன்பக்கமாக நகர்ந்து சென்றுகொண்டிருந்தார்கள். அவன் படம் பிடிக்கும் முன்னால் அச்சத்தால் அவை திடீரென ஓட்டம்பிடித்தன.

இப்போது அவள் அங்கே வந்தாள். கட்டிலில் படுத்திருந்த அவன் அவள் வந்த திசையில் பார்ப்பதற்காகத் தலையைத் திருப்பினான். "ஹலோ," என்றான்.

"நான் சிறுவகை ஆண் மான் ஒன்றை சுட்டேன்," என்று அவனிடம் சொன்னாள். "அதன் கறியுடன் காய்கறிகளைச் சேர்த்து சூப் சமைத்தால் சுவையாக இருக்கும்; அதோடு உருளைக் கிழங்கையும் உலர்ந்த பால் மாவையும் பிசைந்து நல்ல மசியல் செய்து தருகிறேன். நீ எப்படி இருக்கிறாய்?"

"முன்பைவிட நன்றாக இருக்கிறேன்,"

"அது இனிமையான செய்தி அல்லவா? ஒருவேளை, நீ அப்படித்தான் இருப்பாய் என்று நான் நினைத்தேன். நான் போகும்போது நீ தூங்கிக்கொண்டிருந்தாய்."

"நான் நன்றாகத் தூங்கினேன். நீ நீண்ட தூரம் நடந்தாயா?"

"இல்லை. அந்தக் குன்றுக்குப் பின்னால் கொஞ்ச தூரம்தான். நான் அந்த மானை குறிதவறாமல் சுட்டேன்."

"நீ அற்புதமாகச் சுடுகிறாய்."

"எனக்கு அது பிடித்திருக்கிறது. எனக்கு ஆப்பிரிக்காவைப் பிடித்திருந்தது. உண்மையாக. நீ நல்ல உடல்நலத்துடன் இருந்தால் அதுவே என்னுடைய வாழ்க்கையில் இதுவரை எனக்குக் கிடைத்ததில் ஒரு பெருமகிழ்ச்சியான தருணமாக இருந்திருக்கும். உன்னோடு சேர்ந்து வேட்டையாடியது எனக்கு எவ்வளவு மகிழ்ச்சியைக் கொடுத்தது என்பது உனக்குத் தெரியாது. இந்த நாட்டை எனக்குப் பிடித்திருந்தது."

"எனக்கும் பிடித்திருக்கிறது."

"அன்பனே, உன்னுடைய உடல்நலம் தேறிவருவது எவ்வளவு அற்புதமாக இருக்கிறது என்று உனக்குத் தெரியாது. நீ வேறு மாதிரி உணர்வுடன் இருந்தபோது அதை என்னால் சகிக்க முடியவில்லை. மீண்டும் நீ அதுமாதிரி பேச மாட்டாய்தானே, பேசுவாயா? எனக்கு உறுதியளிப்பாயா?"

"மாட்டேன்," என்றான் அவன். "நான் என்ன பேசினேன் என்பது எனக்கு நினைவில்லை."

"என்னை நீ அழிக்க வேண்டியதில்லை. அழிக்க வேண்டுமா? நான் என்ன செய்ய வேண்டும் என்று நீ விரும்புகிறாயோ அதைச் செய்ய விரும்பும், உன்னைக் காதலிக்கும் ஒரு நடுத்தர வயது பெண் மட்டுமே நான். ஏற்கனவே இரண்டு அல்லது மூன்று முறை சீரழிக்கப்பட்டுவிட்டேன். நீ மீண்டும் என்னைச் சீரழிக்க விரும்ப மாட்டாய் அல்லவா, விரும்புவாயா?"

"படுக்கையில் உன்னை சில முறை சீரழிக்க விரும்புகிறேன்," என்று சொன்னான் அவன்.

"அது சரிதான். அது ஒரு நல்ல சீரழிப்புதான். அந்த முறையில் சீரழிக்கப்படத்தான் நாம் படைக்கப்பட்டிருக்கிறோம். அந்த விமானம் நாளை இங்கே வந்துவிடும்."

"உனக்கு எப்படித் தெரியும்?"

"நான் நிச்சயமாகச் சொல்கிறேன். அது இங்கு வந்தே ஆக வேண்டும். அந்தப் பையன்கள் தேவையான மரக்கட்டைகளை வைத்திருக்கிறார்கள். எல்லைக் கோடுகள் போடத் தேவையான புற்களையும் தயாராக வைத்திருக்கிறார்கள். இன்று நான் கீழ்ப்பக்கமாக இறங்கிப் போய் அதை மீண்டும் பார்த்தேன். விமானம் தரையிரங்குவதற்கு ஏராளமான இடம் இருக்கிறது. இரண்டு எல்லைகளிலும் வைக்க அடையாளக் குறியீடுகள் தயாராக உள்ளன."

"நாளை அது இங்கே வரும் என்று எப்படி சொல்கிறாய்?"

"அது வந்துவிடும் என்று நான் நிச்சயமாகச் சொல்கிறேன். அது ஏற்கனவே வந்திருக்க வேண்டும். அதன்பின் நகரத்தில் உன் காலைச் சரிசெய்வார்கள்; அப்புறம் நாம் நல்ல சீரழிப்பில் ஈடுபடுவோம். அது அந்தப் பயங்கரமான பேச்சு வகையைச் சேர்ந்ததல்ல."

"நாம் கொஞ்சம் மது குடிக்கலாமா? பொழுது சாய்ந்து விட்டது."

"நீ கட்டாயமாக மது குடிக்க வேண்டும் என்று நினைக் கிறாயா?"

"நான் கொஞ்சம் குடிக்கிறேன்."

"நாம் இருவரும் சேர்ந்து கொஞ்சம் குடிப்போம். மோலோ, விஸ்கி-சோடா," என்று சத்தமாகச் சொன்னாள்.

"நீ கொசுக்கடியைத் தடுக்கும் பூட்ஸ் அணிந்துகொள்வது நல்லது," என்று அவன் அவளிடம் சொன்னான்.

"நான் குளித்த பிறகு போடுகிறேன்."

இருட்டத் தொடங்கிய போது குடித்தார்கள்; முழுவதும் இருட்டாவதற்கு சற்று முன்னாலும் குடித்தார்கள். அங்கே

வேட்டையாடுவதற்குத் தேவையான வெளிச்சம் இல்லை; அப்போது ஒரு கழுதைப் புலி திறந்த சமவெளியைக் கடந்து குன்றைச் சுற்றியிருந்த அதன் பாதையில் சென்றது.

"அந்த வேசியின் மகன் ஒவ்வொரு இரவும் அந்த இடத்தைக் கடக்கிறான்," என்றான் அவன். "இரண்டு வாரங்களாக ஒவ்வொரு இரவும்."

"அவன்தான் இரவில் சத்தம் எழுப்புபவன். நான் அதைப் பொருட்படுத்தவில்லை. ஆனாலும் அது ஒரு அருவருப்பான மிருகம்தான்."

அவர்கள் இருவரும் சேர்ந்து குடித்தார்கள்; ஒரே நிலையில் படுத்திருப்பதில் உண்டான சிறு வசதிக் குறைவைத் தவிர அவன் காலில் வலி எதுவும் இல்லை; அந்தப் பையன்கள் தீ மூட்டிக்கொண்டிருந்தார்கள்; அதன் நிழல் கூடாரத்தின்மேல் குதித்து ஆடியது. எந்த எதிர்ப்பும் இல்லாமல் இடையூறுகள் அனைத்தையும் ஏற்றுக்கொண்டு, இப்படி மகிழ்ச்சியுடன் சரணாகதி அடையும் நிலைக்கு இந்த வாழ்க்கை திரும்புவதை அவனால் உணர முடிந்தது. அவள் அவனிடம் மிகவும் நல்ல முறையில் நடந்துகொள்கிறாள். அன்று பிற்பகலில் அவன் அவளிடம் கொடூரமாகவும் நேர்மையற்ற முறையிலும் நடந்து கொண்டான். அவள் மிகவும் நல்ல பெண், உண்மையில் அவள் ஒரு அற்புதமான பெண் என்று நினைத்தான். அந்த நொடியில், அவனுக்கு அவன் இறக்கப்போகிறான் என்ற எண்ணம் தோன்றியது.

அது அதிவேகமாக வந்தது; வேகமாகத் தண்ணீர் பாய்ந்து வருவதைப் போன்றோ வேகமாகக் காற்று வீசுவதைப் போன்றோ இல்லை; ஆனால் அது ஒரு அருவருப்பான நாற்றத்துடன் திடீரென வந்த ஒரு வெறுமை; அதன் விளிம்பின் ஓரமாக அந்தக் கழுதைப்புலி அமைதியாக, மெதுவாக நடந்து போனதுதான் இதில் விசித்திரமானது.

"ஹேரி, என்ன அது?" என்று அவள் அவனைக் கேட்டாள்.

"ஒன்றுமில்லை," என்றான். "இங்கேயிருந்து நீ மறுபக்கம் போவது உனக்கு நல்லது. காற்று வரும் திசையை நோக்கி."

“உன்னுடைய காலில் போட்டிருக்கும் கட்டை மோலோ மாற்றினானா?”

“ஆமாம். நான் இப்போது போரிக் அமிலத்தைப் பயன் படுத்துகிறேன்.”

“இப்போது எப்படி உணர்கிறாய்?”

“கொஞ்சம் தள்ளாட்டமாக இருக்கிறது.”

“நான் உள்ளே குளிக்கப் போகிறேன்,” என்றாள் அவள். “நான் உடனடியாக வந்துவிடுவேன். நான் உன்னோடு சேர்ந்து சாப்பிடுவேன். அதன்பிறகு கட்டிலை உள்ளே போடலாம்.”

ஆக, நாங்கள் சண்டையை நிறுத்தியது நல்லதாய்ப் போயிற்று என்று தனக்குத் தானே சொன்னான். இந்தப் பெண்ணோடு ஒருபோதும் அவன் அதிகமாகச் சண்டை பிடித்ததில்லை; ஆனால், அவன் காதலித்த மற்ற எல்லா பெண்களுடனும் மிகவும் அளவுக்கு அதிகமாகச் சண்டை பிடித்திருந்தான்; அதனால், சண்டை தேய்ந்து ஓய்ந்தபிறகு இறுதியில், அவர்கள் வைத்திருந்த பொதுவானது அனைத்தையும் அவர்கள் எப்போதும் அழித்து ஒழித்தார்கள். அவன் அளவுக்கு அதிகமாகக் காதலித்தான், அளவுக்கு அதிகமாக உரிமை கொண்டாடினான்; அதன்பின் அவன் முற்றிலும் ஓய்ந்துபோனான்.

அவன் பாரீஸ் நகரிலிருந்து வெளியேறுவதற்கு முன்னால் அங்கே அவன் சண்டைபோட்டதை, அவன் கான்ஸ்டான்டிநோபுள் நகரில் தனித்து இருந்தபோது நினைத்துப் பார்த்தான். பணத்துக்காக அவன் முழுநேர பாலியல் தொழிலாளியாக மாறியிருந்தான்; அதன்பின் அது முடிவடைந்த பிறகு அவனுடைய தனிமையைக் கொல்லத் தவறியிருந்தான்; அதை இன்னும் மோசமானதாக ஆக்கியிருந்தான்; அவளுக்கு அவன் கடிதம் எழுதியிருந்தான், முதல் பெண்ணுக்கு, அவனைப் பிரிந்து சென்றிருந்த அந்தப் பெண்ணுக்கு; அந்தக் கடிதத்தில் எப்படி அவனால் ஒருபோதும் தனிமையைக் கொல்ல இயலவில்லை என்பதையும்... ஒரு முறை ரீஜென்ஸ் ஹோட்டலுக்கு வெளியே அவளைப் பார்த்ததாக நினைத்தபோது, எப்படி அது அவனை முழுவதுமாக மயக்கமடையச் செய்தது என்பதையும், எப்படி

அது அவன் மனதைப் பாதித்தது என்பதையும், ஏதோ ஒரு வகையில் அவளை போல் தோன்றிய ஒரு பெண்ணை இரு புறமும் மரங்கள் அடர்ந்த சாலையில் தொடர்ந்து சென்றதையும், அது அவள் இல்லை என்று பார்க்கப் பயந்ததையும், அவன் அவளைப் பார்த்ததாக நினைத்தது அவனுக்கு அளித்த உணர்வை இழக்கப் பயந்ததையும் தெரிவித்து எழுதியிருந்தான். அவன் உடலுறவு கொண்ட ஒவ்வொரு பெண்ணும் எப்படி அவளது இழப்பை அதிகமாக உணரவைத்தாள் என்பதையும், அவள் மீது அவன் கொண்ட காதல் நோயை அவனால் குணப்படுத்த முடியாது என்பதை அவன் அறிந்திருந்தான் என்பதால் எப்படி அவளது செயல்கள் எல்லாம் ஒருபோதும் ஒரு பொருட்டாகத் தோன்றவில்லை என்பதையும் தெரிவித்து, அந்தக் கடிதத்தை அவன் ஒரு மனமகிழ் மன்றத்திலிருந்து அமைதியாகவும் நிதானமாகவும் எழுதினான். அதை அவளுடைய நியூயார்க் முகவரிக்கு அனுப்பினான். பாரிஸிலுள்ள அலுவலகத்துக்கு அவளைப் பதில் கடிதம் எழுதச் சொன்னான். அது பாது காப்பானதாகத் தோன்றியது. அன்று இரவு அவளுடைய இழப்பை மிக அதிகமாக உணர்ந்தான்; அது அவனது மனது வெறுமையானதாகவும் நோய்வாய்ப்பட்டதாகவும் ஆக்கியதையும் உணர்ந்தான். மாக்ஸிம் ஹோட்டலைக் கடந்து தெருவில் சுற்றித் திரிந்தான், அங்கிருந்த ஒரு பெண்ணைப் பிடித்தான், அவளை இரவு உணவுக்குக் கூட்டிச் சென்றான். அதன்பின் அவளுடன் நடனமாட அவளை ஒரு இடத்துக்கு அழைத்துச் சென்றான். அவள் மோசமாக நடனமாடியதால் அவளைக் கைவிட்டான். அவளுக்குப் பதிலாக கவர்ச்சியான ஆர்மேனியன் பெண்ணுடன் இணைந்தான். அவள் அவனுக்கு எதிரில் நெருக்கமாக நின்று வயிற்றைச் சுழற்றி ஆடினாள்; சூடான திரவம் பட்டது போல் அவள் வயிறு அவனைச் சுட்டது. பிரிட்டனைச் சேர்ந்த ஆயுதப்படை துணைநிலை துப்பாக்கி வீரனுடன் தகராறு செய்து, அவனிடமிருந்து பிரித்துச் சென்றிருந்தான். துப்பாக்கிவீரன் அவனை வெளியே வரச் சொன்னான். தெருவில் கிடந்த பரலைக் கற்கள் மீது நின்று இருவரும் இருட்டில் சண்டை போட்டார்கள். அந்த வீரனின் தாடையின் பக்கத்தில் அவன் இரண்டு முறை பலமாகத் தாக்கினான். அவன் கீழே விழாததால் அவன்

சண்டையைத் தொடர ஆயத்தமாக இருக்கிறான் என்பதை அவன் உணர்ந்தான். அந்த வீரன் அவனுடைய உடம்பில் தாக்கினான், அதன்பின் அவனுடைய கண்ணுக்கு அருகிலும் தாக்கினான். அவன் மீண்டும் இடது பக்கமாகச் சுழன்று அடித்தான், அவன் கீழே விழுந்தான்; அவன் மீது அந்த வீரன் விழுந்தான், அவனுடைய கோட்டை இறுக்கிப் பற்றினான், அந்தக் கோட்டின் கைப்பகுதியைக் கிழித்து எடுத்தான். அவன் அந்த வீரனின் காதின் பின்பக்கத்தில் இரண்டு முறை அடித்தான்; வலது கையால் அவனை அடித்து நொறுக்கினான்; அவனைத் தூரே தள்ளினான். அந்த வீரன் கீழே விழுந்தான், தரையில் முதலில் அவன் தலை விழுந்தது. பாராளுமன்ற உறுப்பினர் வந்து கொண்டிருப்பதாகக் கேள்விப்பட்டதால் அவன் அங்கிருந்து அந்தப் பெண்ணுடன் ஓடினான். அவர்கள் இருவரும் ஒரு டாக்ஸியில் ஏறி போஸ்போரஸ் நீரிணையின் ஓரமாகவும் அதை சுற்றியும் ரிம்மிலி ஹிஸா கோட்டையை நோக்கிச் சென்றார்கள். குளிச்சியான இரவு நேரத்தில் அங்கே திரும்பினார்கள். அவர்கள் படுக்கைக்குச் சென்றார்கள். அவளுடைய தோற்றத்தைப் போலவே வீரியத்தையும் இழந்துவிட்டதாகத் தோன்றினாள். ஆனால், அவள் மிகவும் மென்மையாக, ரோஜா இதழாக, சர்க்கரைப் பாகாக, வழுவழுப்பான வயிற்றுடனும், பருத்த மார்புடனும் இருந்தாள். பிட்டத்துக்கு அடியில் தலையணை வைக்கவேண்டிய தேவை அவளுக்கு இல்லை. அவள் விழித்து எழும் முன்பாகவே அவன் அங்கிருந்து வெளியேறினான். காலைவேளையின் முதல் வெளிச்சத்தில் அவன் விகாரமாகத் தோற்றமளித்தான். அவன் பெரா பேலஸ் ஓட்டலுக்கு வந்தபோது அவன் கண் கறுத்திருந்தது. கோட்டின் ஒரு கைப்பகுதி காணாமல் போயிருந்ததால், அதை அவன் கையில் சுமந்தபடி வந்தான்.

அதே இரவில் அவன் அனடோலியாவுக்குப் புறப்பட்டான். ஓப்பியத்துக்காகப் பயிரிடப்பட்டிருந்த கசகசா செடிகள் நிறைந்திருந்த வயல்வெளியின் வழியாக நாள் முழுவதும் குதிரையில் பயணம் செய்தது, அது எப்படி அவனை வினோதமாக உணரச் செய்தது, இறுதியாக, அவன் கடந்து வந்த தூரம் எல்லாம் தவறானது போல் தோன்றியது, புதிதாக வந்தடைந்திருந்த, எதுவுமே அறிந்திராத கான்ஸ்டன்டைன்

அதிகாரிகளுடன் இணைந்து அவர்கள் தாக்கிய இடத்தை அந்த வழி அடைந்தது, பீரங்கிப் படையினர் துருப்புகள் மீது சுட்டது, பிரிட்டனைச் சேர்ந்த பார்வையாளர் குழந்தையைப் போல கதறி அழுதது: இவை அனைத்தையும் அந்தப் பயணத்தின் பின்னாட்களில் அவன் நினைத்துப் பார்த்தான்.

செத்துக் கிடந்த மனிதர்கள், பாலே நடனம் ஆடும் பெண்கள் அணியும் வெள்ளை நிறப் பாவாடைகள் அணிந்திருந்ததை அந்த நாளில்தான் அவன் முதல் முறையாகப் பார்த்தான். மேல்நோக்கித் திரும்பியிருந்த அவர்களின் காலணிகளையும், அவற்றின் மீது அலங்காரக் குஞ்சலங்கள் பொருத்தப்பட்டிருந்ததையும் பார்த்தான். துருக்கியர்கள் ஒரே சீராக, தொடர்ச்சியாக ஏற்கனவே வந்திருந்தார்கள்; பெருத்த உடம்புடனும், அங்கங்கே சதை தொங்கிய அருவருப்பான தோற்றத்துடனும் வந்திருந்தார்கள்; பாவாடை அணிந்திருந்த மனிதர்கள் தப்பி ஓடுவதையும், அவர்கள்மீது அதிகாரிகள் ஓடிக்கொண்டே சுடுவதையும், அதன் பின் அவர்களும் ஓடியதையும் பார்த்தான்; அவனும் அந்த பிரிட்டன் பார்வையாளரும் ஓடினார்கள், அவனுக்கு மூச்சு திணறும் வரை ஓடினார்கள், பிரிட்டன் நாணயத்தின் தாமிரச்சுவை அவனுடைய வாய் முழுவதும் நிறையும்வரை ஓடினார்கள், சில பாறைகளின் பின்னால் நின்றார்கள்; அங்கேயும் அந்தத் துருக்கியர்கள் எப்போதும்போல் அருவருப்பான தோற்றத்துடன் நடந்து வந்துகொண்டிருந்தார்கள். அதன்பிறகு, நினைத்துகூடப் பார்க்க முடியாத சில காட்சிகளை அவன் பார்த்தான்; அதற்கும் பின்னர், முன்னால் பார்த்தவற்றையும்விட மோசமான காட்சி களையும் பார்த்தான். ஆகையால், அவன் பாரீஸ் நகரத்துக்குத் திரும்பி வந்தபோது, அவனால் அந்த காலத்தைப் பற்றி பேச முடியவில்லை அல்லது அதுபற்றி குறிப்பிடுவதை அவனால் சகிக்க முடியவில்லை. அவன் கடந்து சென்ற ஒரு உணவகத்தில் ஒரு அமெரிக்க கவிஞர் ஒரு ருமானியருடன் முதல் உலகப் போருக்கு எதிராகப் போராடிய தாதா இயக்கத்தைப்பற்றி பேசிக்கொண்டிருந்தார். அவருக்கு முன்னால் தட்டுகள் ஒரு குவியலாக இருந்தன; உருளைக்கிழங்கு போலிருந்த அவரது முகத்தில் ஒரு முட்டாள்தனமான பார்வை இருந்தது. அந்த ருமானியர், அவருடைய பெயர் கிரிஸ்த்தான் சாரா என்று

சொன்னார். எப்போதும் ஒற்றைக் கண்ணாடி அணிந்திருந்தார். அவருக்குத் தலைவலியும் இருந்தது. அவன் அடுக்குமாடிக் குடியிருப்பிலுள்ள வீட்டுக்குத் திரும்பி வந்தான். அவன் மீண்டும் காதலிக்கும் அப்போதைய மனைவியுடன் இப்போது வாழ்ந்தான். எல்லா சண்டைகளும் முடிவடைந்திருந்தன. எல்லா பைத்தியகாரத்தனங்களும் முடிவடைந்திருந்தன. வீட்டுக்கு வந்த மகிழ்ச்சியில் இருந்தான். அலுவலகத்திலிருந்து அவனுடைய கடிதத்தை அடுக்குமாடி குடியிருப்பிலுள்ள வீட்டுக்கு அனுப்பிவைத்தார்கள். அவன் ஏற்கனவே அனுப்பி வைத்திருந்த கடிதத்துக்கான பதிலைத் தாங்கிவந்த அந்தக் கடிதம் ஒரு நாள் காலையில் ஒரு தட்டில் வைத்துக் கொடுக்கப்பட்டது. அதிலிருந்த கையெழுத்தைப் பார்த்த நொடியில் உடம்பு முழுவதும் விறைத்து நின்றான். அந்தக் கடிதத்தை மற்றொரு கடிதத்துக்கு அடியில் தள்ள முயற்சி செய்தான். ஆனால், அவன் மனைவி கேட்டாள், "அன்பனே, யாரிடமிருந்து வந்த கடிதம் அது?" அதுவே அதன் தொடக்கத்துக்கு முடிவானது.

அவர்கள் அனைவரோடும் அவன் மகிழ்ச்சியாக இருந்த நாட்களையும், அவர்களுடன் நடந்த சண்டைகளையும் நினைத்துப் பார்த்தான். சண்டை போடுவதற்கு அவர்கள் எப்போதும் மிகவும் அற்புதமான இடங்களைத் தேர்ந்தெடுத்தார்கள். அதோடு, ஏன் அவர்கள் அவன் மிகவும் மகிழ்ச்சியாக இருந்த தருணங்களில் எப்போதும் அவனுடன் சண்டை போட்டார்கள்? அவற்றில் எதைப் பற்றியும் அவன் ஒருபோதும் எழுதியதில்லை, காரணம், முதலாவதாக, அவன் ஒருபோதும் யாருடைய மனதையும் புண்படுத்த விரும்பவில்லை; அடுத்து, அது இல்லாமலேயே அவன் எழுதுவதற்குத் தேவைப்பட்ட கருத்துரு இருந்ததாகத் தோன்றியது. ஆனால், அவன் அதைப் பற்றி இறுதியில் எழுதுவான் என்று எப்போதும் நினைத்தான். எழுதுவதற்கு ஏராளமான கருத்துரு இருந்தது. உலகம் மாறியதை அவன் பார்த்திருக்கிறான்; நிகழ்வுகள் மட்டுமே அல்ல; அவன் பல மாற்றங்களைப் பார்த்திருந்தாலும், மக்களின் செயல்பாடுகளைக் கூர்ந்து கவனித்திருந்தாலும், மிகவும் நுண்ணிய மாற்றத்தையும்

பார்த்திருக்கிறான்; வெவ்வேறான காலகட்டங்களில் மக்கள் எவ்வாறு இருந்தார்கள் என்பதையும் அவனால் நினைவு கூற முடியும். இவ்வாறான மாறுபட்ட காலத்தோடு அவன் இருந்திருக்கிறான், அதைக் கூர்ந்து கவனித்திருக்கிறான், அதைப் பற்றி எழுதுவது அவனுடைய கடமையாகும்; ஆனால் இப்போதிருக்கும் நிலையில் அவன் ஒருபோதும் எழுத மாட்டான்.

"இப்போது எப்படி இருக்கிறாய்," என்று அவனைக் கேட்டாள். குளித்துமுடித்து இப்போது அவள் கூடாரத்திலிருந்து வெளியே வந்திருந்தாள்.

"நன்றாக இருக்கிறேன்."

"உன்னால் இப்போது சாப்பிட முடியுமா?" அவளுக்குப் பின்னால், மோலோ மடக்கு மேஜையுடனும் மற்றொரு பையன் உணவு வகைகளுடனும் நிற்பதைப் பார்த்தான்.

"நான் எழுத விரும்புகிறேன்," என்று சொன்னான்.

"உன்னுடைய வலிமையை மேம்படுத்துவதற்காக நீ கட்டாயம் கொஞ்சம் காய்கறிகளும் இறைச்சியும் கலந்த சூப் சாப்பிட வேண்டும்."

"நான் இன்று இரவு சாகப் போகிறேன்," என்றான் அவன். "நான் என்னுடைய வலிமையை மேம்படுத்தவேண்டிய தேவை இல்லை."

"இப்படி மிகையான உணர்ச்சிவயப்பட்டு பேச வேண்டாம், ஹேரி, தயவுசெய்," என்றாள் அவள்.

"நீ ஏன் உன்னுடைய மூக்கைப் பயன்படுத்தக் கூடாது. என் தொடையின் மேல் பாகத்தில் பாதி வரை அழுகிய நிலையில் இப்போது நான் இருக்கிறேன். எதற்காக நான் முட்டாள்தனமாக இந்த சூப்பைச் சாப்பிட வேண்டும்? மோலோ, விஸ்கியும் சோடாவும் கொண்டு வா."

"தயவுசெய்து இந்த சூப்பைச் சாப்பிடு," என்று அவள் கனிவாகச் சொன்னாள்.

"சரி. சாப்பிடுகிறேன்."

சூப் அதிகச் சூடாக இருந்தது. அது சாப்பிடக்கூடிய அளவு சூடு தணியும் வரை அதை அவன் கோப்பையில் பிடித்துக் கொள்ள வேண்டியிருந்தது; அதன் பிறகு அவன் அதை வாயை மூடாமல் வேகமாகக் குடித்து முடித்தான்.

"நீ ஒரு அற்புதமான பெண்," என்று சொன்ன அவன், "என்னைப் பற்றி கொஞ்சமும் கவலைப்படாதே," என்றும் சொன்னான்.

பெண்களுக்கான ஆடை அலங்கார அழகுக் குறிப்புகள் அடங்கிய 'ஸ்பர்' 'டவுன் & கன்ட்ரி' ஆகிய ஜப்பானிய மற்றும் அமெரிக்க மாத இதழ்களில் வெளியிடப்படும் படங்களைப் போன்ற, அவனுக்கு நன்கு பழக்கப்பட்ட, அவனால் நன்கு விரும்பப்பட்ட அவளுடைய அழகிய முகத்தால் அவனைப் பார்த்தாள்; மதுபோதையால் அழகு கொஞ்சம் குறைந்திருந்தது; படுக்கைக்கான கவர்ச்சி கொஞ்சம் குறைந்திருந்தது. ஆனால், அவளுக்கிருந்த அழகிய மார்புகளையும், பயனுள்ள தொடைகளையும், முதுகின் இடையில் வருடிக்கொடுக்கும் மெல்லிய கைகளையும் 'டவுன் & கன்ட்ரி' இதழ் ஒருபோதும் வெளியிட்டதில்லை; அவளைப் பார்த்தான், அவனுக்கு நன்கு பழக்கப்பட்ட அவளுடைய இதமான புன்முறுவலை அவன் பார்த்தபோது, மரணம் மீண்டும் வருவது போல் உணர்ந்தான்.

இந்த முறை வேகமாக வரவில்லை. மெழுகுவர்த்திச் சுடரை ஆட்டி அசைத்து அதை உயரமாகப் போகச்செய்யும் காற்றைப் போல், ஒரு சிறு புகைச் சுழல்போல் வந்தது.

"கொஞ்ச நேரத்துக்குப் பிறகு, என்னுடைய கொசு வலையை வெளியே எடுத்துவந்து மரங்களில் விரித்துக் கட்டச் சொல், நெருப்பை பற்ற வைக்கச் சொல். இன்று இரவு நான் கூடாரத்துக்குள் வரப்போவதில்லை. இங்கேயிருந்து நகர்ந்து போகும் அளவுக்கு அதில் பயன் எதுவும் இல்லை. இரவில் வானம் தெளிவாக இருக்கிறது. மழை பெய்யாது."

ஆக, இப்படித்தான் நீ செத்தாய், உன் காதில் விழாத கிசுகிசுவென்ற சத்தங்களுடன். நல்லது, இதன்பிறகு சண்டைகள் இருக்காது. அவன் அதை உறுதியாகச் சொல்ல முடியும். இதுவரை அவன் அறிந்திராத ஒரே ஒரு அனுபவத்தை இப்போது

அவன் கெடுக்கப் போவதில்லை. அவன் அதைக் கெடுத்தாலும் கெடுப்பான். நீ அனைத்தையும் கெடுத்தாய். ஆனால், ஒருவேளை அவன் கெடுக்காமலும் இருக்கலாம்.

"நான் சொல்லச் சொல்ல உன்னால் எழுத முடியாதுதானே, உன்னால் முடியுமா?"

"நான் அதை ஒருபோதும் கற்கவில்லை."

"பரவாயில்லை."

நீ எழுத நினைத்ததை எல்லாம் நீ ஒரு பக்க அளவில் எழுத ஏதுவாக, அவை எல்லாம் இணைந்து தானாகவே தன்னைச் சுருக்கிக்கொள்வதுபோல் தோன்றினாலும், அதை உன்னால் சரியாகப் புரிந்துகொள்ள முடியுமானாலும், நிச்சயமாக அதற்கான கால அவகாசம் இப்போது இல்லை.

ஏரியின் மேல்பகுதியிலிருந்த குன்றின்மேல், மரக்கட்டை களினாலான ஒரு சிறிய வீடு இருந்தது. மரக்கட்டைகளின் இடைவெளிகள் வெண்மையான காரையால் பூசப்பட்டிருந்தது. அங்கிருந்த மக்களை சாப்பிட அழைப்பதற்காக அந்த வீட்டின் வாசல் பக்கத்திலிருந்த கம்பத்தில் ஒரு மணி கட்டப்பட்டிருந்தது. வீட்டின் பின்பக்கத்தில் வயல்வெளிகள் இருந்தன, வயல் வெளிகளுக்குப் பின்னால் மரங்கள் நிறைந்த காடு இருந்தது. வீட்டிலிருந்து கப்பல்துறை வரை வரிசையாக நெட்டிலிங்க மரங்கள் நின்றன. மற்ற நெட்டிலிங்க மரங்கள் வயல்வெளியின் எல்லையோரமாக நின்றன. அந்தக் காட்டின் ஓரமாக ஒரு சாலை மலையில் மேல்நோக்கிச் சென்றது. அந்தச் சாலையின் ஓரமாக அவன் நாவல் பழங்கள் பொறுக்கினான். அதன்பின், அந்த மரவீடு தீப்பற்றி எரிந்து விழுந்தது; திறந்த நிலையிலிருந்த கணப்பு அடுப்பின் மேல் பகுதியில் இருந்த மான் குளம்பு வடிவத்தில் தடுப்புப் பலகைகள் பொருத்தப்பட்ட அடுக்குச்சட்டத்திலிருந்த எல்லா துப்பாக்கிகளும் எரிந்தன. அதன்பிறகு, துப்பாக்கிகளின் பீப்பாய்கள் எரிந்தன, ஈயம் உருகி துப்பாக்கியில் தோட்டாக்கள் சேமிக்கப்பட்டும் இடத்தில் ஓடியது. துப்பாக்கிப் பீப்பாய்கள் பொருத்தப்படும் மரச்சட்டங்களும் எரிந்தன. அவை சாம்பல் மீது விழுந்து பரந்து கிடந்தன. அந்தச் சாம்பல், காரக் கரைசல் தயாரிக்கப் பயன்படக்கூடியது, அந்தக் காரக் கரைசல்,

துணிகள் துவைப்பதற்காக வெந்நீர் தயாரிக்கும் வார்ப்பு இரும்பிலான கொதிகெண்டிகள் தயாரிக்கப் பயன்படக்கூடியது. விளையாடுவதற்காக அவற்றை நீ எடுத்துக்கொள்ளலாமா என்று உன் தாத்தாவைக் கேட்டாய், அவர் கூடாது என்றார். அவை இன்னமும் அவருடைய துப்பாக்கிகள்தான். அதன்பின் அவர் ஒருபோதும் வேறு துப்பாக்கிகள் வாங்கவில்லை, அதன்பிறகு அவர் வேட்டையாடவுமில்லை. அந்த வீடு இருந்த அதே இடத்தில், இந்த முறை, மரப்பலகைகளைப் பயன்படுத்தி மீண்டும் ஒரு வீடு கட்டப்பட்டது. அதற்கு வெள்ளை நிறச் சாயம் பூசப்பட்டது. நீ அந்த வீட்டின் தாழ்வாரத்திலிருந்து நெட்டிலிங்க மரங்களையும் அதற்கு அப்பாலிருந்த ஏரியையும் பார்த்தாய். ஆனால், அதன்பிறகு அங்கே ஒருபோதும் துப்பாக்கிகள் இருந்ததில்லை. மரத் தண்டுகளாலான வீட்டில் குதிரைக் குளம்பு வடிவ அடுக்குச்சட்டத்தில் தொங்கவிடப்பட்டிருந்த துப்பாக்கிகளின் பீப்பாய்கள் சாம்பல் குவியல் மீது பரவலாகக் கிடந்தன; அவற்றை ஒருபோதும் ஒருவரும் தொட்டதில்லை.

போர் முடிந்த பிறகு, ஜெர்மனியின் தென்மேற்குப் பகுதியி லிருந்திருந்த பிளாக் ஃபாரஸ்ட் என்ற பெரிய மலைத்தொடரில் நன்னீர் மீன்கள் நிறைந்த ஒரு நீரோட்டத்தை நாங்கள் வாடகைக்கு எடுத்தோம்; நடந்து அங்கே செல்வதற்கு இரண்டு வழிகள் இருந்தன. ஒரு வழி டிரைபெர்க் நகரிலிருந்து பள்ளத்தாக்கு வழியாகக் கீழே சென்றது, அந்தப் பள்ளத்தாக்கிலிருந்த சாலையைச் சுற்றிச் சென்றது, வெள்ளை நிறச் சாலையின் ஓரமாக நின்ற மரங்களின் நிழலில் சென்றது. அது அங்கிருந்து, பல பண்ணைகளைக் கடந்து மலையின் மேல்பக்கமாகச் சென்ற பக்கச் சாலை வழியாகச் சென்றது. பெரிய மாட்டுத் தொழுவங்கள் கூடிய பண்ணை வீடுகளிருந்த பல சிறிய பண்ணைகளைக் கடந்து சென்ற அந்தச் சாலை நீரோட்டத்தின் குறுக்கே செல்லும்வரை அந்தப் பாதை சென்றது. அங்கேயிருந்துதான் எங்கள் மீன்பிடிப்பு ஆரம்பமாயிற்று.

மற்றொரு வழி, மரங்கள் நிறைந்த காட்டின் விளிம்பு வரை செங்குத்தாக மேல்நோக்கிச் சென்றது, அதன்பின் தேவதாரு மரங்கள் நிறைந்த காட்டின் வழியாகச் சென்று மலை உச்சியை அடைந்து அதன் குறுக்கே சென்றது, அங்கிருந்து புல்வெளியின்

ஓரமாகக் கீழ்நோக்கிச் சென்று பாலத்தை அடைந்தது. அந்த நீரோடையின் கரையோரம் வரிசையாக பூச்ச மரங்கள் இருந்தன. நீரோடை பெரியதாக இல்லை; ஆனால் குறுகலானது, தெளிவானது, வேகமானது. அங்கங்கே பூச்ச மர வேர்களுக்கு அடியில் அது தோண்டிய குழிகளில் நீர் நிரம்பிய நீர்த்தேக்கங்கள் இருந்தன. டிரைபெர்க் நகரிலிருந்த உணவு விடுதியின் உரிமையாளனுக்கு இந்த பருவகாலம் மிகச் சிறந்ததாக அமைந்திருந்தது. அது மிகவும் இதமானதாக இருந்தது. நாங்கள் எல்லோரும் சிறந்த நண்பர்களாய் இருந்தோம். அதற்கு அடுத்த ஆண்டில் பணவீக்கம் ஏற்பட்டது. அதனால், உணவு விடுதியைத் திறந்து வணிகம் செய்ய தேவையான பொருள்கள் வாங்க முந்தைய ஆண்டு அவன் சம்பாதித்திருந்த பணம் போதுமானதாக இல்லை. அதனால் அவன் தூக்கில் தொங்கி தற்கொலை செய்துகொண்டான். அதைப்பற்றி நீ சொல்லச் சொல்ல வேறு ஒருவரை எழுதச் செய்யலாம். ஆனால் பாரிஸிலுள்ள ப்ளேஸ் கான்ரெஸ்கார்ப் என்ற சதுக்கத்தைப் பற்றி பிறர் எழுத நீ சொல்ல முடியாது. அங்கே, அந்தத் தெருவில் பூ விற்பனையாளர்கள் பூக்களுக்குச் சாயம் ஏற்றினார்கள். சாயத் தண்ணீர், அந்தத் தெருவில் பதிக்கப்பட்டிருந்த பாவு கற்களின் மீது ஓடியது. அங்கேயிருந்துதான் மோட்டார் பேருந்து புறப்பட்டது. அங்கே வயதான ஆண்களும் பெண்களும் எப்போதும் ஒயினின் போதையில் இருந்தார்கள், மிகவும் மோசமான சூழ்நிலையில் வாழ்ந்தார்கள். குழந்தைகள் சளிப்பிடித்து மூக்கு ஒழுகிக்கொண்டிருந்தார்கள். அந்தச் சதுக்கத்தின் அருகிலிருந்த கஃபே டெஸ் அமச்சூர்ஸ் என்ற உணவு விடுதியில் வியர்வையின் அருவருப்பான நாற்றமும், வறுமையும், அதிகப்படியான மதுபோதையும் நிறைந்திருந்தது. பால் முசெற்றே என்ற அக்கார்டியன் இசையுடன் செயல்பட்ட நடன விடுதியின் மேல்பகுதியில் விலைமாதுகள் வாழ்ந்தார்கள். அதன் வரவேற்பாளர் அவளுக்கென இருந்த தனி தடுப்பிடத்தில், சட்டம் ஒழுங்கு பிரிவைச் சேர்ந்த ஆயுதப்படை உயர் அதிகாரியை உபசரித்துக்கொண்டிருந்தாள். குதிரை முடியால் அலங்கரிக்கப்பட்ட அந்த அதிகாரியின் தலைக்கவசம் ஒரு நாற்காலியின் மேல் இருந்தது. அந்த விடுதிக்கு எதிரில் வாடகை

வீட்டில் வாழ்ந்தவளின் கணவன் ஒரு சைக்கிள் பந்தைய வீரன். அவன் முதன்முதலாகப் பங்கெடுத்த ஒரு உயர்தரமான பாரிஸ்-டூர்ஸ் என்ற பெரிய ஒரு நாள் சைக்கிள் பந்தயத்தில் மூன்றாவது இடம் பிடித்திருந்தான். எல்'ஆட்டோ என்ற மோட்டார் வாகன இதழைத் திறந்து பார்த்தபோது அவள் அதை அறிந்தாள். அவள் முகம் சிவந்தாள்; சிரித்தாள்; மகிழ்ச்சியில் அழுதபடி மாடிக்கு ஓடினாள்; அந்த இதழின் மஞ்சள் நிறத்திலிருந்த விளையாட்டு பகுதியைக் கையில் பிடித்திருந்தாள். அந்தப் பெண்ணின் கணவன் அந்த விடுதியை நிர்வகித்தான், வாடகை காரும் ஓட்டினான். ஹேரி அதிகாலை விமானத்தில் பயணம் செய்யவேண்டியிருந்தபோது அந்தப் பெண்ணின் கணவன் அவனை எழுப்ப அவன் வீட்டின் கதவைத் தட்டினான். அவர்கள் புறப்படும் முன்னால், மதுவிடுதியின் துத்தநாகத்தால் மேற்பூச்சு பூசப்பட்டிருந்த மேடையில் வெள்ளை ஓயின் குடித்தார்கள். அப்போது அந்தக் குடியிருப்பில் வசித்த அண்டை வீட்டார்களை அவனுக்குத் தெரியும், ஏனென்றால் அவர்கள் அனைவரும் ஏழைகளாய் இருந்தார்கள்.

அந்த இடத்தைச் சுற்றி இரண்டு வகையான மனிதர்கள் வாழ்ந்தார்கள்: குடிகாரர்கள் மற்றும் விளையாட்டு விரும்பிகள். குடிகாரர்கள், குடிகாரர்களாகவே வாழ்ந்து வறுமையைக் கொன்றார்கள்; விளையாட்டு விரும்பிகள் உடற்பயிற்சிகளால் அதை வென்றார்கள். அந்தப் பகுதியில் வாழ்ந்தவர்களின் வழித்தோன்றல்கள் அவர்கள். அவர்களுடைய அரசியலைப் புரிந்துகொள்ள அவர்கள் அதிகம் திண்டாடவேண்டிய அவசியம் இல்லை. வெர்சைல்ஸ் துருப்புகள் அந்த நகரைக் கைப்பற்றி அந்தப் பகுதியையும் கைப்பற்றியபோது, அவர்களுடைய தந்தையர்களை, அவர்களுடைய உறவினர்களை, அவர்களுடைய சகோதரர்களை, அவர்களுடைய நண்பர்களைச் சுட்டுக் கொன்றது யார் யார் என்பது அவர்களுக்குத் தெரியும். காய்ப்பு பிடித்திருந்த கைகள் உடையவர்கள் அல்லது தொப்பி அணிந்திருந்தவர்கள் அல்லது பணியில் இருப்பவர் என்பதற்கான ஏதாவது அடையாளம் வைத்திருந்தவர்கள், இவர்களில் அவர்களால் பிடிக்க முடிந்தவர்களை அந்தப் படையினர் கொன்றார்கள். அப்படிப்பட்ட வறுமையான சூழலில், குதிரை கசாப்புகடைக்கு

எதிர்பக்கமிருந்த தெருவிலுள்ள ஒரு குடியிருப்பில் இருந்த படியும், கூட்டுறவு அடிப்படையில் விவசாயிகள் ஒயினுக்காக திராட்சைப் பழங்கள் கொடுத்த கடையில் இருந்தபடியும் அவன் செய்யவேண்டிய அனைத்து வேலைகளின் தொடக்கத்தை எழுதியிருந்தான். விரிந்து பரவலாக நின்ற மரங்கள், வெள்ளை நிற சுண்ணாம்புச் சாந்தாலும் கீழ்ப்பகுதியில் பழுப்பு நிறத்திலும் பூசப்பட்டிருந்த பழைய வீடுகள், அந்த வட்டவடிவான சதுக்கத்தில் மோட்டார் பேருந்துகளின் நீண்ட பச்சை நிறம், அந்தத் தெருவின் தரையிலிருந்த பாவுகற்களின் மீது இருந்த ஊதா நிறப் பூக்களின் சாயம், பாரிஸின் ரூ கார்டினல் லெம்வான் மெட்ரோ இரயில் நிலையத்திலிருந்து எதிர்பாராத வகையில் கீழ்ப்பக்கமாக ஆற்றை நோக்கிச் சரிவாகச் சென்ற மலைக்குன்று, மறுபக்கத்திலிருந்த, மிகவும் குறுகலான, மக்கள் கூட்டம் மிகுந்த ரூ மௌஃபெற்றார்ட் த்ருச் சந்தை, இவை அனைத்தும் இருந்த இந்தப் பகுதியை அவனுக்குப் பிடித்திருந்தது போல் பாரிஸில் வேறு எந்தப் பகுதியையும் அவனுக்கு ஒருபோதும் பிடித்திருந்ததில்லை. அந்தத் தெரு பாந்தியன் என்னும் நினைவுச்சின்னத்தை நோக்கிச் சென்றது. அந்தக் குடியிருப்பிலிருந்த மற்றொரு தெருவில் அவன் எப்போதும் சைக்கிளில் சென்றான். அதுதான் அந்தக் குடியிருப்பில் கருங்காரை பயன்படுத்தப்பட்ட ஒரே தெரு. சைக்கிளில் போவதற்கு மென்மையாக இருந்த அந்தத் தெருவில் உயரமான குறுகலான வீடுகளும், புகழ்பெற்ற பிரஞ்சு எழுத்தாளர் பால் வெர்லெய்ன் இறந்த, ஒரு உயரமான மலிவான உணவு விடுதியும் இருந்தன. அவர்கள் வசித்த அடுக்குமாடி குடியிருப்புகளில் இரண்டு அறைகளே இருந்தன. அந்த விடுதியின் மேல் தளத்தில் இருந்த அறையில் அவன் தங்கியிருந்தான். மாத வாடகையாக ஆறு பிராங்குகள் கொடுத்தான். அந்த அறையிலிருந்து அவனுடைய எழுத்து வேலைகளைச் செய்தான். அங்கிருந்தபடியே, வீட்டுக் கூரைகளையும், புகைபோக்கிகளின் முகப்புக் குழல்களையும், பாரிஸ் நகரிலிருந்த எல்லா குன்றுகளையும் அவனால் பார்க்க முடிந்தது.

அந்த அடுக்குமாடிக் குடியிருப்பிலிருந்து, மரங்கள் நிறைந்த வனங்களையும், வீடுகளுக்கு நிலக்கரி கொடுப்பவனின்

இடத்தையும் மட்டுமே பார்க்க முடியும். நிலக்கரி விற்றவன் ஒயினும் விற்றான், மோசமான ஒயின். டர்க்கிக் இனக்குழு மக்களிடமிருந்த பளபளப்பான மேலுறையுடைய குதிரையின் தலை கசாப்புகடைக்கு வெளிப்புறம் இருந்தது. அங்கே தொங்க விடப்பட்டிருந்த குதிரையின் உடல் மஞ்சள் பொன்நிறத்திலும் சிவப்பு நிறத்திலும் திறந்திருந்த ஜன்னல் வழியாகத் தெரிந்தது. பச்சை நிறத்திலிருந்த கூட்டுறவு ஒயின் கடையில் அவர்கள் ஒயின் வாங்கினார்கள் - நல்ல ஒயினும் விலை மலிவான ஒயினும். மற்றவை எல்லாம் பூசப்பட்டிருந்த சுவர்களும், அண்டை வீட்டாரின் ஜன்னல்களும்தான். பிரஞ்சு மக்களுக்கே உரிய குடிகாரத்தனத்துடன், இப்போது அப்படி இல்லை என்று பிரச்சாரம் செய்து உன்னை நம்பவைப்பார்கள், இரவு நேரத்தில் யாராவது ஒருவர் மதுபோதையில் தெருவில் விழுந்து முனகிக்கொண்டும் வேதனைக் குரலில் அரற்றிக்கொண்டும் கிடக்கும்போது, பக்கத்து வீட்டுக்காரர்கள் அவர்களுடைய ஜன்னல் கதவுகளைத் திறப்பார்கள்; முணுமுணுத்த குரலில் மெல்லப் பேசுவார்கள்.

“எங்கே அந்த போலீஸ்காரன்? உனக்குத் தேவைப்படாத போதெல்லாம் அந்தப் போக்கிரி இங்கே இருப்பான். அவன் யாராவது ஒரு பெண் வரவேற்பாளருடன் தூங்கிக் கொண்டிருப்பான். போலீஸ் அதிகாரியை உடனே கூப்பிடு.” ஜன்னல் வழியாக யாராவது ஒருவர் ஒரு வாளி தண்ணிரைக் கொட்டும்வரை முனகுவது தொடர்ந்தது, கொட்டியபின் நின்றது. “என்ன அது? தண்ணீர். ஆஹா, அது புத்திசாலித்தனமானது.” திறந்த ஜன்னல்கள் எல்லாம் மூடின. அவனுடைய வீட்டில் வேலை செய்யும் பெண் மேரி எட்டு மணி நேர வேலைநாளுக்கு எதிர்ப்பு தெரிவித்தாள். அவள் சொன்னாள்: “கணவன் ஆறு மணிவரை வேலை செய்தால் வீட்டுக்கு வரும்போது விரைவாக கொஞ்சமாகக் குடிப்பான், அதிகமாகப் பணத்தை வீணடிக்க மாட்டான். ஆனால் அவன் ஐந்து மணிவரை மட்டுமே வேலை செய்யும்போது ஒவ்வொரு இரவும் குடிபோதையில் இருக்கிறான், ஒருவர் கையிலும் காசு இருப்பதில்லை. வேலை நேரத்தைக் குறைப்பதால் பாதிக்கப்படுவது வேலை செய்பவனின் மனைவிதான்.”

"இன்னும் கொஞ்சம் சூப் சாப்பிடுகிறாயா?" இப்போது அந்தப் பெண் அவனிடம் கேட்டாள்.

"வேண்டாம். மிக்க நன்றி. அது மிகவும் நன்றாக இருக்கிறது."

"இன்னும் மிகக் கொஞ்சமாகச் சாப்பிட்டுப்பார்."

"நான் கொஞ்சம் விஸ்கியும் சோடாவும் குடிக்க விரும்புகிறேன்."

"அது உனக்கு நல்லதில்லை."

"இல்லை. அது எனக்குக் கெடுதலானது. அமெரிக்க இசையமைப்பாளரும் பாடலாசிரியருமான கோல் போர்ட்டர் இந்த வாசகத்தை எழுதி இசையமைத்துள்ளார். என்னுடைய இந்த அறிவுதான் என்மீது உன்னைப் பைத்தியம் பிடித்து அலையச் செய்கிறது."

"நீ குடிப்பதை நான் விரும்புகிறேன் என்று உனக்குத் தெரியும்."

"நன்றாகத் தெரியும். இருந்தாலும் அது எனக்குக் கெடுதலானது."

அவள் வெளியே போகும்போது, எனக்குத் தேவையான அளவு குடிப்பேன், தேவையான அளவு இல்லை, அங்கே இருப்பதையெல்லாம், என்று நினைத்தான். ஆமாம். அவன் களைப்படைந்திருந்தான். மிக அதிகமாகக் களைப்படைந்திருந்தான். இன்னும் கொஞ்ச நேரத்தில் அவன் தூங்கப் போகிறான். அவன் அசைவின்றிக் கிடந்தான்; மரணம் அங்கே இல்லை. அது சுற்றி அலைந்து மற்றொரு தெருவுக்குப் போயிருக்க வேண்டும். அது ஜோடியாகப் போனது, சைக்கிள்களில் போனது, கொஞ்சம்கூடச் சத்தம் எழுப்பாமல் நடைபாதைகளில் நடந்தது.

இல்லை, அவன் ஒருபோதும் பாரிஸை பற்றி எழுதியதில்லை. அவனுக்கு மிகவும் பிடித்த பாரிஸை பற்றி எழுதவில்லை. ஆனால், அவன் ஒருபோதும் எழுதாமல் மீதம் இருந்தவை என்னவாயிற்று?

மாட்டுப் பண்ணை என்னவாயிற்று; ஒண்சாம்பர் நிறம் வாய்ந்த பாலைவனச் செடிகள், நீர்பாசன நீரோடைகளில்

விரைவாகச் செல்லும் தெளிவான தண்ணீர், குதிரைகளுக்குத் தீவனமாகும் பசுந்தழைகளின் அடர்பச்சை நிறம் ஆகியவை எல்லாம் என்னவாயிற்று. அங்கேயிருந்த காட்டுவழிப் பாதை மேல்நோக்கி மலைக் குன்றுகளுக்குச் சென்றது, கோடைக் காலத்தில் கால்நடைகள், மான்களைப் போல மருண்டு நின்றது, இலையுதிர்காலத்தில் அவற்றை மலைகளிலிருந்து கீழே கொண்டு வரும்போது அவை கத்திக்கொண்டும் இடைவிடாமல் சத்தம் எழுப்பிக்கொண்டும் பெரும் எண்ணிக்கையில் கூட்டமாகச் சென்றதால் தூசி எழும்பியது, மாலை வெளிச்சத்தில், மலைகளுக்குப் பின்னால் மலையின் சிகரம் மிகத் தெளிவாக, துல்லியமாகத் தெரிந்தது, குதிரையில் கீழ்நோக்கி வரும்போது நிலவின் ஒளி பள்ளத்தாக்கின் குறுக்கே பளிச்சென்று வீசியது; மரம் நிறைந்த காடுகளின் ஊடாக இருந்த தடத்தில் கீழ்நோக்கி இருட்டில் குதிரையில் வந்தபோது எதையும் பார்க்க முடியாத நிலையில் குதிரையின் வாலைப் பிடித்துக்கொண்டு வந்தது: இவை எல்லாம் இப்போது அவன் நினைவுக்கு வந்தது. இந்தக் கதைகள் அனைத்தையும் அவன் எழுத வேண்டும் என்று நினைத்தான்.

மாட்டுப் பண்ணையில் எடுபிடி வேலை செய்த ஒரு அரை குறை அறிவுள்ள சிறுவனிடம் பண்ணையிலிருந்து ஒருவரையும் வைக்கோல் எடுக்க அனுமதிக்கக் கூடாது என்று அந்தச் சமயத்தில் சொல்லப்பட்டிருந்து. இந்தச் சிறுவனை அடித்த அவனுடைய மோசமான, வயதான முந்நாள் முதலாளி, அந்தச் சாலையின் பிரிவில் நின்றான்; வைக்கோல் எடுக்க அங்கே வந்தான்; சிறுவன் அதை அனுமதிக்க மறுத்தான். அவனை அந்த முட்டாள் மீண்டும் அடிப்பேன் என்றான். அவன் பண்ணைக்குள் வர முயன்றபோது, சிறுவன் சமையல் அறையிலிருந்த துப்பாக்கியை எடுத்துவந்து அவனைச் சுட்டான். அவர்கள் மீண்டும் பண்ணைக்கு வந்தபோது அவன் செத்து ஒரு வாரம் ஆகியிருந்தது. அவனுடைய உடல் பனியில் உறைந்து வேலியில் கிடந்தது. அதில் ஒரு பாதியை நாய்கள் தின்றிருந்தன. மீதமிருந்த உடலை ஒரு போர்வையால் சுற்றி, பனிச்சறுக்கு வண்டியில் வைத்துக் கயிற்றால் கட்டி, அதை இழுத்து வர சிறுவனின் உதவியைப் பெற்றாய். இருவரும் சேர்ந்து சறுக்குக் கட்டைகளில்

வைத்து அதைச் சாலை வழியாக வெளியே இழுத்து வந்தீர்கள். கீழே அறுபது மைல்கள் தூரத்திலுள்ள நகரத்துக்குக் கொண்டு வந்து அதை நீ சிறுவனிடம் ஒப்படைத்தாய். அவன் கைது செய்யப்படுவான் என்பது அவனுக்குத் தெரியாது. அவனுடைய கடமையை அவன் செய்திருந்தான் என்றும், நீ அவனுடைய நண்பன் என்றும் அவனுக்கு வெகுமதி கிடைக்கும் என்றும் அவன் நினைத்துக்கொண்டிருந்தான். அந்த வயதானவன் எவ்வளவு மோசமானவன் என்றும், அவனுக்குச் சொந்தமில்லாத மாட்டுத் தீவனத்தை எப்படி அவன் திருட முயன்றான் என்றும் மற்றவர்கள் தெரிந்துகொள்ளட்டும் என்று நினைத்து அவன் அந்த உடலை இழுத்துவர உதவி செய்தான். ஆனால் சட்ட அதிகாரி அவன் கைகளில் விலங்கு மாட்டியபோது அந்தச் சிறுவனால் அதை நம்ப முடியவில்லை. அதன்பின் அவன் அழத் தொடங்கினான். அவன் எழுதுவதற்காக பத்திரப்படுத்தி வைத்திருந்த ஒரு கதை அது. அந்தப் பகுதியைப் பற்றி இது போல் இருபது நல்ல கதைகள் அவனுக்குத் தெரியும். ஆனால் அவன் ஒருபோதும் ஒரு கதைகூட எழுதியதில்லை. ஏன்?

"ஏன் என்று நீ அவர்களுக்குச் சொல்," என்று சொன்னான் அவன்.

"ஏன், எதை, அன்பனே?"

"ஏன், ஒன்றுமில்லை."

அவளுக்கு அவன் கிடைத்த பிறகு, இப்போது அவள் அவ்வளவு அதிகமாகக் குடிக்கவில்லை. அவன் உயிரோடு இருந்தால் அவளைப் பற்றி அவன் ஒருபோதும் எழுத மாட்டான். அது அவனுக்கு இப்போது தெரியும். அவர்களில் ஒருவரைப் பற்றியும் எழுத மாட்டான். பணம் படைத்தவர்கள் மந்தமானவர்களாய் இருந்தார்கள், அளவுக்கு அதிகமாகக் குடித்தார்கள் அல்லது மேஜை மேல் பகடைகளை வைத்து இரண்டு பேர் மட்டும் விளையாடும் விளையாட்டை அளவுக்கு அதிகமாக விளையாடினார்கள். அவர்கள் மந்தமானவர்கள், சொன்னதையே திரும்பத் திரும்பச் சொல்பவர்கள். பாவப்பட்ட ஜூலியனைப் பற்றியும், அவர் அவர்கள் மீது பிரம்மிக்கவைக்கும் மரியாதை வைத்திருந்தது பற்றியும் நினைத்துப் பார்த்தான்.

ஒருமுறை அவர் எப்படி ஒரு கதை எழுதத் தொடங்கினார் என்பதும் தெரியும்; அந்தக் கதை இப்படித் தொடங்கியது: "மிகவும் பணம் படைத்தவர்கள் உன்னிடமிருந்தும் என்னிடமிருந்தும் வேறுபட்டவர்கள்." அதற்கு யாரோ ஒருவர், உண்மை, அவர்கள் அதிகப் பணம் வைத்திருக்கிறார்கள் என்று ஜூலியனிடம் சொன்னார். ஆனால் அது ஜூலியனுக்கு நகைச்சுவையானதாக இல்லை. அவர்கள் மிகுந்த கவர்ச்சியுடைய ஒரு சிறந்த இனத்தைச் சேர்ந்தவர்கள் என்று அவர் நினைத்தார்; அவர்கள் அப்படிப்பட்டவர்கள் இல்லை என்று அவர் அறிந்தபோது, அது அவரை அடித்துச் சிதைத்தது, வேறு ஏதோ ஒன்று அவரை அடித்துச் சிதைத்ததைபோல.

அவரைச் சிதைத்தவர்கள் மீது அவன் வெறுப்பை உமிழ்ந்தான். நீ ஒன்றைப் புரிந்துகொண்டாய் என்பதற்காக அதை நீ விரும்ப வேண்டிய தேவை இல்லை. அவனால் எதையும் வெல்ல முடியும் என்று நினைத்தான், ஏனென்றால், அவன் எதையும் பொருட்படுத்தவில்லை என்றால் அது அவனைக் காயப்படுத்த முடியாது.

அப்படியே இருக்கட்டும். அவன் இப்போது மரணத்தைப் பொருட்படுத்த மாட்டான். ஒன்றே ஒன்று அவனுக்குப் பேரச்சத்தை ஏற்படுத்தியது என்றால் அது வலிதான். வலி நீண்ட நேரம் நீடிக்கவில்லை என்றால், அது அவனை மோசமாகச் சோர்வடையச் செய்யவில்லை என்றால், அவனாலும் மற்ற எந்த ஒரு மனிதனையும் போல் வலியைத் தாங்க முடியும். ஆனால் இங்கே அவனுடன் இருந்த ஏதோ ஒன்று அவனுக்கு பயங்கரமான வலியை உண்டாக்கியது; அது அவனை நொறுக்கிக்கொண்டிருக்கிறது என்று அவன் உணர்ந்த நொடியே வலி நின்றுவிட்டது.

நீண்ட நாட்களுக்கு முன்னால், குண்டுகள் போடும் பொறுப்பிலிருந்த அதிகாரி வில்லியம்சன் ஒரு நாள் இரவு கம்பி வேலியின் ஊடாக வந்துகொண்டிருந்தபோது, ரோந்து போய்க்கொண்டிருந்த ஜெர்மானியன் ஒருவன் எறிந்த கையெறி குண்டால் தாக்கப்பட்டதையும், அவன் கதறி அலறியபடி ஒவ்வொரிடமும் அவனைக் கொன்றுவிடும்படி கெஞ்சியதையும்

அவன் நினைத்துப் பார்த்தான். அவன் ஒரு பருமனான மனிதன், மிகவும் துணிச்சல் மிக்கவன்; கற்பனையான காட்சி களுக்கு அடிமைப்பட்டிருந்தாலும்கூட அவன் ஒரு நல்ல அதிகாரி. ஆனால், அந்த இரவில் அவன் கம்பி வேலியில் மாட்டிக்கொண்டான், வெடிகுண்டிலிருந்து கிளர்ந்து எழுந்த அனல் அவனை எரித்தது, அவனது மலக்குடல் வெளியே வந்தது, அது கம்பி வேலியில் சிக்கிக்கொண்டது. அவனை அவர்கள் உயிரோடு கொண்டுவந்தபோது, அவர்கள் அதை வெட்டி அவனை வெளியே எடுக்க வேண்டியிருந்தது. ஹேரி, என்னைச் சுடு. இயேசுவின் நாமத்தால் சொல்கிறேன், என்னைச் சுடு. ஒருவனால் தாங்க முடியாத எதையும் இறைவன் அவனுக்குக் கொடுக்க மாட்டார் என்பது பற்றியும், அவனால் தாங்க முடியாத நிலையை அடையும் முன்னால் அந்த வலி அவனை மயக்கமடையச் செய்துவிடும் என்ற யாரோ ஒருவரது கோட்பாடு பற்றியும் முன்னொரு காலத்தில் அவர்களுக்கிடையே ஒரு விவாதம் நடந்திருந்தது. ஆனால் அன்று இரவு வில்லியம்சன் அடைந்த துயரங்களை அவன் எப்போதும் நினைவில் வைத்திருந்தான். அவனுடைய பயன்பாட்டுக்காக சேமித்து வைத்திருந்த மார்ஃபீன் மாத்திரைகள் அனைத்தையும் அவனுக்குக் கொடுக்கும்வரை வேறு எதுவும் வில்லியம்சனை மயக்கமடையச் செய்யவில்லை. அதுமட்டுமல்லாமல் அந்த மாத்திரைகளும் உடனடியாக வேலை செய்யவில்லை.

அவனுக்கு இருந்த பிரச்சினை இப்போதுவரை எளிதான தாகவே இருந்தது; நாட்கள் கடந்து செல்லச் செல்ல அந்தப் பிரச்சினை மேலும் மோசமடையவில்லை என்றால் அவன் கவலைப்பட எதுவும் இல்லை; அவன் ஒரு நல்ல துணையுடன் இருந்திருக்கலாம் என்பது ஒன்றுதான் குறை.

எப்படிப்பட்ட துணையை அவன் விரும்புகிறான் என்பதைப் பற்றி அவன் கொஞ்சம் சிந்தித்தான்.

இல்லை, அவன் நினைத்தான், நீ செய்வதை எல்லாம் நீண்ட நேரம் செய்கிறாய்; மிகவும் தாமதமாகச் செய்கிறாய்; இன்னமும் அங்கே மனிதர்களைப் பார்க்க முடியும் என்று நீ எதிர்பார்க்க முடியாது. அங்கேயிருந்த மனிதர்கள் எல்லோரும்

போய்விட்டார்கள். விருந்து முடிந்துவிட்டது. இப்போது நீ விருந்து கொடுத்த பெண்ணுடன் இருக்கிறாய்.

மற்ற எல்லாவற்றுடனும் சலிப்பு அடைவதுபோல இப்போது நான் மரணத்துடனும் சலிப்பு அடைந்துகொண்டிருக்கிறேன், என்று நினைத்தான்.

"அது சலிப்பானது," என்று சத்தமாகச் சொன்னான்.

"அன்பனே, என்ன அது?"

"நீ நீண்ட நேரம் செய்யும் எதுவும்தான்."

அவனுக்கும் நெருப்புக்கும் ஊடாக அவளுடைய முகத்தை அவன் பார்த்தான். அவள் நாற்காலியில் பின்பக்கமாகச் சாய்ந்து உட்கார்ந்திருந்தாள்; இனிமையானதாக வடிவமைக்கப்பட்டிருந்த அவளுடைய முகத்தில் நெருப்பின் ஒளி பளிச்சென்று மின்னியது; அவள் தூக்கக் கலக்கத்தில் இருந்தாள் என்பதை அவனால் காண முடிந்தது. துப்பாக்கியால் சுடக்கூடிய எல்லையின் வெளியே மிகவும் பக்கத்தில் கழுதைப்புலி எழுப்பிய ஒரு சத்தத்தை கேட்டான்.

"நான் எழுதிக்கொண்டிருந்தேன்," என்றான் அவன். "ஆனால் களைப்படைந்துவிட்டேன்."

"உன்னால் தூங்க முடியும் என்று நினைக்கிறாயா?"

"நிச்சயமாக. இன்னும் நீ ஏன் உள்ளே போகவில்லை?"

"உன்னுடன் சேர்ந்து இங்கே உட்கார விரும்புகிறேன்."

"ஏதாவது வித்தியாசமாக இருப்பதாக நீ உணர்கிறாயா?" அவன் அவளைக் கேட்டான்.

"இல்லை. கொஞ்சம் தூக்கக்கலக்கம்."

"நான் உணர்கிறேன்," என்று அவன் சொன்னான்

மரணம் மீண்டும் அருகில் வந்திருந்ததை அவன் அப்போதுதான் உணர்ந்திருந்தான்.

"நான் ஒருபோதும் இழக்காதது, தெரிந்துகொள்ள வேண்டும் என்ற ஆர்வம் மட்டும்தான்," என்று அவளிடம் சொன்னான்.

"நீ ஒருபோதும் எதையும் இழந்ததில்லை. எனக்குத் தெரிந்த முற்றிலும் முழுமையான மனிதன் நீ ஒருவன்தான்."

"இயேசுவே," என்று அவன் சொன்னான். "இந்தப் பெண் அறிந்திருப்பது எவ்வளவு கொஞ்சம். என்ன அது? உன்னுடைய உள்ளுணர்வா?"

ஏனென்றால், அப்போதுதான் மரணம் அங்கே வந்திருந்தது; அதன் தலையை கட்டிலின் கால்பக்கம் வைத்திருந்தது; அதன் சுவாசத்தை அவனால் நுகர முடிந்தது.

"ஏதோ ஒரு உருவில் மரணம் வருவதாகச் சொல்லப்படுவது எதையும் ஒருபோதும் நம்பாதே," என்று அவன் அவளிடம் சொன்னான். "அது சைக்கிளில் ரோந்து வரும் இரண்டு போலீஸ்காரர்களாக இருக்கலாம் அல்லது அது ஒரு பறவையாக இருக்கலாம். அல்லது அது கழுதைப்புலி போல் நீளமான மூக்கை உடையதாக இருக்கலாம்."

இப்போது அது அவனுடைய மேல்பகுதிக்கு நகர்ந்தது; அதன் பிறகு அது உருவம் அற்றதாக இருந்தது. ஒரு இடத்தை மட்டும் அது ஆக்கிரமித்திருந்தது.

"அதை இங்கேயிருந்து போகச் சொல்."

அது அங்கியிருந்து போகவில்லை; மாறாக, இன்னும் சற்று நெருக்கமாக நகர்ந்தது.

"உன்னுடைய மூச்சில் பயங்கரமான கெட்ட நாற்றம் வீசுகிறது," என்று அவன் அதனிடம் சொன்னான். "கெட்ட நாற்றமடிக்கும் வேசியின் மகனே."

அது இன்னும் அவனுக்கு நெருக்கமாக மேல்நோக்கி நகர்ந்தது; இப்போது அவனால் அதனுடன் பேச முடியவில்லை. அவனால் பேச முடியவில்லை என்று அது பார்த்தபோது, இன்னும் கொஞ்சம் நெருக்கமாக நகர்ந்தது. இப்போது எதுவும் பேசாமல் அதை அவன் அங்கிருந்து அனுப்ப முயற்சி செய்தான், ஆனால் அது அவன்மேல் மேல் பக்கமாக நகர்ந்தது; அதனால் அதன் எடை முழுவதும் அவனுடைய நெஞ்சின் மேல் இருந்தது. அது அங்கேயே பதுங்கியபோது அவனால் நகரவும் முடியவில்லை, பேசவும் முடியவில்லை. அப்போது அந்தப்

பெண், "ஐயா இப்போது தூங்கிக்கொண்டிருக்கிறார். கட்டிலை மெதுவாக உயர்த்திப் பிடித்து கூடாரத்துக்குள் எடுத்துப் போ," என்று சொன்னதைக் கேட்டான்.

அதை அங்கேயிருந்து போகச் சொல்லும்படி அவனால் அவளிடம் சொல்ல முடியவில்லை. அது அங்கே பதுங்கியது, இன்னும் கனமாக, அதனால் அவனால் மூச்சு விடமுடியவில்லை. அதன்பின், அவர்கள் கட்டிலை உயரே தூக்கியபோது, திடீரென எல்லாம் சரியாகிவிட்டது; அவன் நெஞ்சிலிருந்த கனம் போய்விட்டது.

அது காலை நேரம்; பொழுது உதித்தது கொஞ்ச நேரம் ஆகியிருந்தது; அவன் விமானத்தின் சத்தத்தைக் கேட்டான். அது மிகவும் சிறியதாகத் தெரிந்தது. ஒரு பெரிய வட்டம் அடித்தது. அந்த சிறுவர்கள் வெளியே ஓடினார்கள், மண்ணெண்ணெய் பயன்படுத்தி நெருப்பு மூட்டினார்கள், அதை புல் மீது போட்டு புகை எழுப்பினார்கள். அதனால் சமதளமாய் இருந்த இடத்தின் இரு முனைகளிலும் இப்போது இரண்டு பெரிய அடையாளக் கோடுகள் இருந்தன; காலை இளங்காற்று அதை முகாம் பக்கமாக வீசித் தள்ளியது. விமானம் மேலும் இரு முறை வட்டமாகப் பறந்தது, ஆனால் இந்த முறை தாழ்வாகப் பறந்தது. அதன் பிறகு அது கீழ்நோக்கிச் சரிந்து பறந்து சமநிலைய அடைந்து தரையில் மெதுவாக இறங்கி நின்றது. அதிலிருந்து அவனுடைய பழைய நண்பன் கிராம்ப்டன் அவனை நோக்கி நடந்து வந்துகொண்டிருந்தான். தளர்வான சட்டையும், முரட்டுக் கம்பளியினாலான மேல்சட்டையும், பழுப்பு நிற கம்பளித் தொப்பியும் அணிந்திருந்தான்.

"கிழட்டுச் சேவலே, என்ன செய்தி?" என்று கிராம்ப்டன் கேட்டான்.

"என்னுடைய கால் மோசமான நிலையிலிருக்கிறது," என்றான் அவன். "கொஞ்சம் காலை உணவு சாப்பிடுகிறாயா?"

"நன்றி. நான் கொஞ்சம் டீ மட்டும் குடிக்கிறேன். இது இரண்டு இருக்கைகளுடைய பஸ் மோத் வகை விமானம். என்னால் அம்மையாரை இதில் அழைத்துச் செல்லமுடியாது. அதில்

ஒருவர் மட்டுமே உட்கார இடம் இருக்கிறது. உன்னுடைய லாரி வந்துகொண்டிருக்கிறது."

ஹெலென், கிராம்ப்டனை ஒரு பக்கமாக அழைத்துச் சென்று அவனுடன் பேசிக்கொண்டிருந்தாள். இப்போது எப்போதுமில்லாத மகிழ்ச்சியுடன் கிராம்ப்டன் திரும்பி வந்தான்.

"உடனடியாக உன்னை உள்ளே ஏற்றுகிறோம்," என்றான் அவன். "அம்மையாரை அழைத்துப்போக நான் திரும்பவும் வருவேன். மீண்டும் எரிபொருள் நிரப்புவதற்காக நான் அருஷாவில் விமானத்தை நிறுத்த வேண்டியிருக்கும் என்று நினைக்கிறேன். நாம் இங்கேயிருந்து சீக்கிரமாகப் புறப்படுவது நல்லது."

"டீ குடிக்கவில்லையா?"

"அதை நான் அதிகம் பொருட்படுத்துவதில்லை என்று உனக்குத் தெரியும்."

சிறுவர்கள் கட்டிலைத் தூக்கினார்கள்; அதை பச்சை நிற கூடாரங்களைச் சுற்றி சுமந்து சென்று, பாறையின் ஓரமாகக் கீழே இறங்கி வந்து சமதளத்தை அடைந்து, இப்போது பளிச்சென்று எரிந்துகொண்டிருக்கும் விமானதுக்கான எல்லை அடையாளங்களையும் கடந்து அந்தச் சிறிய விமானத்தை அடைந்தார்கள். புற்கள் எல்லாம் எரிந்து தீர்ந்திருந்தன; நெருப்பை காற்று விசிறிக் கொடுத்தது. அவனை விமானத்துக்குள் எடுத்துச் செல்வது கடினமாக இருந்தது. ஆனால், உடம்பை உள்ளே நுழைத்தவுடன், தோலால் ஆன இருக்கையில் அவன் பின்பக்கமாகச் சாய்ந்து படுத்தான்; அவனுடைய கால் கிராம்ப்டன் உட்காரும் இருக்கையின் ஒரு பக்கமாக நேராக நீட்டிக்கொண்டிருந்தது. கிராம்ப்டன் விமானத்தின் இஞ்சினை இயக்கினான், உள்ளே நுழைந்தான், ஹெலனுக்கும் அந்தச் சிறுவர்களுக்கும் கை அசைத்தான். இஞ்சினின் தடதட என்ற சத்தம், பழக்கப்பட்ட உறுமலாக மாறியது. விமானம் சுழன்று திரும்பியது. ஆப்பிரிக்க காட்டுப் பன்றிகள் குடியிருக்கும் குழிகள் இருக்கின்றனவா என்று காம்பீ பார்த்துக்கொண்டிருந்தான். விமானம் உறுமியது, குதித்துக் குதித்து இரண்டு எல்லைகளிலு மிருந்த நெருப்புகளுக்கு இடையே இருந்த நீண்ட நிலத்தில்

தடாகம் / 247

நேராக ஓடியது. கடைசியாக ஒரு முறை குதித்து அது மேலே எழும்பியது. கீழே நின்றுகொண்டிருந்த அவர்கள் அனைவரையும் பார்த்தான். அவர்கள் கை அசைத்துக்கொண்டிருந்தார்கள். மலைக் குன்றின் அருகிலிருந்த முகாமையும் பார்த்தான். அந்த இடம் இப்போது தட்டையாகத் தெரிந்தது. சமவெளி பரந்து விரிந்தும் தெரிந்தது. மரங்களின் சிறு கூட்டங்களும் தெரிந்தன. புதர்கள் தட்டையாகத் தெரிந்தன. மரம் செடிகொடிகள் இல்லாமல் தெளிவாகத் தெரிந்த காட்டுப்பாதை, வறண்ட பகுதியில் இருந்த குளத்தை நோக்கிச் சென்றது; அவன் இதுவரை அறிந்திராத ஒரு புதிய நீர்த்தேக்கமும் அங்கே இருந்தது. இப்போது வரிக்குதிரைகளின் சிறிய உருண்ட முதுகுகளும் தெரிந்தன. காட்டு மிருகங்கள் பெரிய புள்ளிகளாகத் தெரிந்தன; சமவெளியில் அவை நீண்ட எட்டுகள் போட்டு நடந்தபோது அவை மேலே ஏறி வருவது போல் தோன்றியது. விமானத்தின் நிழல் அவற்றின்மீது படர்ந்தபோது அவை அங்கும் இங்கும் பரவலாகச் சிதறி நடந்தன; அவை மிகவும் சிறிய உருவங்களாகத் தெரிந்தன; அவை பாய்ந்து ஓடவில்லை. இப்போது கண்ணுக்கு எட்டிய தூரம்வரை இருந்த சமவெளிப் பகுதி, காம்பீயினுடைய முரட்டுக் கம்பளிச் சட்டைக்கும் கம்பளித் தொப்பிக்கும் முன்னால் பழுப்பு-மஞ்சள் நிறத்தில் தெரிந்தது. அதன்பின் அவர்கள் முதலாவது மலைக்குன்றுக்கு மேலே பறந்தார்கள்; காட்டு மிருகங்கள் பின்தங்கி அவர்களைத் தொடர்ந்து மெதுவாகச் சென்றன. அதன் பிறகு அவர்கள் மலைகளுக்கு மேலே பறந்தார்கள். அங்கே பசுமையாக ஓங்கி உயர்ந்து நின்ற மரங்களடர்ந்த பள்ளத்தாக்குகள் திடீரெனத் தோன்றின; மூங்கில் மரங்கள் நிறைந்த உறுதியான மலைச்சரிவுகளும் தெரிந்தன. மீண்டும் அடர்ந்த காடு தெரிந்தது; அதைக் கடந்து செல்லும்வரை செதுக்கி வைக்கப்பட்டிருந்தது போலிருந்த மலை உச்சிகளும் குகைகளும் தெரிந்தன. அதன்பின் மலைக்குன்றுகள் கீழ்நோக்கிச் சரிவாகச் சென்றன; அதற்கு அடுத்து, மீண்டும் ஒரு சமவெளி வந்தது; அது சூடாக இருந்தது; ஊதா பழுப்பு நிறத்தில் இருந்தது; வெப்பத்தால் அது குண்டும் குழியுமாக இருந்தது. அவன் எப்படி பறந்துகொண்டிருக்கிறான் என்பதை அறிய காம்பீ பின்னால் திரும்பிப் பார்த்தான். அவர்களுக்கு முன்பக்கத்தில் மலைகள் நிறைந்த இருட்டுப் பகுதி இருந்தது.

அங்கிருந்து அவர்கள் அருஷா நகருக்குப் போகாமல் இடது பக்கமாகத் திரும்பினார்கள். விமானத்தில் தேவையான அளவு எரிவாயு இருந்தது என்பதை அவன் தெளிவாகப் புரிந்துகொண்டான். அவன் கீழே குனிந்து பார்த்தான். ஒரு இளஞ்சிவப்பு நிற மேகம் தரையின் மேல்பகுதியில் கலைந்து தவழ்ந்து சென்றதைப் பார்த்தான். எங்கிருந்தோ திடீரென வரும் பனிப்புயலுக்கு முன்னால் பொழியும் சிறிய பனித்துளிகள் காற்றில் கலந்து வருவதைப் போல, தெற்கு திசையிலிருந்து ஆப்பிரிக்க வெட்டுக்கிளிகள் வந்துகொண்டிருந்தன என்பதைப் புரிந்துகொண்டான். அதன்பின் அவர்கள் உயரே செல்லத் தொடங்கினார்கள். கிழக்கு திசையில் செல்வது போல் தோன்றியது. அதன் பிறகு அங்கே இருள் சூழ்ந்தது. அவர்கள் மழையுடன்கூடிய பெரும் புயலுக்குள் நுழைந்தார்கள். ஒரு நீர்வீழ்ச்சிக்குள் விமானம் பயணம் செய்துகொண்டிருப்பதுபோல் தோன்றும் அளவு அடர்த்தியான கனமழை பெய்தது. அதைக் கடந்து சென்றார்கள். காம்பீ தலையைத் திருப்பினான்; பல்லைக் காட்டிச் சிரித்தான்; ஒன்றைச் சுட்டிக் காட்டினான்; அங்கே, அவர்களுக்கு முன்னால், அனைத்து உலகமும் இணைந்தாற்போல் அகலமாயிருந்த, பெரிய, உயரமான, சூரிய ஒளியில் நம்ப முடியாத அளவு வெண்மையாக இருந்த கிளிமஞ்சாரோ மலையின் சதுரமான சிகரத்தை மட்டுமே அவனால் பார்க்க முடிந்தது. அங்கேதான் அவன் போய்க்கொண்டிருக்கிறான் என்பதை அப்போது அவன் அறிந்துகொண்டான்.

அதே நேரத்தில் இரவில் மெல்லிய குரலில் ஊளையிடுவதை கழுதைப் புலி நிறுத்தியது; கிட்டத்தட்ட மனிதன் அழுவதைப் போன்ற ஒரு வினோதமான குரல் எழுப்பத் தொடங்கியது. அந்தப் பெண் அக் குரலைக் கேட்டாள்; அமைதியிழந்து தூக்கத்தில் புரண்டாள்; விழித்து எழவில்லை. நியூயார்க் நகரத்தின் தென்கிழக்குப் பகுதியில் லாங் ஐலாண்ட் என்ற தீவிலுள்ள வீட்டில் இருப்பது போல் கனவு கண்டாள். அவளுடைய மகள் முதல் முதலாக பொது இடத்தில் அறிமுகமான நாளின் முந்தைய இரவில் நடந்தது போல் அது இருந்தது. எப்படியோ அவளுடைய அப்பா அங்கே இருந்தார்; அவர் மிகவும் முரட்டுத்தனமாக நடந்துகொண்டார். அதன்பின், அந்த கழுதைப் புலி எழுப்பிய

பெருஞ் சத்தத்தால் அவள் விழித்து எழுந்தாள்; எங்கே இருந்தாள் என்று ஒரு நொடி நேரம் அவளுக்குத் தெரியவில்லை; மிகவும் அதிகமாகப் பயந்தாள். அதன் பிறகு அவள் கைமின்விளக்கை எடுத்தாள், ஹேரி தூங்கிய பிறகு அவர்கள் உள்ளே எடுத்து வந்திருந்த மற்றொரு கட்டில் மீது ஒளியைப் பாய்ச்சினாள், கொசுவலை சட்டத்துக்குள் இருந்த அவனுடைய உருவத்தைப் பார்த்தாள். ஆனால், அவனுடைய காலை அவன் எப்படியோ வெளியே தள்ளியிருந்தான். அது கட்டில் ஓரமாக கீழே தொங்கியது. அவனுடைய காலில் போட்டிருந்த கட்டுகள் எல்லாம் கீழ்ப் பக்கமாக இறங்கியிருந்தன. அவளால் அதைப் பார்க்கச் சகிக்கவில்லை.

"மோலோ," என்று கூப்பிட்டாள். "மோலோ! மோலோ!"

பிறகு அவள், "ஹேரி, ஹேரி," என்று கூப்பிட்டாள்; அதன் பிறகு குரலை உயர்த்தி, "ஹேரி! தயவுசெய். ஓ ஹேரி!" என்றாள்.

அவனிடமிருந்து பதில் எதுவும் வரவில்லை; அவனுடைய சுவாசத்தை அவளால் கேட்க முடியவில்லை.

அவளைத் தூக்கத்திலிருந்து விழித்து எழச் செய்த அதே வினோதமான சத்தத்தைக் கூடாரத்துக்கு வெளியே அந்தக் கழுதைப் புலி எழுப்பியது. ஆனால் அவளுடைய இதயத் துடிப்பின் சத்தத்தால் அது எழுப்பிய சத்தம் அவளுக்குக் கேட்க வில்லை.

***